# Integrated Mathematics

# Multi-Language Glossary

The Multi-Language Glossary includes the English Glossary from each textbook and translations of these glossaries into Spanish, Chinese, Vietnamese, Cambodian, and Laotian.

## McDougal Littell/Houghton Mifflin

Evanston, Illinois

Boston • Dallas • Phoenix

**Acknowledgment**
The translations of the English Glossary were done by
Linguistic Systems, Incorporated, Cambridge, Massachusetts.

ISBN: 0-395-71697-7

23456789 - BW - 98 97 96 95

# Multi-Language Glossaries

## Contents

# English Glossary

## A

**absolute value (p. 64)** The distance that a number is from zero on a number line.

**absolute value function (p. 230)** The function $y = |x|$.

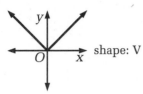

shape: V

**acute angle (p. 86)** An angle that measures between 0° and 90°.

**acute triangle (p. 88)** A triangle with three acute angles.

**angle (p. 85)** A figure formed by two rays that have the same endpoint, called the *vertex*.

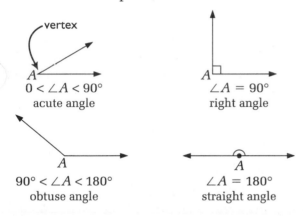

$0 < \angle A < 90°$
acute angle

$\angle A = 90°$
right angle

$90° < \angle A < 180°$
obtuse angle

$\angle A = 180°$
straight angle

**arc (p. 377)** A fraction of the circumference of a circle. Any angle with its vertex at the center of a circle is a *central angle of the circle*. The region formed by a central angle and its arc is a *sector*.

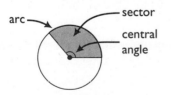

arc

sector

central angle

**arc length (p. 377)** The measurement of an arc.

**at random (p. 308)** *See* sampling.

## B

**base (pp. 281, 282, 283)** *See* parallelogram, trapezoid, triangle.

**base of a power (p. 19)** *See* power.

**bases of a prism (p. 507)** *See* prism.

**binomial (p. 578)** A polynomial that has two terms.

**boundary line (p. 456)** *See* linear inequality.

**box–and–whisker plot (p. 158)** A method for displaying the median, quartiles, and extremes of a data set.

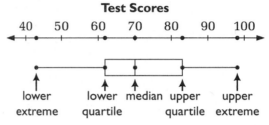

Test Scores

40  50  60  70  80  90  100

lower extreme

lower quartile

median

upper quartile

upper extreme

## C

**cell (p. 129)** *See* spreadsheet.

**center of dilation (p. 337)** *See* dilation.

**center of rotation (p. 202)** *See* rotation.

**central angle of a circle (p. 85)** An angle with its vertex at the center of a circle. *See* arc.

**circumference (p. 375)** The perimeter of a circle. A segment that joins two points of the circumference with the center of the circle is a *diameter*.

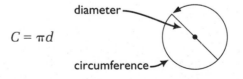

$C = \pi d$

diameter

circumference

**coefficient (p. 33)** A number multiplied by a variable in a term of an expression. *See also* term.

**combined inequality (p. 144)** An inequality with two inequality signs such that a value of a variable is between two quantities. A combined inequality like $-3 < x \le 5$ is graphed on a number line as a segment or *interval*.

**complementary angles (p. 86)** Two angles whose measures have the sum 90°.

**complementary events (p. 310)** Two events such that only one or the other is possible. For example, the event "*E* happens" is the complement of the event "*E* does not happen."

**concept map (p. 5)** A visual summary that helps you remember the connections between ideas.

**conclusion (p. 492)** *See* if-then statement.

**conditional statements (p. 492)** *See* if-then statement.

**cone (p. 524)** A space figure with one circular base and a vertex.

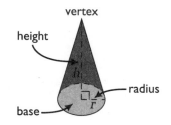

**congruent (p. 38)** Having the same size and shape.

**congruent angles (p. 87)** Angles with equal measures.

**congruent segments (p. 82)** Segments with equal measures.

**conjecture (p. 21)** A statement, opinion, or conclusion based on observation.

**constant term (p. 33)** Any term of an expression which contains only a number. *See also* term.

**continuous (p. 60)** Quantities that are measured.

**control variable (p. 218)** *See* function.

**converse (p. 494)** A statement in "if-then" form obtained by interchanging the "if" and "then" parts of an original if-then statement.

**converse of the Pythagorean theorem (p. 495)** If the square of the length of one side of a triangle is equal to the sum of the squares of the lengths of the other two sides, then the triangle is a right triangle.

**conversion factor (p. 393)** A conversion factor is a ratio of two equal (or approximately equal) quantities that are measured in different units.

**coordinate geometry (p. 190)** Geometry involving the drawing, analyzing, finding area, and comparison of figures on a coordinate plane.

**coordinate plane (p. 184)** A grid formed by two perpendicular number lines or *axes* intersecting at the *origin*. The axes split the plane into four *quadrants*.

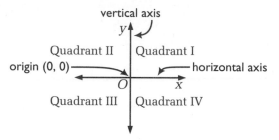

**coordinates (p. 184)** The unique *ordered pair* of real numbers associated with each point in a coordinate plane. The first number of the ordered pair is the *x-coordinate*, the second number is the *y-coordinate*.

**correlation (p. 212)** The relationship between two data sets. Two data sets can have positive correlation if they increase or decrease together, negative correlation if one set increases as the other set decreases, or no correlation.

**corresponding vertices and sides (p. 40)** In congruent polygons, matching vertices are corresponding vertices and matching sides are corresponding sides.

**cosine (p. 344)** *See* trigonometric ratios.

**counterexample (p. 22)** An example that shows that a statement is false.

**cross products (p. 315)** Equal products formed by multiplying the numerator of each of a pair of equal fractions by the denominator of the other.

**cube root (p. 114)** One of three equal factors of a number.

**cylinder (p. 508)** A space figure with a curved surface and two parallel, congruent circular bases.

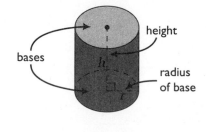

---

**Multi-Language Glossary, INTEGRATED MATHEMATICS**

## D

**deductive reasoning (p. 479)** Using facts, definitions, and accepted principles and properties to prove general statements.

**dependent variable (p. 218)** *See* function.

**diagonal (p. 424)** A segment joining two nonconsecutive vertices of a polygon.

**diameter (p. 375)** *See* circumference.

**dilation (p. 337)** A transformation in which the original figure and its image are similar. Lines drawn through the corresponding points on the original figure and its image meet in a point called the *center of dilation*.

**dimensional analysis (p. 392)** A problem solving strategy where you cancel units of measurement as if they are numbers.

**dimensions (p. 128)** *See* matrix.

**direct variation (p. 360)** A linear function defined by an equation of the form $y = kx$, $k \neq 0$. You say that $y$ is directly proportional to $x$.

**discrete (p. 60)** Quantities that are counted.

**distance from a point to a line (p. 281)** The length of the perpendicular segment from a point to a line.

**distributive property (p. 32)** Each term inside a set of parentheses can be multiplied by a factor outside the parentheses. For example, $3(x + 2) = 3x + 6$.

## E

**endpoint (p. 82)** A point that marks the first point or the last point of a line segment. *See also* ray.

**equation (p. 99)** A statement formed by placing an equals sign between two numerical or variable expressions.

**equilateral triangle (p. 44)** A triangle with all three sides congruent.

**equivalent equations (p. 100)** Equations that have the same solution set.

**equivalent inequalities (p. 263)** Inequalities that have the same solution set.

**evaluate (p. 12)** To find the value of a variable expression when a number is substituted for the variable.

**event (p. 308)** *See* outcome.

**expanded form (p. 577)** The form an expression is in when it has no parenthesis.

$$x(x + 3) = x^2 + 3x$$
factored form    expanded form

**experimental probability (p. 308)** In an experiment, the ratio of the number of times an event occurs to the number of times the experiment is run.

**exponent (p. 19)** *See* power.

**extremes (p. 158)** The lowest and highest numbers of a data set.

## F

**faces of a prism (p. 507)** *See* prism.

**factor (p. 19)** When two or more numbers or variables are multiplied, each of the numbers or variables is a factor of the product.

**factored completely (p. 578)** When the greatest common factor of all the terms in an expression is 1.

**factored form (p. 577)** The form an expression has when it is factored completely.

$$x^2 + 3x = x(x + 3)$$
expanded form    factored form

**fitted line (p. 212)** *See* scatter plot.

**frequency (p. 150)** The number of times an event or data item occurs within an interval.

**frequency table (p. 151)** A table that displays the exact number of data items in an interval.

**function (p. 220)** A relationship between two variables in which the value of the *dependent variable* is dependent on the value of the *control variable*. There can only be one value of the dependent variable for each value of the control variable.

# G

**geometric probability (p. 502)** Probability based on areas and lengths.

**graph of an equation (p. 426)** The points whose coordinates are the solutions of the equation.

# H

**height (pp. 281, 282)** *See* parallelogram, triangle.

**height of a regular pyramid (p. 510)** *See* regular pyramid.

**heptagon (p. 39)** A polygon with seven sides.

**hexagon (p. 39)** A polygon with six sides.

**histogram (p. 150)** A type of bar graph that displays frequencies.

**horizontal axis (p. 184)** *See* coordinate plane.

**horizontal intercept (p. 428)** *See* x-intercept.

**hyperbola (p. 230)** The graph of $xy = k$, $k \neq 0$. *See also* reciprocal function.

**hypotenuse (p. 344)** *See* right triangle.

**hypothesis (p. 492)** *See* if-then statement.

# I

**identity function (p. 230)** The function $y = x$.

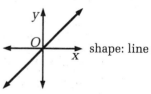

shape: line

**if-then statement (p. 492)** A statement with an *if* part and a *then* part. The *if* part is the *hypothesis* and the *then* part is the *conclusion*. Also called a *conditional statement*.

**image (p. 337)** The result of a transformation.

**inductive reasoning (p. 479)** A method of reasoning in which a conjecture is made based on several observations.

**inequality (p. 144)** A statement formed by placing an inequality sign between two numerical or variable expressions.

**integer (p. 113)** Any number that is a positive or negative whole number or zero.

**interval (p. 145)** *See* combined inequality.

**irrational number (p. 113)** A real number that cannot be written as the quotient of two integers.

**isosceles triangle (p. 44)** A triangle with at least two sides congruent.

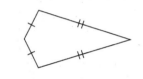

# K

**kite (p. 45)** A quadrilateral that has two pairs of congruent sides, but opposite sides are not congruent.

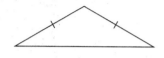

# L

**legs of a right triangle (p. 344)** *See* right triangle.

**length of a segment (p. 82)** The measure of the distance between and including the two endpoints of a segment.

**like terms (p. 33)** Terms with the same variables or variable powers.

**line (p. 82)** A straight arrangement of points that extends forever in opposite directions.

**line plot (p. 137)** A method of displaying a data set on a number line. It is helpful in showing the outliers and the range of a data set.

**line of reflection (p. 548)** *See* reflection.

**line of symmetry (p. 45)** *See* symmetry.

**linear combination (p. 426)** The result of adding two linear equations.

**linear decay (p. 420)** A decreasing linear function that can be defined by $y = mx + b$, $m < 0$.

**linear equation (p. 427)** The equation of a line.

**linear function (p. 420)** A function that can be defined by $y = mx + b$.

**linear growth (p. 420)** An increasing linear function that can be defined by $y = mx + b, m > 0$.

**linear inequality (p. 456)** An inequality whose graph on a coordinate plane bounded is by a line, called the *boundary line*.

**lower quartile (p. 158)** The median of the data in the lower half of a data set.

# M

**margin of error (p. 323)** In an experiment or poll, the interval that is most likely to include the exact result.

**mathematical model (p. 241)** An equation or graph that represents a real-life problem. Using such equations or graphs is *modeling*.

**matrix (p. 128)** An arrangement of numbers in rows and columns. The number of rows by the number of columns gives you the *dimensions* of the matrix.

**mean (p. 136)** The sum of the data in a data set divided by the number of items.

**median (p. 136)** In a data set, the middle number or the average of the two middle numbers when the data are arranged in numerical order.

**midpoint (p. 82)** The point that divides a segment into two congruent parts.

**mode (p. 136)** The most frequently occurring item, or items, in a data set.

**modeling (p. 241)** *See* mathematical model.

**monomial (p. 578)** A polynomial that has only one term.

# O

**obtuse angle (p. 86)** An angle that measures between 90° and 180°.

**obtuse triangle (p. 88)** A triangle with one obtuse angle.

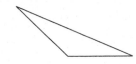

**octagon (p. 39)** A polygon with eight sides.

**opposites (p. 64)** A number and its opposite are the same distance from 0 on the number line but on opposite sides. The opposite of 3 is −3.

**order of operations (p. 26)** A set of rules that orders the way you simplify an expression: simplify inside parentheses, calculate any powers, multiply or divide left to right, and finally add or subtract left to right.

**ordered pair (p. 184)** *See* coordinates.

**orientation (p. 548)** The direction, clockwise or counterclockwise, in which the points on a figure are ordered.

**origin (p. 184)** *See* coordinate plane.

**outcome (p. 308)** One possible result in an experiment in a probability problem. A set of outcomes is an *event*.

**outliers (p. 137)** Data values that are much larger or much smaller than the other values in a data set, and therefore not typical of the data set.

# P

**parabola (pp. 229, 555)** The graph of $y = ax^2 + bx + c$, $a \neq 0$. The point where the curve turns is either the maximum or the minimum and is called the *vertex*. *See also* squaring function.

**parallel lines (p. 44)** Two lines in the same plane that do not intersect.

**parallelogram (p. 45)** A quadrilateral with both pairs of opposite sides parallel.

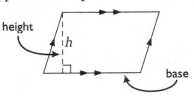

**pentagon (p. 39)** A polygon with five sides.

**perfect cube** (**p. 114**)  A number whose cube root is an integer.

**perfect square** (**p. 114**)  A number whose square root is an integer.

**perpendicular** (**p. 44**)  Two lines, segments, or rays that intersect to form right angles.

**polygon** (**p. 39**)  A plane figure formed by line segments, called *sides*. Each side intersects exactly two other sides, one at each endpoint or *vertex*. No two sides with a common vertex are on the same line.

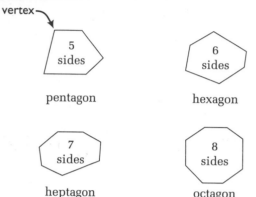

pentagon        hexagon

heptagon        octagon

**population** (**p. 321**)  The entire set of objects being studied.

**power** (**p. 19**)  A number that is used as a factor a given number of times. In the power $5^2$, 5 is the *base* and 2 is the *exponent*.

**prism** (**p. 507**)  A space figure with two parallel congruent *bases*. The other sides of the prism are *faces*.

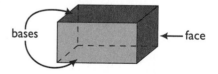

rectangular prism

**probability** (**p. 308**)  The ratio of the number of favorable outcomes to the total number of outcomes.

**proportion** (**p. 314**)  An equation that shows two equal ratios.

**pyramid** (**p. 509**)  A space figure with one base and triangular faces.

**Pythagorean theorem** (**p. 478**)  If the length of the hypotenuse of a right triangle is $c$ and the lengths of the legs are $a$ and $b$, then $c^2 = a^2 + b^2$.

## Q

**quadrant** (**p. 184**)  *See* coordinate plane.

**quadratic equation** (**p. 599**)  Any equation that can be written in the form $ax^2 + bx + c = 0$, $a \neq 0$.

**quadratic formula** (**p. 601**)  The formula

$$x = -\frac{b}{2a} \pm \frac{\sqrt{b^2 - 4ac}}{2a},$$

given  $0 = ax^2 + bx + c$ , $a \neq 0$.

**quadratic function** (**p. 599**)  Any function of the form $y = ax^2 + bx + c$, $a \neq 0$.

**quadrilateral** (**p. 39**)  A polygon with four sides.

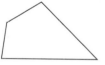

## R

**radical form** (**p. 487**)  An expression that uses the radical symbol ($\sqrt{\phantom{x}}$). For example, $\sqrt{11}$.

**radius** (**p. 376**)  One half of a diameter of a circle.

**range** (**p. 137**)  The difference between the extremes in a data set.

**rate** (**p. 302**)  A ratio that compares the amounts of two different kinds of measurements, for example, meters per second.

**ratio** (**p. 301**)  The quotient you get when one number is divided by a second number not equal to zero.

**rational number** (**p. 113**)  A real number that can be written as a quotient of two integers $\frac{a}{b}$, $b \neq 0$.

**ray (p. 85)** A part of a line that starts at a point, the *endpoint,* and extends forever in one direction.

**real number (p. 113)** Any number that is either rational or irrational.

**reciprocals (p. 275)** Two numbers whose product is 1.

**reciprocal function (p. 230)** The function $y = \frac{1}{x}$.

shape: hyperbola

**rectangle (p. 45)** A quadrilateral with four right angles.

**rectangular prism (p. 507)** *See* prism.

**reflection (p. 548)** The image you get when you flip a figure over a line. This line is the *line of reflection.*

**regular pyramid (p. 509)** A pyramid in which the base is a regular polygon, and all other faces are congruent isosceles triangles. The *height* is the perpendicular length from the vertex to the center of the base. The height of a face is the *slant height.*

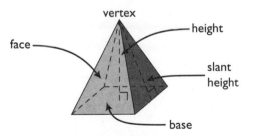

**rhombus (p. 45)** A quadrilateral with four congruent sides.

**right angle (p. 86)** An angle that measures 90°.

**right triangle (p. 44)** A triangle with one right angle. The side opposite the right angle is the *hypotenuse,* the other sides are the *legs.*

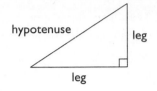

**rise (p. 361)** The vertical change between two points on a line.

**rotation (p. 202)** A turn around a point called the *center of rotation.* A figure that looks the same after a rotation of less than 360° has *rotational symmetry.*

**rotational symmetry (p. 205)** *See* rotation.

**run (p. 361)** The horizontal change between two points on a line.

# S

**sample (p. 321)** A subset of the population on which a study or an experiment is being done.

**sampling (p. 323)** Choosing a sample from a population for an experiment or study. The sample is chosen *at random,* meaning each member of the population has an equal chance to be chosen.

**scale (p. 330)** The ratio of the size of a representation of an object to the actual object.

**scale drawing (p. 330)** A drawing representing and similar to an actual object.

**scale factor (p. 337)** The ratio of a length on an image to the corresponding length on the original figure of a dilation.

**scalene triangle (p. 44)** A triangle with no sides congruent.

**scatter plot (p. 212)** A graph of points used to determine if there is a correlation between two sets of data. A line that passes close to most of the data points is called the *fitted line.*

**scientific notation (p. 72)** A number written as a number that is at least one but less than ten, multiplied by a power of ten.

**sector (p. 402)** *See* arc.

**segment (p. 82)** Two points on a line and all points between them.

**side (p. 40)** *See* polygon.

**similar figures (p. 329)** Two figures with the same shape, but not necessarily the same size.

**similar space figures (p. 532)** Space figures that have the same shape, but not necessarily the same size.

**sine (p. 344)** *See* trigonometric ratios.

**slant height of a regular pyramid (p. 510)** *See* regular pyramid.

**slope (p. 361)** The measure of the steepness of a line given by the ratio of rise to run for any two points on the line.

**slope-intercept form of an equation (p. 418)** A line with the equation $y = mx + b$, where $m$ represents the slope and $b$ represents the $y$-intercept.

**solution (p. 99)** Values for variables that make an equation true.

**solution of an equation with two variables (p. 426)** An ordered pair of values that makes an equation with two variables true.

**solution of a system (p. 291)** Values for variables that make a system of equations true.

**solution of a system of inequalities (p. 464)** Values for variables that make a system of inequalities true.

**solution region (p. 456)** *See* linear inequality.

**solving an equation (p. 99)** Finding all values of a variable that make an equation true.

**spreadsheet (p. 129)** A computerized version of a matrix. Each position in a spreadsheet is a *cell*.

**square (p. 45)** A quadrilateral with four right angles and four congruent sides.

**square root (p. 112)** One of two equal factors of a number.

**squaring function (p. 230)** The function $y = x^2$.

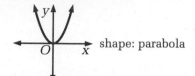

shape: parabola

**standard form of a linear equation (p. 427)** A line with the equation $ax + by = c$, where $a$, $b$, and $c$ are integers and $a$ and $b$ are not zero.

**stem-and-leaf plot (p. 152)** A display of data where each number is represented by a *stem* and a *leaf*.

**straight angle (p. 86)** An angle that measures $180°$.

**substitute (p. 12)** To replace variables with given values.

**supplementary angles (p. 86)** Two angles whose measures have the sum $180°$.

**symmetry (p. 45)** When a polygon can be folded so that one half fits exactly over the other half, the polygon has symmetry. The fold line is called the *line of symmetry*.

**system of equations (p. 291)** Two or more equations in the same variables.

**system of inequalities (p. 464)** Two or more inequalities in the same variables.

# T

**tangent ratio (p. 361)** *See* trigonometric ratios.

**term (p. 33)** Each expression in a sum.

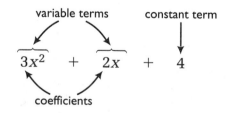

**terms of a proportion (p. 314)** The numbers or variables in a proportion.

**theoretical probability (p. 309)** When all outcomes of an experiment are equally likely, the probability of an event is the ratio of favorable outcomes to the number of possible outcomes.

**Multi-Language Glossary, INTEGRATED MATHEMATICS**

**transformation (p. 202)** A change made to an object or its position.

**translation (p. 197)** Sliding a figure without changing its size or shape and without turning or flipping it over. When a figure can translate within a pattern, the pattern has *translational symmetry*.

**translational symmetry (p. 199)** *See* translation.

**trapezoid (p. 193)** A quadrilateral with at least one pair of parallel sides, called bases. The other sides are legs.

**triangle (p. 39)** A polygon with three sides.

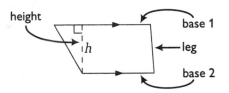

**trigonometric ratios (p. 344)** The *cosine*, *sine*, and *tangent ratios*.

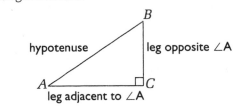

$$\cos A = \frac{\text{adjacent}}{\text{hypotenuse}} = \frac{AC}{AB}$$

$$\sin A = \frac{\text{opposite}}{\text{hypotenuse}} = \frac{BC}{AB}$$

$$\tan A = \frac{\text{opposite}}{\text{adjacent}} = \frac{BC}{AC}$$

**trinomial (p. 584)** A polynomial that has three terms.

**unit rate (p. 302)** A rate for one unit of a given quantity.

**upper quartile (p. 158)** The median of the data in the upper half of a data set.

**variable (p. 10)** A symbol, usually a letter, that represents a number.

**variable expression (p. 10)** An expression that contains a variable.

**variable terms (p. 256)** Terms of an expression that contain a variable. *See also* term.

**variation constant (p. 360)** The nonzero constant $k$ in a direct variation defined by $y = kx$.

**vertex of an angle (p. 85)** *See* angle.

**vertex of a parabola (p. 555)** *See* parabola.

**vertex of a polygon (p. 40)** *See* polygon.

**vertical angles (p. 87)** Two congruent angles formed by intersecting lines and facing in opposite directions.

**vertical axis (p. 184)** *See* coordinate plane.

**vertical intercept (p. 418)** *See* $y$-intercept.

**vertical-line test (p. 221)** When two or more points of a graph lie in the same vertical line, the graph is not a function.

**x-axis (pp. 226, 550)** The horizontal axis in the coordinate plane.

**x-intercept (p. 563)** The point where a graph intersects the $x$-axis. Also called a *horizontal intercept*.

**y-axis (pp. 226, 550)** The vertical axis in the coordinate plane.

**y-intercept (p. 563)** The point where a graph intersects the $y$-axis. Also called a *vertical intercept*.

**zero-product property (p. 495)** When a product of factors is zero, one or more of the factors must be zero. If $ab = 0$, then $a = 0$ or $b = 0$.

# Spanish Glossary   *inglés–español*

## A

**absolute value/valor absoluto** La distancia a la que se encuentra un número del cero en una recta numérica. *(p. 64)*

**absolute value function/función de valor absoluto** La función $y = |x|$. *(p. 230)*

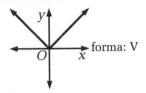

forma: V

**acute angle/ángulo agudo** Un ángulo que mide entre 0° y 90°. *(p. 86)*

**acute triangle/triángulo agudo** Un triángulo con tres ángulos agudos. *(p. 88)*

**angle/ángulo** Una figura formada por dos rayos que se unen en un extremo, llamado el *vértice*. *(p. 85)*

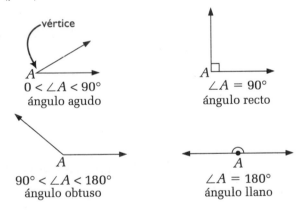

vértice

$0 < \angle A < 90°$
ángulo agudo

$\angle A = 90°$
ángulo recto

$90° < \angle A < 180°$
ángulo obtuso

$\angle A = 180°$
ángulo llano

**arc/arco** Una fracción de la circunferencia de un círculo. Cualquier ángulo cuyo vértice está en el centro de un círculo es un *ángulo central del círculo*. La región formada por un ángulo central y su arco es un *sector*. *(p. 377)*

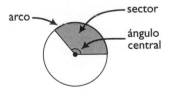

arco    sector    ángulo central

**arc length/longitud del arco** La medida de un arco. *(p. 377)*

## B

**at random/al azar** *Véase* muestreo. *(p. 308)*

**base/base** *Véanse* paralelogramo, trapecio, triángulo. *(p. 281, 282, 283)*

**base of a power/base de una potencia** *Véase* potencia. *(p. 19)*

**bases of a prism/bases de un prisma** *Véase* prisma. *(p. 507)*

**binomial/binomio** Un polinomio que tiene dos términos. *(p. 578)*

**boundary line/línea divisoria** *Véase* desigualdad lineal. *(p. 456)*

**box-and-whisker plot/diagrama de líneas y bloques** Un método para mostrar la mediana, los cuartiles y los extremos de un conjunto de datos. *(p. 158)*

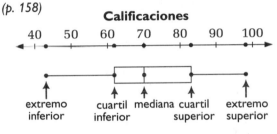

**Calificaciones**

40   50   60   70   80   90   100

extremo inferior    cuartil inferior    mediana    cuartil superior    extremo superior

## C

**cell/celda** *Véase* hoja de cálculo. *(p. 129)*

**center of a dilation/centro de dilatación** *Véase* dilatación. *(p. 337)*

**center of rotation/centro de rotación** *Véase* rotación. *(p. 202)*

**central angle of a circle/ángulo central de un círculo** Un ángulo cuyo vértice se encuentra en el centro de un círculo. *Véase* arco. *(p. 85)*

**circumference/circunferencia** El perímetro de un círculo. Un segmento que une dos puntos de la circunferencia con el centro del círculo es el *diámetro*. *(p. 375)*

diámetro

$C = \pi d$

circunferencia

**coefficient/coeficiente** Un número multiplicado por una variable en un término de una expresión. *Véase* también término. *(p. 33)*

**combined inequality/desigualdad combinada** Una desigualdad con dos signos de desigualdad, de tal manera que el valor de una variable se encuentra entre dos cantidades. Una desigualdad combinada, como $-3 < x \leq 5$ se grafica en una recta numérica como segmento o *intervalo*. *(p. 144)*

**complementary angles/ángulos complementarios** Dos ángulos cuyas medidas suman 90°. *(p. 86)*

**complementary events/sucesos complementarios** Dos sucesos tales que sólo es posible el uno o el otro. Por ejemplo, el suceso "$S$ ocurre" es el complemento de "$S$ no ocurre". *(p. 310)*

**concept map/mapa de conceptos** Un resumen visual que nos ayuda a recordar las relaciones entre ideas. *(p. 5)*

**conclusion/conclusión** *Véase* cláusula si-entonces. *(p. 492)*

**conditional statement/cláusula condicional** *Véase* cláusula si-entonces. *(p. 492)*

**cone/cono** Una figura espacial con una base circular y un vértice. *(p. 524)*

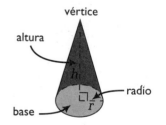

**congruent/congruente** Que tiene el mismo tamaño y forma. *(p. 38)*

**congruent angles/ángulos congruentes** Angulos que tienen medidas iguales. *(p. 87)*

**congruent segments/segmentos congruentes** Segmentos que tienen medidas iguales. *(p. 82)*

**conjecture/conjetura** Una aseveración, opinión o conclusión basada en la observación. *(p. 21)*

**constant term/término constante** Cualquier término de una expresión que sólo contiene un número. *Véase* también término. *(p. 33)*

**continuous/continuas** Se dice de las cantidades que se miden. *(p. 60)*

**control variable/variable de control** *Véase* función. *(p. 218)*

**converse/inverso** Una cláusula de tipo si-entonces en la cual se han intercambiado las porciones si y entonces de una cláusula si-entonces original. *(p. 494)*

**converse of the Pythagorean theorem/inverso del teorema de Pitágoras** Si el cuadrado de la longitud de un lado de un triángulo es igual a la suma de los cuadrados de las longitudes de los otros dos lados, entonces el triángulo es recto. *(p. 495)*

**conversion factor/factor de conversión** Un factor de conversión es una razón de dos cantidades iguales (o aproximadamente iguales) que se miden en unidades diferentes. *(p. 393)*

**coordinate geometry/geometría de coordenadas** Un tipo de geometría que incluye el dibujo, análisis, cálculo del área y comparación de figuras sobre un plano de coordenadas. *(p. 190)*

**coordinate plane/plano de coordenadas** Una cuadrícula formada por dos rectas numéricas o *ejes* perpendiculares que se intersectan en el *origen*. Los ejes dividen el plano en cuatro *cuadrantes*. *(p. 184)*

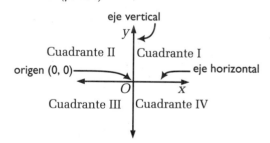

**coordinates/coordenadas** El *par ordenado* único de números reales que se relaciona con cada punto en un plano de coordenadas. El primer número del par ordenado es la *coordenada x,* el segundo es la *coordenada y.* *(p. 184)*

**correlation/correlación** La relación entre dos conjuntos de datos. Dos conjuntos de datos pueden guardar una correlación positiva si aumentan o disminuyen juntos, una correlación negativa si uno aumenta a medida que el otro disminuye, o pueden no guardar ninguna correlación. *(p. 212)*

**Multi-Language Glossary, INTEGRATED MATHEMATICS**

**corresponding vertices and sides/vértices y lados correspondientes** En los polígonos congruentes, los vértices que equivalen entre sí son los vértices correspondientes y los lados que equivalen entre sí son los lados correspondientes. *(p. 40)*

**cosine/coseno** *Véase* razones trigonométricas. *(p. 344)*

**counterexample/contraejemplo** Un ejemplo que demuestra que una cláusula es falsa. *(p. 22)*

**cross products/productos cruzados** Productos iguales que se obtienen multiplicando el numerador de cada una de un par de fracciones iguales por el denominador de la otra. *(p. 315)*

**cube root/raíz cúbica** Uno de tres factores iguales de un número. *(p. 114)*

**cylinder/cilindro** Una figura espacial con una superficie curva y dos bases circulares paralelas y congruentes. *(p. 508)*

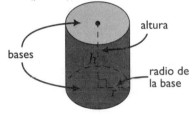

**D**

**deductive reasoning/razonamiento deductivo** El uso de hechos, definiciones y propiedades y principios aceptados para probar cláusulas generales. *(p. 479)*

**dependent variable/variable dependiente** *Véase* función. *(p. 218)*

**diagonal/diagonal** Un segmento que une dos vértices no consecutivos de un polígono. *(p. 424)*

**diameter/diámetro** *Véase* circunferencia. *(p. 375)*

**dilation/dilatación** Una transformación en la cual la figura original y su imagen son similares. Las líneas que se dibujan a través de los puntos correspondientes en la figura original y su imagen se unen en un punto llamado el *centro de dilatación. (p. 337)*

**dimensional analysis/análisis dimensional** Una estrategia para resolver problemas en la cual se cancelan unidades de medida como si fueran números. *(p. 392)*

**dimensions/dimensiones** *Véase* matriz. *(p. 128)*

**direct variation/variación directa** Una función lineal definida por una ecuación de la forma $y = kx$, $k \neq 0$. Se dice que y es directamente proporcional a x. *(p. 360)*

**discrete/discretas** Se dice de las cantidades que se cuentan. *(p. 60)*

**distance from a point to a line/distancia de un punto a una línea** La longitud del segmento perpendicular de un punto a una línea. *(p. 281)*

**distributive property/propiedad distributiva** Cada uno de los términos dentro de un conjunto de paréntesis se puede multiplicar por un factor fuera del paréntesis. Por ejemplo, $3(x + 2) = 3x + 6$. *(p. 32)*

**E**

**endpoint/extremo** Un punto que señala el primer punto o el último punto de un segmento de línea. *Véase también* rayo. *(p. 82)*

**equation/ecuación** Una cláusula formada colocando un signo de igual entre dos expresiones numéricas o variables. *(p. 99)*

**equilateral triangle/triángulo equilátero** Un triángulo cuyos tres lados son congruentes. *(p. 44)*

**equivalent equations/ecuaciones equivalentes** Ecuaciones que tienen el mismo conjunto de soluciones. *(p. 100)*

**equivalent inequalities/desigualdades equivalentes** Desigualdades que tienen el mismo conjunto de soluciones. *(p. 263)*

**evaluate/evaluar** Encontrar el valor de una expresión variable cuando se sustituye un número en lugar de la variable. *(p. 12)*

**event/suceso** *Véase* resultado. *(p. 308)*

**expanded form/forma expandida** La forma de una expresión en la cual no incluye paréntesis. *(p. 577)*

$$x(x + 3) = x^2 + 3x$$
forma factorizada     forma expandida

**experimental probability/probabilidad experimental** En un experimento, la razón entre el número de veces que ocurre un suceso y el número de veces que se realiza el experimento. *(p. 308)*

**exponent/exponente** *Véase* potencia. *(p. 19)*

**extremes/extremos** El número más alto y más bajo de un conjunto de datos. *(p. 158)*

**faces of a prism/caras de un prisma** *Véase* prisma. *(p. 507)*

**factor/factor** Cuando dos o más números o variables se multiplican, cada uno de los números o variables es un factor del producto. *(p. 19)*

**factored completely/completamente factorizado** Cuando el mayor múltiplo común de todos los términos en una expresión es 1. *(p. 578)*

**factored form/forma factorizada** La forma que tiene una expresión cuando está totalmente factorizada. *(p. 577)*

$$x(x + 3) = x^2 + 3x$$
forma factorizada    forma expandida

**fitted line/línea empírica** *Véase* diagrama de dispersión. *(p. 212)*

**frequency/frecuencia** El número de veces que se da un suceso o dato dentro de un intervalo. *(p. 150)*

**frequency table/tabla de frecuencias** Una tabla que muestra el número exacto de datos en un intervalo. *(p. 151)*

**function/función** Una relación entre dos variables en la cual el valor de la *variable dependiente* depende del valor de la *variable de control*. Sólo puede haber un valor de la variable dependiente para cada valor de la variable de control. *(p. 220)*

**geometric probability/probabilidad geométrica** La probabilidad que se basa en áreas y longitudes. *(p. 502)*

**graph of an equation/gráfica de una ecuación** Los puntos cuyas coordenadas son las soluciones de la ecuación. *(p. 426)*

**height/altura** *Véase* paralelogramo, triángulo. *(pp. 281, 282)*

**height of a regular pyramid/altura de una pirámide regular** *Véase* pirámide regular. *(p. 510)*

**heptagon/heptágono** Un polígono de siete lados. *(p. 39)*

**hexagon/hexágono** Un polígono de seis lados. *(p. 39)*

**histogram/histograma** Un tipo de gráfica donde se muestran frecuencias. *(p. 150)*

**horizontal axis/eje horizontal** *Véase* plano de coordenadas. *(p. 184)*

**horizontal intercept/intersección horizontal** *Véase* intersección con el eje x. *(p. 428)*

**hyperbola/hipérbola** La gráfica de $xy = k$, $k \neq 0$. *Véase* también función recíproca. *(p. 230)*

**hypotenuse/hipotenusa** *Véase* triángulo recto. *(p. 344)*

**hypothesis/hipótesis** *Véase* cláusula si-entonces. *(p. 492)*

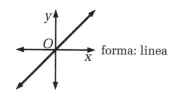

**identity function/función de identidad** La función y = x. *(p. 230)*

forma: linea

**if-then statement/cláusula si-entonces** Una cláusula con una porción *si* y una porción *entonces*. La porción si es la *hipótesis* y la parte *entonces* es la *conclusión*. Se conoce también como *cláusula condicional*. *(p. 492)*

**image/imagen** El resultado de una transformación. *(p. 337)*

**inductive reasoning/razonamiento inductivo** Un método de razonar en el cual se hace una conjetura con base en varias observaciones. *(p. 479)*

**inequality/desigualdad** Una cláusula formada colocando un signo de desigualdad entre dos expresiones numéricas o variables. *(p. 144)*

**integer/número entero** Cualquier número entero positivo o negativo o cero. *(p. 113)*

**interval/intervalo** *Véase* desigualdad combinada. *(p. 145)*

**irrational number/número irracional** Un número real que no puede escribirse como cociente de dos enteros. *(p. 113)*

**isosceles triangle/triángulo isósceles** Un triángulo que tiene por lo menos dos lados congruentes. *(p. 44)*

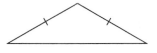

# K

**kite/papalote** Un cuadrilátero que tiene dos pares de lados congruentes, pero cuyos lados opuestos no son congruentes. *(p. 45)*

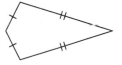

# L

**legs of a right triangle/catetos de un triángulo recto** *Véase* triángulo recto. *(p. 344)*

**length of a segment/longitud de un segmento** La medida de la distancia entre los dos extremos de un segmento, que incluye éstos. *(p. 82)*

**like terms/términos similares** Términos que tienen las mismas variables o potencias variables. *(p. 33)*

**line/línea** Una secuencia recta de puntos que se extienden infinitamente en direcciones opuestas. *(p. 82)*

**line plot/diagrama lineal** Un método de mostrar un conjunto de datos sobre una recta numérica. Ayuda para mostrar los datos extremos y la gama de un conjunto de datos. *(p. 137)*

**line of reflection/línea de reflexión** *Véase* reflexión. *(p. 548)*

**line of symmetry/línea de simetría** *Véase* simetría. *(p. 45)*

**linear combination/combinación lineal** El resultado de sumar dos ecuaciones lineales. *(p. 426)*

**linear decay/descendencia lineal** Una función lineal que se reduce y puede definirse por $y = mx + b, m < 0$. *(p. 420)*

**linear equation/ecuación lineal** La ecuación que corresponde a una línea. *(p. 427)*

**linear function/función lineal** Una función que puede definirse por $y = mx + b$. *(p. 420)*

**linear growth/crecimiento lineal** Una función lineal creciente que puede definirse por $y = mx + b, m > 0$. *(p. 420)*

**linear inequality/desigualdad lineal** Una desigualdad cuya gráfica en un plano de coordenadas está dividida por una línea, llamada la *línea divisoria*. *(p. 456)*

**lower quartile/cuartil más bajo** La mediana de los datos en la mitad inferior de un conjunto de datos. *(p. 158)*

# M

**margin of error/margen de error** En un experimento o encuesta, el intervalo que es más probable que incluya el resultado exacto. *(p. 323)*

**mathematical model/modelo matemático** Una ecuación o gráfica que representa un problema de la vida real. Utilizar este tipo de ecuaciones o gráficas es hacer *modelos*. *(p. 241)*

**matrix/matriz** La organización de números en filas y columnas. El número de filas por el número de columnas nos da las *dimensiones* de la matriz. *(p. 128)*

**mean/media** La suma de los datos en un conjunto de datos dividida entre el número de sumandos. *(p. 136)*

**median/mediana** En un conjunto de datos, el número del centro o el promedio de los dos números del centro cuando se organizan los datos en orden numérico. *(p. 136)*

**midpoint/punto central** El punto que divide un segmento en dos partes congruentes. *(p. 82)*

**mode/modo** El dato o datos que ocurren con mayor frecuencia en un conjunto de datos. *(p. 136)*

**modeling/hacer modelos** *Véase* modelo matemático. *(p. 241)*

**monomial/monomio** Un polinomio que tiene un sólo término. *(p. 578)*

**obtuse angle/ángulo obtuso** Un ángulo que mide entre 90° y 180°. *(p. 86)*

**obtuse triangle/triángulo obtuso** Un triángulo que tiene un ángulo obtuso. *(p. 88)*

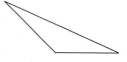

**octagon/octágono** Un polígono de ocho lados. *(p. 39)*

**opposites/opuestos** Un número y su número opuesto se encuentran a la misma distancia del 0 en una recta numérica, pero en lados opuestos. El opuesto de 3 es −3. *(p. 64)*

**order of operations/orden de las operaciones** Un conjunto de reglas que ordena la forma en que se simplifica una expresión: se simplifica dentro de los paréntesis, se calculan las potencias, se multiplica o divide de izquierda a derecha y, por último, se suma o resta de izquierda a derecha. *(p. 26)*

**ordered pair/par ordenado** *Véase* coordenadas. *(p. 184)*

**orientation/orientación** La dirección, con las manecillas del reloj o contra las manecillas del reloj, en que se ordenan los puntos en una figura. *(p. 548)*

**origin/origen** *Véase* plano de coordenadas. *(p. 184)*

**outcome/resultado** Uno de los posibles resultados en un experimento en un problema de probabilidad. Un conjunto de resultados es un *suceso*. *(p. 308)*

**outliers/datos extremos** Valores que son mucho mayores o mucho menores que los otros valores en un conjunto de valores y por lo tanto no son típicos del conjunto de valores. *(p. 137)*

**P**

**parabola/parábola** La gráfica de $y = ax^2 + bx + c$, $a \neq 0$. El punto en que la curva se invierte puede ser el máximo o el mínimo y se conoce como *vértice*. *Véase* también función cuadrada. *(pp. 229, 555)*

**parallel lines/líneas paralelas** Dos líneas en el mismo plano que nunca se intersectan. *(p. 44)*

**parallelogram/paralelogramo** Un cuadrilátero cuyos dos pares de lados opuestos son paralelos. *(p. 45)*

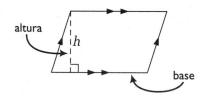

altura

$h$

base

**pentagon/pentágono** Un polígono de cinco lados. *(p. 39)*

**perfect cube/cubo perfecto** Un número cuya raíz cúbica es un número entero. *(p. 114)*

**perfect square/cuadrado perfecto** Un número cuya raíz cuadrada es un número entero. *(p. 114)*

**perpendicular/perpendiculares** Se dice de dos segmentos de línea, o rayos, que se intersectan formando ángulos rectos. *(p. 44)*

**polygon/polígono** Una figura plana formada por segmentos de línea llamados *lados.* Cada lado intersecta exactamente a otros dos lados, uno en cada extremo o *vértice.* No tiene dos lados cuyo vértice común se encuentre en la misma línea. *(p. 39)*

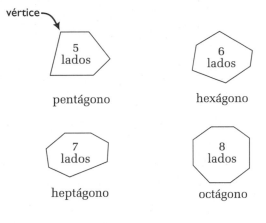

vértice

| 5 lados | 6 lados |
|---------|---------|
| pentágono | hexágono |

| 7 lados | 8 lados |
|---------|---------|
| heptágono | octágono |

**population/población** El conjunto total de objetos que se están estudiando. *(p. 321)*

**power/potencia** Un número que se usa como factor una cantidad de veces dada. En la potencia $5^2$, 5 es la *base* y 2 es el *exponente. (p. 19)*

**prism/prisma** Una figura espacial con dos *bases* paralelas congruentes. Los otros lados del prisma son sus *caras. (p. 507)*

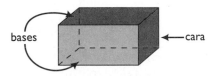

bases — cara

prisma rectangular

**probability/probabilidad** La razón entre el número de resultados favorables y el número de resultados totales. *(p. 308)*

**proportion/proporción** Una ecuación que muestra dos razones iguales. *(p. 314)*

**pyramid/pirámide** Una figura espacial con una base y caras triangulares. *(p. 509)*

altura — cara

base

**Pythagorean theorem/teorema de Pitágoras** Si la longitud de la hipotenusa de un triángulo recto es c y las longitudes de sus catetos son $a$ y $b$, entonces $c^2 = a^2 + b^2$. *(p. 478)*

# Q

**quadrant/cuadrante** *Véase* plano de coordenadas. *(p. 184)*

**quadratic equation/ecuación cuadrática** Cualquier ecuación que puede escribirse en la forma $ax^2 + bx + c = 0$, $a \neq 0$. *(p. 599)*

**quadratic formula/fórmula cuadrática** La fórmula

$$x = -\frac{b}{2a} \pm \frac{\sqrt{b^2 - 4ac}}{2a},$$

donde $0 = ax^2 + bx + c$, $a \neq 0$. *(p. 601)*

**quadratic function/función cuadrática** Cualquier función de la forma $y = ax^2 + bx + c$, $a \neq 0$. *(p. 599)*

**quadrilateral/cuadrilátero** Un polígono con cuatro lados. *(p. 39)*

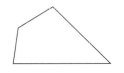

# R

**radical form/forma radical** Una expresión que usa el signo radical ($\sqrt{\phantom{x}}$). Por ejemplo, $\sqrt{11}$. *(p. 487)*

**radius/radio** La mitad del diámetro de un círculo. *(p. 376)*

**range/gama** La diferencia entre los extremos en un conjunto de datos o valores. *(p. 137)*

**rate/tasa** Una razón que compara las cantidades de dos tipos diferentes de medidas, por ejemplo, metros por segundo. *(p. 302)*

**ratio/razón** El cociente que se obtiene cuando se divide un número entre un segundo número distinto de cero. *(p. 301)*

**rational number/número racional** Un número real que se puede escribir como cociente de dos números enteros $\frac{a}{b}$, $b \neq 0$. *(p. 113)*

**ray/rayo** Una parte de una línea que empieza en un punto, el *extremo,* y se extiende infinitamente en una dirección. *(p. 85)*

**real number/número real** Cualquier número, ya sea racional o irracional. *(p. 113)*

**reciprocals/recíprocos** Dos números cuyo producto es 1. *(p. 275)*

**reciprocal function/función recíproca** La función $y = \frac{1}{x}$. *(p. 230)*

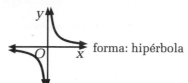

forma: hipérbola

**rectangle/rectángulo** Un cuadrilátero con cuatro ángulos rectos. *(p. 45)*

**rectangular prism/prisma rectangular** *Véase* prisma. *(p. 507)*

**reflection/reflexión** La imagen que se obtiene cuando se invierte una figura sobre una línea. Esta línea se conoce como la *línea de reflexión.* *(p. 548)*

**regular pyramid/pirámide regular** Una pirámide en que la base es un polígono regular y todas las demás caras son triángulos isósceles congruentes. Su *altura* es la longitud perpendicular del vértice al centro de la base. La altura de una cara es la *altura inclinada.* *(p. 509)*

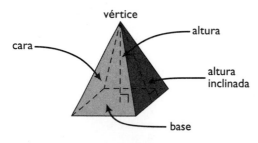

vértice
altura
cara
altura inclinada
base

**rhombus/rombo** Un cuadrilátero con cuatro lados congruentes. *(p. 45)*

**right angle/ángulo recto** Un ángulo que mide 90°. *(p. 86)*

**right triangle/triángulo recto** Un triángulo con un ángulo recto. El lado opuesto al ángulo recto es la *hipotenusa,* los otros lados son los *catetos.* *(p. 44)*

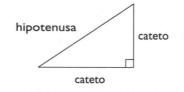

hipotenusa
cateto
cateto

**rise/elevación** El cambio vertical entre dos puntos en una recta. *(p. 361)*

**rotation/rotación** El giro de una figura alrededor de un punto llamado el *centro de rotación.* Una figura que es igual después de una rotación de menos de 360° tiene *simetría de rotación.* *(p. 202)*

**rotational symmetry/simetría de rotación** *Véase* rotación. *(p. 205)*

**run/tramo** El cambio horizontal entre dos puntos en una recta. *(p. 361)*

# S

**sample/muestra** Un subconjunto de la población sobre la cual se está haciendo un estudio o experimento. *(p. 321)*

**sampling/muestreo** Elección de una muestra de alguna población para un experimento o estudio. La muestra se elige *al azar,* lo que significa que todos los miembros de la población tienen la misma posibilidad de ser elegidos. *(p. 323)*

**scale/escala** La razón entre el tamaño de una representación de un objeto y el objeto real. *(p. 330)*

**scale drawing/dibujo a escala** Un dibujo que representa y es similar a un objeto real. *(p. 330)*

**scale factor/factor de escala** La razón entre la longitud de una imagen y la longitud correspondiente de la figura original en una dilatación. *(p. 337)*

**scalene triangle/triángulo escaleno** Un triángulo que no tiene lados congruentes. *(p. 44)*

---

**scatter plot/diagrama de dispersión** Una gráfica de puntos que se usa para determinar si existe una correlación entre dos conjuntos de datos. Una línea que pasa cerca de la mayoría de los datos se llama *línea empírica*. *(p. 212)*

**scientific notation/notación científica** Un número escrito en forma de un número que es mayor o igual que uno pero menor que 10, multiplicado por una potencia de diez. *(p. 72)*

**sector/sector** *Véase* arco. *(p. 402)*

**segment/segmento** Dos puntos en una línea y todos los puntos entre ellos. *(p. 82)*

**side/lado** *Véase* polígono. *(p. 40)*

**similar figures/figuras semejantes** Dos figuras de la misma forma pero no necesariamente del mismo tamaño. *(p. 329)*

**similar space figures/figuras espaciales semejantes** Figuras espaciales de la misma forma pero no necesariamente del mismo tamaño. *(p. 532)*

**sine/seno** *Véase* razones trigonométricas. *(p. 344)*

**slant height of a regular pyramid/altura inclinada de una pirámide regular** *Véase* pirámide regular. *(p. 510)*

**slope/pendiente** La medida de la inclinación de una recta que se obtiene mediante la razón entre la elevación y el tramo de dos puntos cualesquiera en la recta. *(p. 361)*

**slope-intercept form of an equation/forma de pendiente e intersección de una ecuación** Una línea con la ecuación $y = mx + b$, donde m representa la pendiente y $b$ representa la intersección con el eje $y$. *(p. 418)*

**solution/solución** Los valores para las variables que hacen que una ecuación sea cierta. *(p. 99)*

**solution of an equation with two variables/solución de una ecuación con dos variables** Un par ordenado de valores que hace que una ecuación con dos variables sea cierta. *(p. 426)*

**solution of a system/solución de un sistema** Los valores para las variables que hacen que un sistema de ecuaciones sea cierto. *(p. 291)*

**solution of a system of inequalities/solución de un sistema de desigualdades** Los valores para las variables que hacen que un sistema de desigualdades sea cierto. *(p. 464)*

**solution region/región de soluciones** *Véase* desigualdad lineal. *(p. 456)*

**solving an equation/resolver una ecuación** Encontrar todos los valores de una variable que hacen que una ecuación sea cierta. *(p. 99)*

**spreadsheet/hoja de cálculo** Una versión computarizada de una matriz. A cada una de las posiciones en una hoja de cálculo se le llama celda. *(p. 129)*

**square/cuadrado** Un cuadrilátero con cuatro ángulos rectos y cuatro lados congruentes. *(p. 45)*

**square root/raíz cuadrada** Uno de dos factores iguales de un número. *(p. 112)*

**squaring function/función cuadrada** La función $y = x^2$. *(p. 230)*

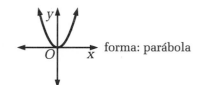

forma: parábola

**standard form of a linear equation/forma estándar de una ecuación lineal** Una línea con la ecuación $ax + by = c$, donde $a$, $b$ y $c$ son enteros y $a$ y $b$ son distintos de cero. *(p. 427)*

**stem-and-leaf plot/diagrama de tallos y hojas** Una representación de datos en que cada número se representa con un tallo y una hoja. *(p. 152)*

**straight angle/ángulo recto** Un ángulo que mide 180°. *(p. 86)*

**substitute/sustituir** Reemplazar variables con valores dados. *(p. 12)*

**supplementary angles/ángulos suplementarios** Dos ángulos cuyas medidas suman 180°. *(p. 86)*

**symmetry/simetría** Cuando un polígono puede doblarse de tal manera que una de sus mitades queda exactamente sobre la otra mitad, el polígono tiene simetría. La línea del doblez se conoce como *línea de simetría*. *(p. 45)*

**system of equations/sistema de ecuaciones** Dos o más ecuaciones con las mismas variables. *(p. 291)*

**system of inequalities/sistema de desigualdades** Dos o más desigualdades con las mismas variables. *(p. 464)*

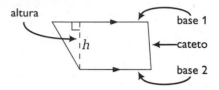

**tangent ratio/razón de la tangente** *Véase* razones trigonométricas. *(p. 361)*

**term/término** Cada una de las expresiones en una suma. *(p. 33)*

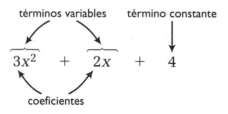

términos variables   término constante

$$3x^2 \ + \ 2x \ + \ 4$$

coeficientes

**terms of a proportion/términos de una proporción** Los números o variables en una proporción. *(p. 314)*

**theoretical probability/probabilidad teórica** Cuando todos los resultados de un experimento tienen las mismas posibilidades, la probabilidad de un suceso es la razón entre los resultados favorables y el número de resultados posibles. *(p. 309)*

**transformation/transformación** Un cambio que se hace a un objeto o a su posición. *(p. 202)*

**translation/traslación** Deslizar una figura sin cambiar su tamaño o forma y sin girarla o invertirla. Cuando una figura puede tener traslación dentro de un patrón, el patrón tiene *simetría traslacional*. *(p. 197)*

**translational symmetry/simetría traslacional** *Véase* traslación. *(p. 199)*

**trapezoid/trapecio** Un cuadrilátero que tiene por lo menos un par de lados paralelos, llamados bases. Los otros lados son los catetos. *(p. 193)*

altura   base 1   cateto   base 2   $h$

**triangle/triángulo** Un polígono de tres lados. *(p. 39)*

altura   base   $h$

**trigonometric ratios/razones trigonométricas** Las razones del *coseno*, el *seno* y la *tangente*. *(p. 344)*

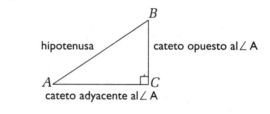

$B$   hipotenusa   cateto opuesto al $\angle$ A   $A$   $C$   cateto adyacente al $\angle$ A

$$\cos A = \frac{\text{adyacente}}{\text{hipotenusa}} = \frac{AC}{AB}$$

$$\operatorname{sen} A = \frac{\text{opuesto}}{\text{hipotenusa}} = \frac{BC}{AB}$$

$$\tan A = \frac{\text{opuesto}}{\text{adyacente}} = \frac{BC}{AC}$$

**trinomial/trinomio** Un polinomio que tiene tres términos. *(p. 584)*

**unit rate/razón unitaria** Una razón para una unidad de una cantidad dada. *(p. 302)*

**upper quartile/cuartil superior** La mediana de los datos en la mitad superior de un conjunto de datos. *(p. 158)*

## V

**variable/variable** Un símbolo, generalmente una letra, que representa a un número. *(p. 10)*

**variable expression/expresión variable** Una expresión que contiene una variable. *(p. 10)*

**variable terms/términos variables** Los términos de una expresión que contienen una variable. *Véase* también término. *(p. 256)*

**variation constant/constante de variación** La constante k distinta de cero en una variación directa definida por $y = kx$. *(p. 360)*

**vertex of an angle/vértice de un ángulo** *Véase* ángulo. *(p. 85)*

**vertex of a parabola/vértice de una parábola** *Véase* parábola. *(p. 555)*

**vertex of a polygon/vértice de un polígono** *Véase* polígono. *(p. 40)*

**vertical angles/ángulos verticales** Dos ángulos congruentes que se forman intersectando dos líneas y que se orientan en direcciones opuestas. *(p. 87)*

**vertical axis/eje vertical** *Véase* plano de coordenadas. *(p. 184)*

**vertical intercept/intersección vertical** *Véase* intersección con el eje y. *(p. 418)*

**vertical-line test/prueba de línea vertical** Cuando dos o más puntos de una gráfica se encuentran en la misma línea vertical, esa gráfica no es una función. *(p. 221)*

## X

**x-axis/eje x** El eje horizontal en el plano de coordenadas. *(pp. 226, 550)*

**x-intercept/intersección con el eje x** El punto en que una gráfica hace intersección con el eje x. Se conoce también como *intersección horizontal*. *(p. 563)*

## Y

**y-axis/eje y** El eje vertical en el plano de coordenadas. *(pp. 226, 550)*

**y-intercept/intersección con el eje y** El punto en que una gráfica hace intersección con el eje y. Se conoce también como *intersección vertical*. *(p. 563)*

## Z

**zero-product property/propiedad cero de los productos** Cuando un producto de factores es igual a cero, uno o más de esos factores debe ser cero. Si $ab = 0$, entonces $a = 0$ ó $b = 0$. *(p. 495)*

# Chinese Glossary

## A

**absolute value** │ 絕對值　數軸上一個數與零之間的距離。*(p. 64)*

**absolute value function** │ 絕對值函數　函數 $y = |x|$。*(p. 230)*

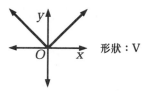

形狀：V

**acute angle** │ 銳角　度數為 0 度到 90 度之間的角。*(p. 86)*

**acute triangle** │ 銳角三角形　有三個銳角的三角形。*(p. 88)*

**angle** │ 角　兩條有相同端點（稱之為頂角）的半直線所構成的圖形。*(p. 85)*

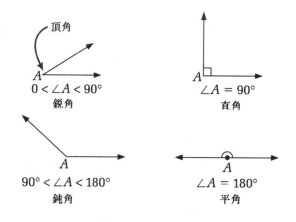

頂角

$0 < \angle A < 90°$
銳角

$\angle A = 90°$
直角

$90° < \angle A < 180°$
鈍角

$\angle A = 180°$
平角

**arc** │ 弧，弧線　一個圓圓週的一部分。頂角在圓心的角就是圓心角，圓心角和弧所構成的區域叫做扇形面。*(p. 377)*

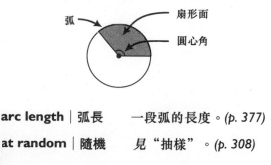

扇形面
弧
圓心角

**arc length** │ 弧長　一段弧的長度。*(p. 377)*

**at random** │ 隨機　見 "抽樣"。*(p. 308)*

## B

**base** │ 底面　見 "平行四邊形"，"梯形" 和 "三角形"。*(pp. 281, 282, 283)*

**base of a power** │ 指數的基數　見 "指數"。*(p. 19)*

**bases of a prism** │ 稜柱體的頂、底面　見 "稜柱體"。*(p. 507)*

**binomial** │ 二項（式）　具有兩項的多項（式）。*(p. 578)*

**boundary line** │ 界限線　見 "線性不等式"。*(p. 456)*

**box-and-whisker plot** │ 格須圖　一種表示一組數據的中位數、四分位數和極值的方法。*(p. 158)*

試驗刻度

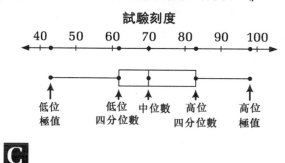

40　50　60　70　80　90　100

低位
極值

低位
四分位數

中位數

高位
四分位數

高位
極值

## C

**cell** │ 單元　見 "空白表格程序"。*(p. 129)*

**center of dilation** │ 縮放線會合點　見 "縮放"。*(p. 337)*

**center of rotation** │ 旋轉中心　見 "旋轉"。*(p. 202)*

**central angle of a circle** │ 圓的圓心角　頂角在圓心的角，見 "弧"。*(p. 85)*

**circumference** │ 圓週　一個圓的週長。穿過圓心把圓週上的兩點相，連的直線就是直逕。*(p. 375)*

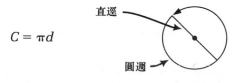

$C = \pi d$

直逕

圓週

**coefficient** │ 係數　與式子中的一個變量相乘的數，見 "項"。*(p. 33)*

**combined inequality** │ 復合不等式　有兩個不等式符號的不等式，如一個變量值處於兩個數量之間。像 $-3 < x \le 5$ 這樣的復合不等式在數軸圖上是用線段或間隙 來表示。*(p. 144)*

**complementary angles**｜餘角　其和爲 90 度的
兩個角。*(p. 86)*

**complementary events**｜互補事件　甲乙兩個
事件祇有一個（非甲即乙）可能發生，例如"*E*
發生"事件是"*E* 沒有發生"事件之補。*(p. 310)*

**concept map**｜概念圖　能幫助記憶各種概念之間
的聯系的視覺圖要。*(p. 5)*

**conclusion**｜結論　　見"假設－結論句"。*(p. 492)*

**conditional statements**　條件句　見"假設－
結論句"。*(p. 492)*

**cone**｜圓錐體　一個由一個圓底面和頂角構成的
形狀。*(p. 524)*

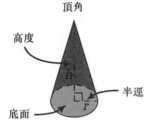

**congruent**｜全等，迭合　具有相同大小和形狀。
*(p. 38)*

**congruent angles**｜等角　度數相等的角。
*(p. 87)*

**congruent segments**｜等線段　等長的線段。
*(p. 82)*

**conjecture**｜推測　基於觀察所得的觀點或結論。
*(p. 21)*

**constant term**｜常數項　一個式子中祇含有
數字的項，參見"項"。*(p. 33)*

**continuous**｜連續（數）　　被測的數量。*(p. 60)*

**control variable**｜主變量　　見"函數"。*(p. 218)*

**converse**｜逆，逆命題　"假設－結論句"中的
一種論述形式，即把原句中的"假如"和"那麼"
兩個部分對換。*(p. 494)*

**converse of the Pythagorean theorem**｜逆勾股
定理　如果一個三角形的一條邊長的平方等於其他
兩條邊長的平方之和，那麼這個三角形就是直角
三角形。*(p. 495)*

**conversion factor**｜轉換因子　用不同的單位測量
的兩個相等（或大致相等）的數量之間的比值。
*(p. 393)*

**coordinate geometry**｜解析幾何　涉及畫圖、
分析、求面積和比較坐標圖形的幾何學。*(p. 190)*

**coordinate plane**｜坐標　由兩根垂直的*數軸*在
原點相交而構成的格子圖，兩根軸把圖分成
四個象限。*(p. 184)*

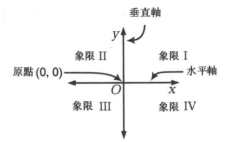

**coordinates**｜坐標值　與坐標圖上各個點相關的
實數特定*序偶*，序偶的第一個數稱爲 *x*- 坐標值，
第二個數稱爲 *y*- 坐標值。*(p. 184)*

**correlation**｜相關性　兩個數據集之間的關係。
假如兩個數據集同時增加或減少，它們就具有
同趨向相關性；假如一個數據集增加，另一個
數據集減少，它們就具有異趨向相關性；它們也
可以無相關性。*(p. 212)*

**corresponding vertices and sides**｜對應角和
對應邊　在相似多邊形中，相似的角稱爲對應角，
相似的邊稱爲對應邊。*(p. 40)*

**cosine**｜餘弦　見"三角比值，三角系數"。
*(p. 344)*

**counterexample**｜反例證　表示某一命題不能成立
的例證。*(p. 22)*

**cross products**｜叉積，向量積　一對等分數的
分子各與對方的分母相乘而得出的等積。*(p. 315)*

**cube root**｜立方根　某數的三個等因數之一。
*(p. 114)*

**cylinder**｜圓柱體　由一個曲面和兩個平行且相似的
圓底面所構成的立體形狀。*(p. 508)*

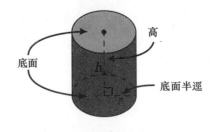

# D

**deductive reasoning**｜演繹推理　用事實、定義和公認的原理和屬性證明概括的陸述。*(p. 479)*

**dependent variable**｜因變量　見"函數"。*(p. 218)*

**diagonal**｜對角線　連接多邊形不相鄰的兩個頂角的線段。*(p. 424)*

**diameter**｜直逕　見"圓週"。*(p. 375)*

**dilation**｜縮放　把原形狀變換成和它相似的像。通過原形狀及其相似像的相關點的直線能會合成一個點，稱爲"*縮放線會合點*"。*(p. 337)*

**dimensional analysis**｜維量分析，因次分析　把度量單位當作數字約去的一種解題方法。*(p. 392)*

**dimensions**｜規模，大小　見"陣，矩陣"。*(p. 128)*

**direct variation**｜正變分　用方程式 $y = kx, k \neq 0$ 表示的線性函數。你可以説 $y$ 直接與 $x$ 成常比。*(p. 360)*

**discrete**｜離散數　被計算的數量。*(p. 60)*

**listance from a point to a line**｜點線距離　即從一個點到一條線的垂直線長度。*(p. 281)*

**distributive property**｜分配特性　括號內的每一項都可以用括號外的一個因數來乘，例如：$3(x + 2) = 3x + 6$。*(p. 32)*

# E

**endpoint**｜端點　一條線段的起點或終點。參見"半直線"。*(p. 82)*

**equation**　等式，方程式｜在兩個數字或變量式子之間加等號所構成的數學式。*(p. 99)*

**equilateral triangle**｜等邊三角形　三條邊都相等的三角形。*(p. 44)*

**equivalent equations**｜同解方程式　具有相同解集的方程式。*(p. 100)*

**equivalent inequalities**｜同解不等式　具有相同解集的不等式。*(p. 263)*

**evaluate**｜求數值　求出某個變量式的值，用數來代替變量。*(p. 12)*

**event**｜事件　見"結果"。*(p. 308)*

**expanded form**｜展開式　即不帶括號的表達式。*(p. 577)*

$$x(x + 3) = x^2 + 3x$$
因子分解式　展開式

**experimental probability**｜實驗概率　即試驗中某事發生次數與試驗次數的比率。*(p. 308)*

**exponent**｜指數　見"冪，乘方"。*(p. 19)*

**extremes**｜極值　一個數據集中最大和最小的數。*(p. 158)*

# F

**faces of a prism**｜稜柱體的面　見"稜柱體"。*(p. 507)*

**factor**｜因數，因子　當兩數或兩個變量相乘時，這兩個數或變量都是乘積的一個因數。*(p. 19)*

**factored completely**｜因子完全分解　即當一個式子各項的最大公因子是 1 時。*(p. 578)*

**factored form**｜因子分解式　即一個式子因子完全分解時的形式。*(p. 577)*

$$x^2 + 3x = x(x + 3)$$
因子分解式　展開式

**fitted line**｜切合線　見"散布圖"。*(p. 212)*

**frequency**｜頻率，頻數　某一事件或數據項目在一段時間裡的發生次數。*(p. 150)*

**frequency table**｜頻率表　展示數據項目在某一時間裡發生確切次數的表。*(p. 151)*

**function**｜函數　兩個變量之間的關係，其中*因變量*的值取決於*主變量*的值。與各個*主變量*值相對的*因變量*值祇能有一個。*(p. 220)*

# G

**geometric probability**｜幾何概率　根據面積和長度計算的概率。*(p. 502)*

**graph of an equation**｜方程式圖　表示方程解法的坐標點。*(p. 426)*

# H

**height**｜高　見"平行四邊形"，"三角形"。*(pp. 281, 282)*

**height of regular pyramid**｜正稜錐體高　見"正稜椎體"。*(p. 510)*

**heptagon**｜七邊形，七角形　有七條邊的多邊形。*(p. 39)*

**hexagon**｜六邊形，六角形　有六條邊的多邊形。*(p. 39)*

**histogram**｜直方圖，矩形圖　表示頻率的一種柱形圖。*(p. 150)*

**horizontal axis**｜水平軸　見"坐標面"。*(p. 184)*

**horizontal intercept**｜水平截斷，橫截斷　見"$x$ - 截斷"。*(p. 428)*

**hyperbola**｜雙曲線　表示 $xy = k, k \neq 0$ 的曲線圖，參見"逆函數，倒函數"。*(p. 230)*

**hypotenuse**｜（直角三角形的）斜邊，弦見"直角三角形"。*(p. 344)*

**hypothesis**｜假設　見"假設－結論句"。*(p. 492)*

# I

**identity function**｜單位函數　函數 $y = x$。*(p. 230)*

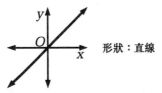

形狀：直線

**if-then statement**｜假設－結論句　包括一個 *假如* 部分和一個 *那麼* 部分的陸述句，*假如* 部分是 *假設*，*那麼* 部分是 *結論*。也稱作 *條件句*。*(p. 492)*

**image**｜像，圖像　（形狀）變換的結果。*(p. 337)*

**inductive reasoning**｜歸納推理　根據多次觀察而作出猜測的推理方法。*(p. 479)*

**inequality**｜不等式　在兩個數字式或變量式之間加不等號構成的數學式。*(p. 144)*

**integer**｜整數　即不帶小數的正數和負數或零。*(p. 113)*

**interval**｜間隙　見"復合不等式"。*(p. 145)*

**irrational number**｜無理數　一個無法被寫成兩個整數之商的實數。*(p. 113)*

**isosceles triangle**｜等腰三角形　至少有兩條邊相等的三角形。*(p. 44)*

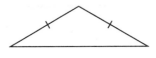

# K

**kite**｜風箏形　有兩條邊相等但對邊不相等的四邊形。*(p. 45)*

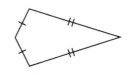

# L

**legs of a right triangle**｜直角三角形的直角邊（側邊）　見"直角三角形"。*(p. 344)*

**length of a segment**｜線段長度　包括兩個端點在內的一根線段兩個端點之間的距離。*(p. 82)*

**like terms**｜相似項　有相同變量及變量冪的項。*(p. 33)*

**line**｜直線　向兩個相反方向無限延伸成一直線排列的點。*(p. 82)*

**line plot**｜線圖　在數軸上展示數據集的一種方法，對表示一個數據集的外離值和範圍很有用。*(p. 137)*

**line of reflection**｜反射線　見"反射"。*(p. 548)*

**line of symmetry**｜對稱線　見"對稱（性）"。*(p. 45)*

**linear combination**｜線性組合　將兩個線性方程相加的結果。*(p. 426)*

**linear decay**｜線性衰減　減少的線性函數，可用 $y = mx + b, m < 0$ 來表示。*(p. 420)*

**linear equation**｜線性方程，一次方程　一條線的方程式。*(p. 427)*

**linear function**｜線性函數　可用 $y = mx + b$ 來表示的函數。*(p. 420)*

**linear growth**｜線性增長　增加的線性函數，可用 $y = mx + b, m > 0$ 來表示。*(p. 420)*

**linear inequality**｜線性不等式　即坐標面上的曲線受一條界限線限制的不等式。*(p. 456)*

**lower quartile**｜下四分位點　一個數據集下半部中位點的數據。*(p. 158)*

# M

**margin of error**｜誤差量，誤差限　試驗或民意測驗中可能包括確切答數的空際。*(p. 323)*

**mathematical model**｜數學模型　用方程式或曲線圖來說明實際問題，運用這類方程式或曲線圖就叫做*作出模型*。*(p. 241)*

**matrix**｜陣，矩陣　數字的縱橫安排，縱行數和橫行數顯示了矩陣的*規模*。*(p. 128)*

**mean**｜平均數，平均值，中數　一個數據集的數據之和除以數據項的數目。*(p. 136)*

**median**｜中位數　即數據集的數據按數字順序排列時的正中間的那個數或中間兩個數的平均數。*(p. 136)*

**midpoint**｜中點　將一根線段分成兩個相等部分的那個點。*(p. 82)*

**mode**｜眾數　數據集中出現次數最多的項目。*(p. 136)*

**modeling**｜作出模型　見"數學模型"。*(p. 241)*

**monomial**｜單項式　僅有一項的多項式。*(p. 578)*

# O

**obtuse angle**｜鈍角　度數為 90 至 180 度的角。*(p. 86)*

**obtuse triangle**｜鈍角三角形　有一個鈍角的三角形。*(p. 88)*

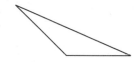

**octagon**｜八邊形，八角形　具有八條邊的多邊形。*(p. 39)*

**opposites**｜對應數　一個數和它的對應數與零的距離相等，但處在實數直線的的兩側。3 的對應數便是 $-3$。*(p. 64)*

**order of operations**｜運算法則　簡化一個式子的一套規則：先在括號內簡化，然後算出乘方，接著自左至右乘或除，最後再自左至右加或減。*(p. 26)*

**ordered pair**｜序偶　見"坐標"。*(p. 184)*

**orientation**｜定向　圖上的點排列的方向，即順鍾向或逆鍾向。*(p. 548)*

**origin**｜原點　見"坐標面"。*(p. 184)*

**outcome**｜結果　概率題試驗中的一個可能答數，一組結果便是*事件*。*(p. 308)*

**outliers**｜外離值　數據集中遠遠大於或小於其他值的數據值，因而不是這個數據集的典型值。*(p. 137)*

# P

**parabola**｜拋物線　表示 $y = ax^2 + bx + c, a \neq 0$ 的曲線。曲線轉彎處的點不是最大值便是最小值，稱做*頂點*。參見"二次函數"。*(pp. 229, 555)*

**parallel lines**｜平行線　同一平面上兩條不相交的線。*(p. 44)*

**parallelogram**｜平行四邊形　兩對對邊相互平行的四邊形。*(p. 45)*

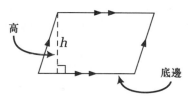

高　$h$　底邊

**pentagon**｜五邊形，五角形　有五條邊的多邊形。*(p. 39)*

**perfect cube**｜完全立方　其立方根爲整數的數。
*(p. 114)*

**perfect square**｜完全平方　其平方根爲整數的
數。*(p. 114)*

**perpendicular**｜垂直　兩條直線、線段或半直線
相交構成直角。*(p. 44)*

**polygon**｜多邊形，多角形　由一些線段（稱做
邊）構成的平面圖形，各條邊在兩個端點
（頂角）處和另外兩條邊完全相交，具有共同頂角
的兩條邊不在一直線上。*(p. 39)*

五角形　　　　　　　　六角形

七角形　　　　　　　　八角形

**population**｜總體　指要研究對象的全體。*(p. 321)*

**power**｜乘方，冪　用作一定次數因數的數，在乘
方 $5^2$ 中，5是*基數*，2是*指數*。*(p. 19)*

**prism**｜稜柱體　有兩個平行且全等的*底面*的
立體形。稜柱體的其他各側叫做*面*。*(p. 507)*

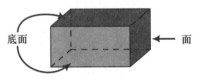

底面　　　　　　　　　　面

長方稜柱體

**probability**｜概率　期望的結果數和總的結果數的
比率。*(p. 308)*

**proportion**｜比例　表示兩個等比率的等式。
*(p. 314)*

**pyramid**｜稜椎體　由一個底面和幾個三角形的面
構成的立體形。*(p. 509)*

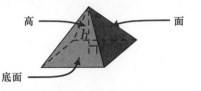

高　　　　　　　　　　　面

底面

**Pythagorean theorem**｜勾股定理　假如一個直角
三角形斜邊長度 $c$，兩條直角邊爲 $a$ 和 $b$，那麼
$c^2 = a^2 + b^2$。*(p. 478)*

# Q

**quadrant**｜象限　見"坐標面"。*(p. 184)*

**quadratic equation**｜二次方程　可以用
$ax^2 + bx + c = 0, a \neq 0$ 來表示的任何方程式。
*(p. 599)*

**quadratic formula**｜二次公式　即設　$0 = ax^2 + bx + c, a \neq 0$，公式如下。*(p. 601)*

$$x = -\frac{b}{2a} \pm \frac{\sqrt{b^2 - 4ac}}{2a}$$

**quadratic function**｜二次函數　用 $y = ax^2 + bx + c, a \neq 0$ 表示的任何函數。*(p. 599)*

**quadrilateral**｜四邊形　有四條邊的多邊形。*(p. ?)*

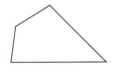

# R

**radical form**｜根號式　使用根號符號（$\sqrt{\ }$）的
式子，如　$\sqrt{11}$　。*(p. 487)*

**radius**｜半逕　圓的直逕的一半。*(p. 376)*

**range**｜值域　數據集的兩個極值之差。*(p. 137)*

**rate**｜率　比較兩個不同種類的度量衡的量的
比值，如每秒的米數。*(p. 302)*

**ratio**｜比率　一個數除以第二個不等於零的數所得
之商。*(p. 301)*

**rational number**｜有理數　可以寫作兩個整數之商
的實數，即 $\frac{a}{b}, b \neq 0$。*(p. 113)*

**ray**｜半直線　直線的一部分，始於一個點，即端點，並向另一方向無限延伸。*(p. 85)*

**real number**｜實數　任何不是有理數就是無理數的數。*(p. 113)*

**reciprocals**｜倒數　相乘之積爲 1 的兩個數。*(p. 275)*

**reciprocal function**｜逆函數，倒函數　即 $y = \frac{1}{x}$ 的函數。*(p. 230)*

形狀：雙曲線

**rectangle**｜長方形　有四條直角邊的四邊形。*(p. 45)*

**rectangular prism**｜方形棱柱體　見"棱柱體"。*(p. 507)*

**reflection**｜反射　將一個形狀沿一條線翻動所得到的像，這條線便是*反射線*。*(p. 548)*

**regular pyramid**｜正稜椎體　底面爲正多邊形，其他各個面都是全等的等腰三角形的稜椎體。從底面中心到頂角的垂直距離就是*高*。各個面的高就是*斜高*。*(p. 509)*

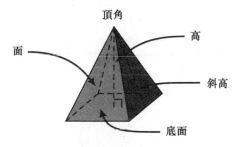

頂角
面
高
斜高
底面

**rhombus**｜菱形　有四條全等邊的四邊形。*(p. 45)*

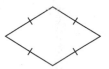

**right angle**｜直角　度數爲 90 度的角。*(p. 86)*

**right triangle**｜直角三角形　有一個直角的三角形，直角對面的邊叫*斜邊（弦）*，其餘兩邊爲*直角邊*。*(p. 44)*

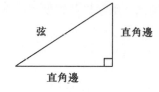

弦
直角邊
直角邊

**rise**｜豎移　一條直線上的兩個點之間的縱向變化。*(p. 361)*

**rotation**｜旋轉　繞著一個稱做*旋轉中心*的點旋轉。一個形狀旋轉了不到 360 度之後看上去形狀仍然不變，那它就具有*旋轉對稱（性）*。*(p. 202)*

**rotational symmetry**｜旋轉對稱（性）　見"旋轉"。*(p. 205)*

**run**｜橫移　一條直線上兩個點之間的橫向變化。*(p. 361)*

# S

**sample**｜試樣，樣品　研究或試驗對象總體中的部分。*(p. 321)*

**sampling**｜抽樣　從總體中選擇樣品用於試驗或研究。樣品是*隨機選取* 的，即總體對象中的任何一個被選中的機會是相等的。*(p. 323)*

**scale**｜比例尺　物體的表示尺寸和它的實際尺寸的比例。*(p. 330)*

**scale drawing**｜比例圖　顯示實物的相似圖。*(p. 330)*

**scale factor**｜比例因子；換算系數　相似形上的一條邊和縮放圖原形的一條相對邊之間的比率。*(p. 337)*

**scalene triangle**｜不等邊三角形，不規則三角形　三條邊互不相等的三角形。*(p. 44)*

**scatter plot**｜散布圖　由點構成的曲線圖，可用來確定兩組數據之間是否有關係。靠近大多數數據點通過的那條線叫做*切合線*。*(p. 212)*

**scientific notation**｜科學記數法　一個數等於 1 或大於 1，但小於 10，乘以 10 的乘方。*(p. 72)*

**sector**｜扇形，扇形面　見"弧，弧線"。*(p. 402)*

**segment** │ 線段　直線上的兩個點以及它們之間所有的點。*(p. 82)*

**side** │ 邊　見 "多邊形"。*(p. 40)*

**similar figures** │ 相似形　兩個形狀相同但大小未必相同的平面形。*(p. 329)*

**similar space figures** │ 相似立體形　兩個形狀相同但大小未必相同的立體形。*(p. 532)*

**sine** │ 正弦　見 "三角比率"。*(p. 344)*

**slant height of a regular pyramid** │ 正稜錐體斜高　見 "正稜錐體"。*(p. 510)*

**slope** │ 斜率　根據直線上任何兩點的豎移和橫移的比率所得出的該直線的斜度。*(p. 361)*

**slope-intercept form of an equation** │ 方程的斜斷式　即用方程式 $y = mx + b$ 表示的直線，$m$ 代表斜率，$b$ 代表 $y$- 截斷。*(p. 418)*

**solution** │ 解，解答　使方程式成立的變量值。*(p. 99)*

**solution of an equation with two variables** │ 雙變量方程解　使雙變量方程成立的序偶值。*(p. 426)*

**solution of a system** │ 系統解　使一個方程系統成立的變量值。*(p. 291)*

**solution of a system of inequalities** │ 不等式系統解　使一個不等式系統成立的變量值。*(p. 464)*

**solution region** │ 解域　見 "線性不等式"。*(p. 456)*

**solving an equation** │ 解方程　求出使一個方程式成立的一個變量的所有的值。*(p. 99)*

**spreadsheet** │（電腦）空白表格程序　矩陣的電腦版本，空白表格程序中的各個空位就是*單元*。*(p. 129)*

**square** │ 正方形　有四個直角和四條等邊的四邊形。*(p. 45)*

**square root** │ 平方根，二次根　一個數的兩個相等的因數之一。*(p. 112)*

**squaring function** │ 平方函數，二次冪函數　即函數 $y = x^2$。*(p. 230)*

形狀：拋物線

**standard form of a linear equation** │ 線性方程（一次方程）的標準式　用 $ax + by = c$ 來表示的直線，其中 $a$，$b$ 和 $c$ 都是整數，$a$ 和 $b$ 不是零。*(p. 427)*

**stem-and-leaf plot** │ 莖葉表　用莖 和葉 來代表數據中的數字的表示方法。*(p. 152)*

**straight angle** │ 平角　一個度數爲 180 度的角。*(p. 86)*

**substitute** │ 代換，代入　用特定的值來代替變量。*(p. 12)*

**supplementary angles** │ 補角　度數之和爲 180 度的兩個角。*(p. 86)*

**symmetry** │ 對稱（性）　如果一個多邊形對折時，它的一半和另一半完全吻合，那麼這個多邊形就有對稱性，那條對折線便叫做*對稱線*。*(p. 45)*

**system of equations** │ 方程系統　使用相同變量的兩個或多個方程式。*(p. 291)*

**system of inequalities** │ 不等式系統　使用相同變量的兩個或多個不等式。*(p. 464)*

# T

**tangent ratio** │ 正切比值，正切系數　見 "三角系數"。*(p. 361)*

**term** │ 項，條　加式中的各款。*(p. 33)*

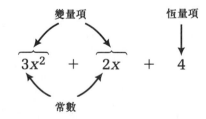

變量項　　　　恆量項

$$3x^2 \ + \ 2x \ + \ 4$$

常數

**terms of a proportion** │ 比例項　一個比例中的實數或變量。*(p. 314)*

**theoretical probability** │ 理論概率　當一次試驗中的所有結果都相同時，希望的結果數和可能的結果數之比便是事件的概率。*(p. 309)*

---

**transformation**｜變換　對一個物體或它的位置所作的改變。*(p. 202)*

**translation**｜平移　在不改變其形狀、大小，不旋轉或翻動的情況下移動一個形狀。當一個形狀可以平移到另一個圖形中，那個圖形就有*平移對稱性*。*(p. 197)*

**translational symmetry**｜平移對稱性　見"平移"。*(p. 199)*

**trapezoid**｜梯形　至少有一對平行邊的四邊形，這對平行邊叫做底邊，另外兩條邊叫做側邊。*(p. 193)*

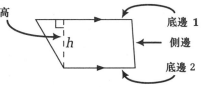

**triangle**｜三角形　有三條邊的多邊形。*(p. 39)*

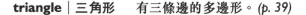

**trigonometric ratios**｜三角比值，三角系數　即*餘弦、正弦*和*正切*的比值。*(p. 344)*

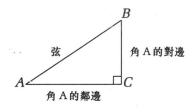

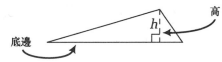

$$\cos A = \frac{鄰邊}{弦} = \frac{AC}{AB}$$

$$\sin A = \frac{對邊}{弦} = \frac{BC}{AB}$$

$$\tan A = \frac{對邊}{鄰邊} = \frac{BC}{AC}$$

**trinomial**｜三項式（的）　具有三項的多項式。*(p. 584)*

# U

**unit rate**｜單位比值　一個特定數量中一個單位的比值。*(p. 302)*

**upper quartile**｜上四分位點　一個數據集上半部的中點數據。*(p. 158)*

# V

**variable**　變量，變項｜代表一個數值的符號，通常爲字母。*(p. 10)*

**variable expression**｜變量式　包含一個變量的式子。*(p. 10)*

**variable terms**｜變量項　一個式子中包含一個變量的項。參見"項"。*(p. 256)*

**variation constant**｜變分常數　即直接變分 $y = kx$ 中非零常數 $k$。*(p. 360)*

**vertex of an angle**｜頂角　　見"角"。*(p. 85)*

**vertex of a parabola**｜抛物線頂角　見"抛物線"。*(p. 555)*

**vertex of a polygon**｜多邊形頂角　見"多邊形"。*(p. 40)*

**vertical angles**｜對頂角　由直線交叉而形成的兩個方向相反的等角。*(p. 87)*

**vertical axis**｜縱軸（線）見"坐標面"。*(p. 184)*

**vertical intercept**｜垂直截斷，縱截斷　見"$y$-截斷"。*(p. 418)*

**vertical-line test**｜垂直線試驗　一條曲線上的兩個或兩個以上的點處在同一條垂直線上，這條曲線就不是函數。*(p. 221)*

# X

**x-axis**｜x-軸（線）　坐標面的橫（水平）軸。*(pp. 226, 550)*

**x-intercept**｜x-截斷　一條曲線截斷 $x$ 軸的那個點，也稱做水平（橫）截斷。*(p. 563)*

# Y

**y-axis**｜y-軸（線）　坐標面的縱（垂直）軸。*(pp. 226, 550)*

**y-intercept**｜y-截斷　一條曲線截斷 $y$ 軸的那個點，也稱做垂直（縱）截斷。*(p. 563)*

# Z

**zero-product property**｜零乘積特性　當因數之積爲零時，一個或一個以上的因數必定是零。假如 $ab = 0$，那麼 $a = 0$ 或 $b = 0$。*(p. 495)*

# Vietnamese Glossary Từ - Vựng

## A

**absolute value /giá trị tuyệt đối**  Khoảng cách của một số từ số 0 trên một tuyến số. *(p. 64)*

**absolute value function /hàm số giá trị tuyệt đối**
Hàm số $y = |x|$. *(p. 230)*

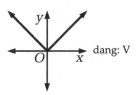
dạng: V

**acute angle /góc nhọn**  Một góc đo được giữa 0° và 90°. *(p. 86)*

**acute triangle /tam giác nhọn**  Một tam giác có ba góc nhọn. *(p. 88)*

**angle /góc**  Một hình lập thành bởi hai nửa đường thẳng có cùng một điểm tận cùng, được gọi là *đỉnh*. *(p. 85)*

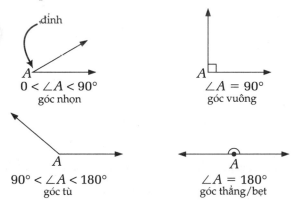

$0 < \angle A < 90°$
góc nhọn

$\angle A = 90°$
góc vuông

$90° < \angle A < 180°$
góc tù

$\angle A = 180°$
góc thẳng/bẹt

**arc/cung**  Một phần của chu vi một hình tròn.  Bất cứ góc nào có đỉnh của nó ở tâm hình tròn cũng là một *góc tâm của hình tròn*.  Miền được lập thành bởi góc tâm và cung của nó là một hình quạt. *(p. 377)*

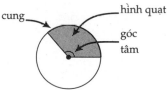
cung  hình quạt  góc tâm

**arc length /chiều dài của cung**  Đo lường của một cung. *(p. 377)*

## B

**at random /ngẫu nhiên**  *Xem* sampling/lập mẫu. *(p. 308)*

**base /đáy**  *Xem* parallelogram, trapezoid, triangle/hình bình hành, hình thang, hình tam giác. *(pp. 281, 282, 283)*

**base of a power /cơ sở của một lũy thừa**  *Xem* lũy thừa. *(p. 19)*

**bases of a prism/những đáy của một lăng trụ**
*Xem* prism/lăng trụ. *(p. 507)*

**binomial/nhị thức**  Một đa thức có hai số hạng. *(p. 578)*

**boundary line /đường biên**  *Xem* linear inequality/bất đẳng thức tuyến. *(p. 456)*

**box–and–whisker plot / biểu đồ khung và ria**
Một phương pháp để trình bày số giữa, những điểm tứ phân vị, và những đầu nút của một bộ dữ kiện. *(p. 158)*

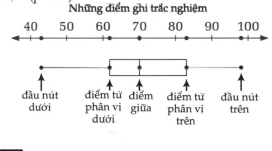
Những điểm ghi trắc nghiệm

40  50  60  70  80  90  100

đầu nút dưới    điểm tứ phân vị dưới    điểm giữa    điểm tứ phân vị trên    đầu nút trên

## C

**cell /ô**  *Xem* spreadsheet/tờ trải rộng. *(p. 129)*

**center of dilation /tâm của sự giãn**  *Xem* dilation/sự giãn. *(p. 337)*

**center of rotation /tâm của sự quay**  *Xem* rotation/sự quay. *(p. 202)*

**central angle of a circle /góc tâm của một hình tròn**  Một góc có đỉnh ở tâm một hình tròn. *Xem* arc/**cung**. *(p. 85)*

**circumference /đường tròn**  Chu vi của hình tròn.  Đoạn thẳng  nối hai điểm của đường tròn với tâm của vòng tròn đó là *đường kính*. *(p. 375)*

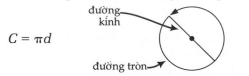
đường kính

$C = \pi d$

đường tròn

**coefficient /hệ số**   Một số được nhân với một biến số trong một số hạng của một biểu thức. *Xin cũng xem* term /số hạng. *(p. 33)*

**combined inequality /bất đẳng thức hỗn hợp**
Một bất đẳng thức có hai dấu bất đẳng thức như dấu của một biến số giữa hai số lượng. Một bất đẳng thức hỗn hợp như $-3 < x \le 5$ thì được vẽ đồ thị trên một tuyến số như như là một đoạn hay *một khoảng*. *(p. 144)*

**complementary angles /những góc phụ**   Hai góc đo được có tổng số là 90° độ. *(p. 86)*

**complementary event/sự việc bù**   Hai sự việc mà chỉ có sự việc này hay sự việc kia có thể xảy ra. Thí dụ, sự việc *E* xảy ra" là bù của sự việc *E* không xảy ra." *(p. 310)*

**concept map/ánh xạ ý niệm**   Một sự tóm tắt thị quan giúp người ta nhớ lại mối liên hệ giữa những ý tưởng. *(p. 5)*

**conclusion/kết luận**   *Xem* if-then statement/mệnh đề nếu-thì. *(p. 492)*

**conditional statements/những mệnh đề điều kiện**
*Xem* if-then statement/mệnh đề nếu-thì. *(p. 492)*

**cone/khối nón**   Một hình khối có một đáy tròn và một đỉnh. *(p. 524)*

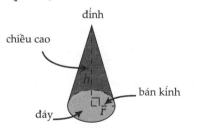

**congruent/tương đẳng**   Có cùng cỡ và hình thể. *(p. 38)*

**congruent angles/những góc tương đẳng**   Những góc có đo lường bằng nhau. *(p. 87)*

**congruent segments/những đoạn bằng nhau**
Những đoạn có đo lường bằng nhau. *(p. 82)*

**conjecture/sự phỏng đoán**   Một nhận định, ý kiến hay kết luận căn cứ trên sự quan sát. *(p. 21)*

**constant term/số hạng bất biến**   Bất cứ số hạng nào của một biểu thức chỉ chứa một số. *Cũng xem* term/số hạng. *(p. 33)*

**continuous/liên tục**   Những số được đo. *(p. 60)*

**control variable/biến số kiểm soát**   *Xem* function/đạo hàm. *(p. 218)*

**converse/nghịch đảo/đảo**   Một mệnh đề trong hình thức "nếu-thì", có được bằng cách hoán đổi những phần "nếu" và "thì" trong một mệnh đề "nếu-thì" nguyên thủy. *(p. 494)*

**converse of the Pythagorean theorem/nghịch đảo của định lý Pythagore**   Nếu bình phương chiều dài một cạnh của một tam giác bằng tổng số những bình phương của những chiều dài của hai cạnh kia, thì tam giác đó là một tam giác vuông. *(p. 495)*

**conversion factor/yếu tố chuyển hóa**   Một yếu tố chuyển hóa là một tỷ lệ của hai số lượng bằng nhau (hay xấp xỉ bằng nhau) được đo bằng những đơn vị khác nhau. *(p. 393)*

**coordinate geometry/hình học tọa độ**   Hình học bao gồm vẽ, phân tích, tìm diện tích và so sánh những hình trên một mặt phẳng tọa độ. *(p. 190)*

**coordinate plane/mặt phẳng tọa độ**   Một bảng kẻ ô lập thành bởi hai tuyến số thẳng góc hay trục, cắt nhau ở *gốc*. Những trục tách mặt phẳng thành bốn góc *phần tư*. *(p. 184)*

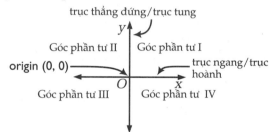

**coordinates/tọa độ**   Cặp thứ tự tọa độ duy nhất của số thật liên kết với mỗi điểm trên một mặt phẳng tọa độ. Số thứ nhất của cặp thứ tự tọa độ là *tọa độ x*, số thứ hai là *tọa độ y*. *(p. 184)*

**correlation/tương quan**   Mối liên hệ giữa hai dữ kiện. Hai bộ dữ kiện có thể có tương quan dương nếu chúng tăng hay giảm cùng với nhau, tương quan âm nếu một bộ dữ kiện tăng trong khi bộ dữ kiện kia giảm, hay không có tương quan.*(p. 212)*

**corresponding vertices and sides/các đỉnh và các cạnh tương ứng**   Trong những hình đa giác tương đẳng , những đỉnh là những đỉnh tương đẳng và những cạnh khớp nhau là những cạnh tương ứng.*(p. 40)*

**cosine/cosin**   *Xem* trigonometric ratios/những tỷ lệ lượng giác.*(p. 344)*

**counterexample/thí dụ ngược lại**   Một thí dụ cho thấy một mệnh đề thì sai.*(p. 22)*

**Multi-Language Glossary, INTEGRATED MATHEMATICS**

**cross products/những tích số** chéo nhau   Những tích số bằng nhau được lập thành bằng cách nhân tử số của một phân số trong một cặp phân số bằng nhau với mẫu số của phân số kia. *(p. 315)*

**cube root/căn bậc ba**   Một trong ba thừa số bằng nhau của một số. *(p. 114)*

**cylinder/khối trụ**   Một hình không gian với một mặt cong và hai đáy tròn tương đẳng, song song. *(p. 508)*

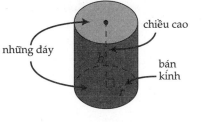

những đáy — chiều cao — bán kính

# D

**deductive reasoning/lý luận suy diễn**   Dùng những sự kiện, những định nghĩa, những nguyên tắc và những tính chất đã được chấp nhận để chứng minh những mệnh đề tổng quát. *(p. 479)*

**dependent variable/biến số phụ thuộc**   *Xem* function/hàm số. *(p. 218)*

**diagonal/đường chéo**   Một đoạn thẳng nối hai đỉnh không liền nhau của một hình đa giác. *(p. 424)*

**diameter/đường kính**   *Xem* circumference/đường tròn. *(p. 375)*

**dilation/phép giãn**   Phép biến đổi trong đó hình nguyên thủy và hình ảnh của nó thì giống nhau. Những đường vẽ qua những điểm tương ứng trên hình nguyên thủy và hình ảnh của nó gặp nhau ở một điểm gọi là *tâm của phép giãn*. *(p. 337)*

**dimensional analysis/phân tích thứ nguyên** Phương pháp giải quyết vấn đề theo đó người ta bỏ đi những đơn vị đo lường như thể chúng là những số. *(p. 392)*

**dimensions/thứ nguyên**   *Xem* matrix/ma trận. *(p. 128)*

**direct variation/biến thiên trực tiếp**   Hàm tuyến tính được định nghĩa bởi một phương trình có dạng $y = kx$, $k \neq 0$. Người ta nói rằng $y$ thì tỷ lệ trực tiếp với $x$. *(p. 360)*

**discrete/rời rạc**   Những số lượng được đếm. *(p. 60)*

**distance from a point to a line/khoảng cách từ một điểm tới một đường**   Chiều dài cuả đoạn đường thẳng góc từ một điểm tới một đường. *(p. 281)*

**distributive property/tính chất phân phối**   Mỗi số hạng trong một bộ dấu ngoặc đơn có thể được nhân với một thừa số bên ngoài những dấu ngoặc. Thí dụ, $3(x+2) = 3x + 6$. *(p. 32)*

# E

**endpoint/điểm tận cùng**   Một điểm đánh dấu điểm đầu tiên hay điểm cuối cùng của một đoạn thẳng. *Cũng xem* ray/nửa đường thẳng. *(p. 82)*

**equation/phương trình**   Một mệnh đề được lập thành bằng cách đặt một dấu bằng giữa hai biểu thức biến thiên hay bằng số. *(p. 99)*

**equilateral triangle/tam giác đều**   Một tam giác có ba cạnh bằng nhau. *(p. 44)*

**equivalent equations/những phương trình tương đương**   Những phương trình có cùng một tập hợp lời giải. *(p. 100)*

**equivalent inequalities/những bất đẳng thức tương đương**   Những bất đẳng thức có cùng một tập hợp lời giải. *(p. 263)*

**evaluate/lượng giá**   Tìm giá trị của một biểu thức biến thiên khi một số được thay thế cho biến số đó. *(p. 12)*

**event/biến cố**   *Xem* outcome/kết quả. *(p. 308)*

**expanded form/dạng khuyếch đại**   Dạng trong đó biểu thức không ở trong ngoặc đơn. *(p. 577)*

$$x(x + 3) = x^2 + 3x$$
dạng thừa số   dạng khuyếch đại

**experimental probability/sác xuất thực nghiệm** Tỷ số cuả số những lần biến cố xảy ra đối với số những lần thực nghiệm được làm. *(p. 308)*

**exponent/số mũ**   *Xem* power/lũy thừa. *(p. 19)*

**extremes/số đầu mút/cực trị**   Những số cao nhất và thấp nhất cuả một bộ dữ kiện. *(p. 158)*

# F

**faces of a prism/những mặt cuả một lăng trụ**
*Xem* prism/lăng trụ. *(p. 507)*

**factor/thừa số**   Khi hai hay nhiều số hơn hay
những biến số được nhân, mỗi số hay biến số đó là
một thừa số cuả tích số. *(p. 19)*

**factored completely/hoàn toàn biến thành thừa số**
Khi thừa số chung lớn nhất trong tất cả số hạng
trong một biểu thức là 1. *(p. 578)*

**factored form/dạng thừa số**   Dạng cuả một biểu
thức khi được hoàn toàn biến thành thừa số.
*(p. 577)*

$$x^2 + 3x = x(x + 3)$$
dạng khuyếch đại   dạng thừa sối

**fitted line/đường kẻ theo điểm**   *Xem* scattered
plot/đồ thị tán xạ. *(p. 212)*

**frequency/tần số**   Số lần một biến cố hay một mục
dữ kiện xảy ra trong một khoảng. *(p. 150)*

**frequency table/bảng tần số**   Một bảng cho thấy
số chính xác về những mục dữ kiện trong một
khoảng. *(p. 151)*

**function/thừa số**   Mối liên hệ giữa hai biến số
trong đó giá trị của *biến số lệ thuộc* thì lệ thuộc
vào giá trị cuả *biến số kiểm soát*.  Chỉ có thể có một
giá trị cuả biến số lệ thuộc đối với mỗi giá trị cuả
biến số kiểm soát. *(p. 220)*

# G

**geometric probability/sác xuất hình học**   Sác xuất
căn cứ trên những diện tích và những chiều dài.
*(p. 502)*

**graph of an equation/đồ thị cuả một phương trình**
Những điểm mà những tọa độ là lời giải cuả
phương trình đó. *(p. 426)*

# H

**height/chiều cao**   *Xem* parallelogram,
triangle/hình bình hành, hình tam giác. *(pp. 281,
282)*

**height of a regular pyramid/chiều cao cuả một
khối kim tự tháp thường**   *Xem* regular pyramid/
khối kim tự tháp thường. *(p. 510)*

**heptagon/hình thất giác/hình bảy góc**   Một hình
đa giác có bảy cạnh. *(p. 39)*

**hexagon/hình lục giác/hình sáu góc**   Một hình đa
giác có sáu cạnh. *(p. 39)*

**histogram/biểu đồ tần số**   Một loại đồ thị cột cho
thấy những tần số. *(p. 150)*

**horizontal axis/trục ngang/trục hoành**   *Xem*
coordinate plane/mặt phẳng toạ độ. *(p. 184)*

**horizontal intercept/đoạn thẳng bị chấn trên trục
hoành**   *Xem* $x$-intercept/đoạn thẳng bị chấn $x$.
*(p. 428)*

**hyperbola/hipebôn**   Đồ thị của $xy = k$, $k \neq 0$.
*Cũng xem* reciprocal function/hàm số đảo nghịch.
*(p. 230)*

**hypotenuse/cạnh huyền**   *Xem* right triangle/tam
giác vuông. *(p. 344)*

**hypothesis/giả thuyết**   *Xem* if-then
statement/mệnh đề nếu-thì. *(p. 492)*

# I

**identity function/hàm số đồng nhất thức**   Hàm số
$y = x$. *(p. 230)*

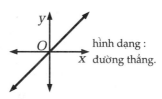
hình dạng :
đường thẳng.

**if-then statement/mệnh đề nếu thì**   Một mệnh đề
có một phần *nếu* và một phần *thì*.  Phần *nếu* là
*giả thuyết* và phần *thì* là *kết luận*.  Cũng được
gọi là một *mệnh đề điều kiện*. *(p. 492)*

**image/hình ảnh**   Kết quả của phép ánh xạ. *(p. 337)*

**inductive reasoning/suy luật quy nạp**   Một
phương pháp lý luận trong đó một sự ph?ng đoán
được thực hiện căn cứ trên nhiều quan sát. *(p. 479)*

**inequality/bất đẳng thức**   Một mệnh đề được lập
thành bằng cách đặt một dấu bất đẳng thức giữa
hai biểu thức thuộc số hay biến số. *(p. 144)*

**integer/số nguyên**   Bất cứ số nào là một số 0 hay
số nguyên dương hay âm hay số không. *(p. 113)*

**interval/khoảng**   *Xem* combined inequality/bất
đẳng thức kết hợp. *(p. 145)*

**irrational number/số vô tỷ**  Một số thật không thể được viết như là thương số của hai số nguyên. *(p. 113)*

**isosceles triangle/tam giác cân**  Một tam giác có ít nhất hai cạnh bằng nhau. *(p. 44)*

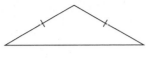

# K

**kite/hình diều**  Một hình tứ giác có hai cặp cạnh bằng nhau, nhưng những cạnh đối diện thì không bằng nhau.*(p. 45)*

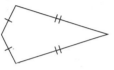

# L

**legs of a right angle/cạnh bên của một góc vuông**  *Xem* right angle/góc vuông. *(p. 344)*

**length of a segment/chiều dài của một đoạn thẳng**  Đo lường của một khoảng cách giữa và bao gồm hai điểm tận cùng của một đoạn thẳng.*(p. 82)*

**like terms/số hạng giống nhau**  Những số hạng có cùng những biến số hay những lũy thừa biến thiên.*(p. 33)*

**line/đường thẳng**  Một sự sắp xếp thẳng của những điểm trải dài mãi ở cả hai hướng đối diện. *(p. 82)*

**line plot/biểu đồ đường thẳng**  Một phương pháp trình bày một bộ dữ kiện trên một tuyến số. Rất có ích khi cho thấy những giá trị ngoại lệ và khoảng biến thiên của một bộ dữ kiện.*(p. 137)*

**line of reflection/đường phản xạ**  *Xem* reflection/phản xạ. *(p. 548)*

**line of symmetry/đường đối xứng**  *Xem* symmetry/đối xứng. *(p. 45)*

**linear combination/kết hợp tuyến tính**  Kết quả của việc cộng hai phương trình tuyến tính. *(p. 426)*

**linear decay/phân hủy tuyến tính**  Một hàm số tuyến tính giảm có thể được định nghĩa như $y = mx + b$, $m < 0$. *(p. 420)*

**linear equation/phương trình tuyến tính**  Phương trình của một đường thẳng. *(p. 427)*

**linear function/hàm số tuyến tính**  Một hàm số có thể được định nghĩa như $y = mx + b$. *(p. 420)*

**linear growth/sự phát triển tuyến tính**  Một hàm số tuyến tính tăng có thể được định nghĩa như $y = mx + b$, $m > 0$. *(p. 420)*

**linear inequality/bất đẳng thức tuyến tính**  Một bất đẳng thức mà đồ thị của nó trên một mặt phẳng tọa độ được bao quanh bởi một tuyến, được gọi là *tuyến biên giới*. *(p. 456)*

**lower quartile/điểm tứ phân vị dưới**  Số giữa của những dữ kiện trong nửa dưới của một bộ dữ kiện. *(p. 158)*

# M

**margin of error/biên của sai số**  Trong một cuộc thực nghiệm hay trưng cầu ý kiến, khoảng dường như có thể gồm kết quả chính xác hơn cả. *(p. 323)*

**mathematical model/mô hình toán**  Một phương trình hay đồ thị tượng trưng cho vấn đề của cuộc sống thật. Dùng những phương trình hay những đồ thị như thế gọi là lập *mô hình*. *(p. 241)*

**matrix/ma trận**  Một sự sắp xếp những con số trong những dãy hay những cột. Số những dãy theo số những cột cho người ta những *kích thước* của ma trận. *(p. 128)*

**mean/số trung bình**  Tổng số của những dữ kiện trong một bộ dữ kiện chia cho số những mục. *(p. 136)*

**median/số giữa**  Trong một bộ dữ kiện, số ở giữa hay trung bình của hai số giữa khi những dữ kiện được sắp xếp theo thứ tự số. *(p. 136)*

**midpoint/điểm giữa**  Điểm chia một đoạn thẳng thành hai phần bằng nhau. *(p. 82)*

**mode/số mốt**  Hạng mục hay những hạng mục xảy ra thường xuyên nhất.*(p. 136)*

**modeling/lập mô hình**  *Xem* mathematical modeling/lập mô hình toán. *(p. 241)*

**monomial/đơn thức**  Một đa thức chỉ có một số hạng. *(p. 578)*

# O

**obtuse angle/góc tù**  Một góc đo được giữa 90° và 180°. *(p. 86)*

**obtuse triangle/tam giác tù**  Một tam giác có một góc tù. *(p. 88)*

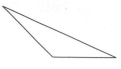

**octagon/hình bát giác**  Một hình đa giác có tám cạnh. *(p. 39)*

**opposites/những số đối diện**  Một số và đối diện của nó thì cùng khoảng cách từ 0 trên một tuyến số những ở những bên đối diện. Số đối diện của 3 là −3. *(p. 64)*

**order of operations/lệnh cho những phép toán**  Một bộ những qui luật ra lệnh cho người ta giản lược một biểu thức; giản lược bên trong những ngoặc đơn, tính bất cứ lũy thừa nào; nhân hay chia từ trái qua phải, và cuối cùng cộng hay trừ từ phải qua trái. *(p. 26)*

**ordered pair/cặp thứ tự tọa độ**  *Xem* coordinates tọa độ. *(p. 184)*

**orientation/chỉ hướng**  Hướng, theo chiều kim đồng hồ hay ngược chiều kim đồng hồ, trong đó những điểm trên một hình thì được chấm theo tọa độ. *(p. 548)*

**origin/gốc**  *Xem* coordinate plane/mặt phẳng tọa độ. *(p. 184)*

**outcome/kết quả**  Một kết quả có thể có được trong một cuộc thực nghiệm trong một bài toán sác xuất. Một bộ những kết quả là một *biến cố*. *(p. 308)*

**outliers/giá trị ngoại lệ**  Những giá trị của dữ kiện lớn hơn hay nhỏ hơn nhiều những giá trị khác trong một bộ dữ kiện và vì thế không tiêu biểu cho bộ dữ kiện đó. *(p. 137)*

# P

**parabola/parabôn**  Đồ thị $y = ax^2 + bx + c$, $a \neq 0$. Điểm nơi đường cong lượn đi thì tối đa hay tối thiểu được gọi là đỉnh. *Cũng xem* squaring function/hàm số bình phương. *(pp. 229, 555)*

**parallel lines/những đường song song**  Hai đường trên cùng một mặt phẳng không bao giờ cắt nhau. *(p. 44)*

**parallelogram/hình bình hành**  Một hình đa giác có cả hai cặp cạnh đối diện song song. *(p. 45)*

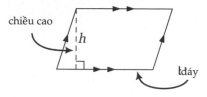

chiều cao

*h*

đáy

**pentagon/hình ngũ giác**  Một hình đa giác có năm cạnh. *(p. 39)*

**perfect cube/lập phương hoàn hảo**  Một số mà căn số bậc ba của nó là một số nguyên. *(p. 114)*

**perfect square/bình phương hoàn hảo**  Một số mà căn bình phương của nó là một số nguyên. *(p. 114)*

**perpendicular/thẳng góc**  Hai đường, hai đoạn thẳng hay hai nửa đường thẳng cắt nhau lập thành những góc vuông. *(p. 44)*

**polygon/hình đa giác**  Một hình phẳng lập thành bởi những đoạn thẳng gọi là những *cạnh*. Mỗi cạnh cắt chính xác hai cạnh kia, mỗi lần ở một điểm tận cùng hay đỉnh. Không có hai cạnh có cùng một đỉnh chung ở trên cùng một đường. *(p. 39)*

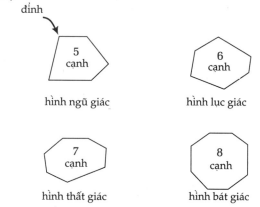

đỉnh

| 5 cạnh | 6 cạnh |
|--------|--------|
| hình ngũ giác | hình lục giác |
| 7 cạnh | 8 cạnh |
| hình thất giác | hình bát giác |

**population/dân số, tập hợp**  Toàn bộ những đối tượng đang được nghiên cứu. *(p. 321)*

**power/lũy thừa**  Một số được dùng như một thừa số trong một số lần được cho. Trong lũy thừa $5^2$, 5 là *cơ số*, 2 là *số mũ*. *(p. 19)*

**prism/lăng trụ** Một hình không gian có hai *đáy* tương đẳng. Những đáy kia của lăng trụ là những *mặt*. *(p. 507)*

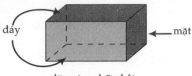

lăng trụ chữ nhật

**probability/sác xuất** Tỷ số của số những kết quả thuận lợi đối với tổng số những kết quả. *(p. 308)*

**proportion/tỷ lệ thức** Một phương trình cho thấy hai tỷ lệ bằng nhau. *(p. 314)*

**pyramid/khối kim tự tháp** Một hình không gian có một đáy và những mặt hình tam giác. *(p. 509)*

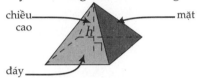

**Pythagorean theorem/định lý Pythagore** Nếu chiều dài của cạnh huyền của một tam giác vuông là $c$ và những chiều dài của những cạnh bên là $a$ và $b$, thì $c^2 = a^2 + b^2$. *(p. 478)*

**Q**

**quadrant/góc phần tư** *Xem* coordinate plane/mặt phẳng tọa độ. *(p. 184)*

**quadratic equation/phương trình bậc hai** Bất cứ phương trình nào có thể được viết dưới dạng $ax^2 + bx + c = 0$, $a \neq 0$. *(p. 599)*

**quadratic formula/công thức bậc hai** Công thức *(p. 601)*

$$x = -\frac{b}{2a} \pm \frac{\sqrt{b^2 - 4ac}}{2a},$$

đã cho $0 = ax^2 + bx + c$, $a \neq 0$.

**quadratic function/hàm số bậc hai** Bất cứ hàm số nào có dạng $y = ax^2 + bx + c$, $a \neq 0$. *(p. 599)*

**quadrilateral/hình tứ giác** Một hình đa giác có bốn cạnh. *(p. 39)*

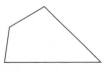

**R**

**radical form/dạng căn** Một biểu thức dùng ký hiệu căn($\sqrt{\phantom{x}}$). Thí dụ, $\sqrt{11}$. *(p. 487)*

**radius/bán kính** Một nửa đường kính của vòng tròn. *(p. 376)*

**range/miền biến thiên** Sự khác biệt giữa những đầu mút của một bộ dữ kiện. *(p. 137)*

**rate/tốc độ, suất** Tỷ lệ so sánh những số lượng của hai loại đo lường khác nhau, thí dụ, mét trong mỗi giây. *(p. 302)*

**ratio/tỷ số** Thương số có được khi một số được chia cho một số thứ hai không bằng 0. *(p. 301)*

**rational number/số hữu tỷ** Một số thực có thể được viết như một thương số của hai số nguyên $\frac{a}{b}$, $b \neq 0$. *(p. 113)*

**ray/nửa đường thẳng** Một phần của một đường khởi đầu ở một điểm, đó là điểm tận cùng, và kéo dài mãi về một hướng. *(p. 85)*

**real number/số thực** Bất cứ số nào hữu tỷ hoặc vô tỷ. *(p. 113)*

**reciprocals/những số nghịch đảo** Hai số mà tích số của nó là 1. *(p. 275)*

**reciprocal function/hàm số nghịch đảo** Hàm số $y = \frac{1}{x}$. *(p. 230)*

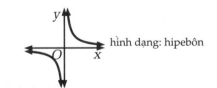

hình dạng: hipebôn

**rectangle/hình chữ nhật** Một hình tứ giác có bốn góc. *(p. 45)*

**rectangular prism/lăng trụ chữ nhật** *Xem* prism/lăng trụ. *(p. 507)*

**reflection/phản xạ** Hình ảnh người ta có được khi lật một hình qua một đường. Đường này gọi là *đường phản xạ*. *(p. 548)*

**regular pyramid/khối kim tự tháp đều** Một kim tự tháp trong đó đáy là một đa giác đều, và tất cả những mặt khác là những tăm giác cân bằng nhau. *Chiều cao* là chiều dài thẳng đứng từ đỉnh tới tâm của đáy. Chiều cao của mặt là *chiều cao nghiêng*. (p. 509)

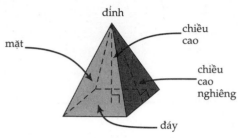

**rhombus/hình thoi** Một hình tứ giác có bốn cạnh bằng nhau. (p. 45)

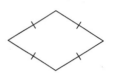

**right angle/góc vuông** Một góc đo được 90°. (p. 86)

**right triangle/tam giác vuông** Một tam giác có một góc vuông. Cạnh đối diện góc vuông là *đường huyền* . Những cạnh kia là *cạnh bên* .(p. 44)

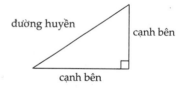

**rise/sự lên cao** Sự thay đổi theo đường thẳng đứng giữa hai điểm trên một đường.(p. 361)

**rotation/phép quay, sự quay** Quay quanh một điểm gọi là *tâm của phép quay*. Một hình trông cũng như thế sau khi quay ít hơn 360° độ có sự đối xứng quay.(p. 202)

**rotational symmetry/đối xứng quay** *Xem* rotation/quay. (p. 205)

**run/khoảng cách, trượt** Sự thay đổi theo chiều ngang giữa hai điểm trên một đường. (p. 361)

# S

**sample/mẫu** Một bộ nhỏ của dân số hay tập hợp trong đó một cuộc nghiên cứu hay một cuộc thực nghiệm đang được tiến hành. Mẫu được chọn ngẫu nhiên, nghĩa là mỗi thành viên của dân số có cơ may được chọn đồng đều. (p. 321)

**sampling/lập mẫu** Chọn một mẫu từ những đối tượng cho một cuộc thực nghiệm hay nghiên cứu, nghiã là mỗi thành phần cuả những đối tượng có một cơ hội được chọn đồng đều. (p. 323)

**scale/tỷ lệ xích** Tỷ lệ về cỡ của biểu diễn một vật đối với vật thật. (p. 330)

**scale drawing/hình vẽ tỷ lệ** Hình vẽ tượng trưng cho và tương tự một vật thật. (p. 330)

**scale factor/hệ số tỷ lệ xích** Tỷ lệ của chiều dài trên một hình ảnh đối với chiều dài tương ứng trên hình nguyên thủy của sự giãn. (p. 337)

**scalene triangle/tam giác lệch** Một tam giác không có cạnh nào bằng nhau. (p. 44)

**scatter plot/đồ thị tán xạ** Một độ thị những điểm được dùng để quyết định xem có tương quan giữa hai bộ dữ kiện hay không. Một đường đi qua sát phần lớn những điểm dữ kiện gọi là *đường kẻ theo điểm*. (p. 212)

**scientific notation/ký hiệu khoa học** Một số được viết như là một số nhỏ hơn 10 ít nhất là 1, được nhân với lũy thừa của 10. (p. 72)

**sector/hình quạt** *Xem* arc/cung. (p. 402)

**segment/đoạn** Hai điểm trên một đường và tất cả những điểm khác giữa hai điểm đó. (p. 82)

**side/cạnh** *Xem* polygon/ hình đa giác. (p. 40)

**similar figures/hình đồng dạng** Hai hình có cùng hình dạng, nhưng không nhất thiết phải cùng cỡ. (p. 329)

**similar space figures/hình không gian đồng dạng** Có cùng hình dạng, nhưng không nhất thiết phải cùng cỡ. (p. 532)

**sine/sin** *Xem* trigonometric ratios/tỷ lệ lượng giác. (p. 344)

**slant height of a regular pyramid/chiều cao nghiêng của một khối kim tự tháp thường** *Xem* pyramid/khối kim tự tháp. (p. 510)

**slope/độ dốc** Đo lường độ dốc của một đường được cho bởi tỷ lệ lên cao để chạy với bất cứ hai điểm nào trên đường đó. *(p. 361)*

**slope-intercept form of an equation/dạng chắn nghiêng của một phương trình** Một đường có phương trình $y = mx + b$, trong đó $m$ tượng trưng cho độ dốc và $b$ tượng trưng cho sự chắn $y$. *(p. 418)*

**solution/lời giải** Giá trị cho những biến số làm cho một phương trình đúng. *(p. 99)*

**solution of an equation with two variables/lời giải của một phương trình có hai biến số** Một cặp thứ tự của giá trị làm cho một phương trình có hai biến số thành đúng. *(p. 426)*

**solution of a system/lời giải của một hệ** Những giá trị cho những biến số khiến một hệ phương trình thành đúng. *(p. 291)*

**solution of a system of inequalities/lời giải của một hệ bất đẳng thức** Những giá trị cho những biến số khiến cho một hệ bất đẳng thức trở thành đúng. *(p. 464)*

**solution region/miền lời giải** *Xem* linear inequality/bất đẳng thức tuyến tính. *(p. 456)*

**solving an equation/giải phương trình** Tìm tất cả những giá trị của một biến số khiến cho một phương trình trở thành đúng. *(p. 99)*

**spreadsheet/tờ trải rộng** Diễn tả bằng điện toán của một ma trận. Mỗi vị trí trên một tờ trải rộng là một ngăn. *(p. 129)*

**square/hình vuông** Một hình đa giác có bốn góc vuông và bốn cạnh bằng nhau. *(p. 45)*

**square root/bình phương** Một trong hai thừa số bằng nhau của một số. *(p. 112)*

**squaring function/hàm số bình phương** Hàm số $y = x^2$. *(p. 230)*

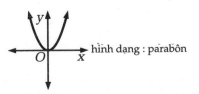

hình dạng : parabôn

**standard form of a linear equation/dạng tiêu chuẩn của một phương trình tuyến tính** Một đường có phương trình $ax + by = c$, nơi đó $a$, $b$, và $c$ là những số nguyên và $a$ và $b$ không phải là số 0. *(p. 427)*

**stem-and-leaf plot/đồ thị cuống và lá** Trình bày những dữ kiện nói đó mỗi số được tượng trưng bằng một *cuống* và một *lá*. *(p. 152)*

**straight angle/góc thẳng/góc bẹt** Một góc đo được 180°. *(p. 86)*

**substitute/thay thế** Thay thế những biến số bằng những giá trị đã cho. *(p. 12)*

**supplementary angles/góc bù** Hai góc có tổng số đo được 180°. *(p. 86)*

**symmetry/đối xứng** Khi một hình đa giác có thể gấp lại để một nửa khớp chính xác với nửa kia, hình đa giác đó có sự đối xứng. Đường gấp gọi là *đường đối xứng*. *(p. 45)*

**system of equations/hệ phương hình** Hai hay nhiều phương trình trong cùng những biến số. *(p. 291)*

**system of inequalities/hệ bất đẳng thức** Hai hay nhiều bất đẳng thức trong cùng những biến số. *(p. 464)*

# T

**tangent ratio/tỷ lệ tiếp tuyến** *Xem* trigonometric ratios/tỷ lệ lượng giác. *(p. 361)*

**term/số hạng** Mỗi biểu thức trong một tổng số. *(p. 33)*

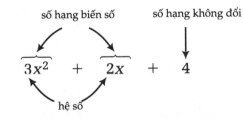

**terms of a proportion/những số hạng của một tỷ lệ thức** Những số hay những biến số trong một tỷ lệ thức. *(p. 314)*

**theoretical probability/sác xuất lý thuyết** Khi tất cả những kết quả của một cuộc thực nghiệm thì dường như đồng đều, sác xuất của một biến cố là tỷ lệ của những kết qủa thuận lợi đối với những kết quả có thể có được. *(p. 309)*

## Vietnamese Glossary

**transformation/phép biến đổi**  Sự thay đổi được thực hiện đối với một vật và vị trí của nó. *(p. 202)*

**translation/phép tịnh tiến, sự dịch**  Sự xê dịch một hình mà không thay đổi cỡ hay hình dạng của nó và không xoay hay lật nó lại.  Khi một hình có thể tịnh tiến trong một mô thức, mô thức đó có sự *đối xứng tịnh tiến* . *(p. 197)*

**translational symmetry/đối xứng tịnh tiến**  *Xem* translation/phép tịnh tiến. *(p. 199)*

**trapezoid/hình thang**  Một hình tứ giác có ít nhất một cặp cạnh song song, gọi là những đáy.  Những cạnh kia gọi là cạnh bên. *(p. 193)*

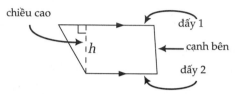

**triangle/hình tam giác**  Một hình đa giác có ba cạnh. *(p. 39)*

**trigonometric ratios/tỷ lệ lượng giác**  Côsin, sin, và ty lệ tiếp tuyến. *(p. 344)*

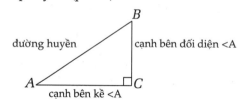

$$\cos A = \frac{\text{kề}}{\text{đường huyền}} = \frac{AC}{AB}$$

$$\sin A = \frac{\text{đối diện}}{\text{đường huyền}} = \frac{BC}{AB}$$

$$\tan A = \frac{\text{đối diện}}{\text{kề}} \quad \frac{BC}{AC}$$

**trinomial/tam thức**  Một đa thức có ba số hạng. *(p. 584)*

## U

**unit rate/tốc độ, hệ số đơn vị**  Hệ số cho một đơn vị cuả một số lượng được cho. *(p. 302)*

**upper quartile/điểm tứ phân vị trên**  Số giữa cuả dữ kiện trong nửa trên cuả bộ dữ kiện. *(p. 158)*

## V

**variable/biến số**  Một ký hiệu thường là một mẫu tự, tượng trưng cho một số. *(p. 10)*

**variable expression/biểu thức biến số**  Một biểu thức chứa đựng một biến số. *(p. 10)*

**variable terms/số hạng biến số**  Số hạng cuả một biểu thức chứa đựng một biến số. Xem term/số hạng. *(p. 256)*

**variation constant/hằng số biến thiên**  Hằng số không phải số không $k$ trong một số biến thiên được định nghĩa bởi $y = kx$ . *(p. 360)*

**vertex of an angle/đỉnh cuả một góc**  *Xem* angle/góc. *(p. 85)*

**vertex of a parabola/đỉnh cuả một parabôn**  *Xem* parabola/parabôn. *(p.555)*

**vertex of a polygon/đỉnh cuả một hình đa giác**  *Xem* polygon/hình đa giác. *(p. 40)*

**vertical angles/các góc đối đỉnh**  Hai góc tương đẳng được lập thành bởi những đường cắt nhau và hướng về hai phiá đôi diện. *(p. 87)*

**vertical axis/trục thẳng đứng/trục tung**  *Xem* coordinate plane/mặt phẳng toạ độ. *(p. 184)*

**vertical intercept/chắn thẳng đứng**  *Xem* $y$ -intercept. *(p. 418)*

**vertical-line test /trắc nghiệm đường thẳng đứng**  Khi hai hay nhiều điểm cuả một đồ thị nằm trong cùng một đường thẳng đứng, đồ thị đó thì không phải là một hàm số. *(p. 221)*

## X

**x-axis /trục x**  Trục ngang hay trục hoành trong một mặt phẳng toạ độ. *(pp. 226, 550)*

**x-intercept/điểm chắn x**  Điểm nơi mà một đồ thị cắt trục x . Cũng được gọi là *điểm chắn ngang*. *(p. 563)*

## Y

**y-axis/trục y**  Trục thẳng đứng trong một mặt phẳng toạ độ. *(pp. 226, 550)*

**y-intercept/điểm chắn/giao điểm y**  Điểm nơi mà đồ thị cắt ngang trục y . Cũng được gọi là *điểm chắn thẳng đứng*. *(p. 563)*

# Z

**zero-product property/tính chất tích số bằng không**    Khi một tích số cuả những thưà số thì bằng không, một hay nhiều những thưà số phải là không.  Nếu $ab = 0$, thì $a = 0$ hay $b = 0$. *(p. 495)*

# Cambodian Glossary អង់គ្លេស-ខ្មែរ

## A

**absolute value/តម្លៃដាច់ខាត** ចម្ងាយពីចំណុច
សូន្យទៅលេខណាមួយនៅលើបន្ទាត់លេខ។ *(p. 64)*

**absolute value function/អនុគមន៍តម្លៃដាច់** ខាត
គឺអនុគមន៍ $y = |x|$. *(p. 230)*

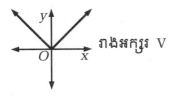

រាងអក្សរ V

**acute angle/មុំស្រួច** មុំដែលមានទំហំនៅចន្លោះ $0°$
និង $90°$ ។ *(p. 86)*

**acute triangle/ត្រីកោណស្រួច** ត្រីកោណដែល
មានមុំស្រួចបី។ *(p. 88)*

**angle/មុំ** កំនូសតាងដែលផ្ដុំឡើងដោយកន្លះ
បន្ទាត់ពីរដែលមានចំណុចប្រសព្វមួយរួមគ្នា ហៅថា
*កំពូលមុំ* ។ *(p. 85)*

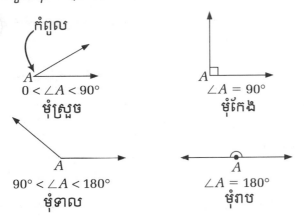

កំពូល

$0 < \angle A < 90°$
មុំស្រួច

$\angle A = 90°$
មុំកែង

$90° < \angle A < 180°$
មុំទាល

$\angle A = 180°$
មុំរាប

**arc/ធ្នូរង្វង់** ភាគមួយនៃវណ្ឌមណ្ឌលរបស់ រង្វង់។
មុំដែលមានកំពូលត្រង់ផ្ចិតរង្វង់គឺជាមុំផ្ចិត ។
ផ្នែកផ្សែដែលនៅចន្លោះកាំពីរនិងធ្នូរង្វង់ហៅថា *សិចទ័រ*
ឬ *ចម្រៀករង្វង់* ។ *(p. 377)*

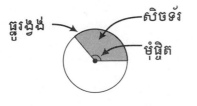

ធ្នូរង្វង់
សិចទ័រ
មុំផ្ចិត

## arc length/ប្រវែងធ្នូរង្វង់ របង្វាស់នៃធ្នូរង្វង់មួយ។
*(p. 377)*

**at random/ដោយព្រាវៗ** មើលពាក្យ
sampling គំរូសំណាក។ *(p. 308)*

## B

**base/បាត** មើលពាក្យ parallelogram ប្រលេឡូក្រាម,
trapezoid ចតុក្កោណព្ញយ, triangle ត្រីកោណ ។
*(pp. 281, 282, 283)*

**base of a power/គោលស្វ័យគុណ** មើលពាក្យ
power ស្វ័យគុណ។ *(p. 19)*

**bases of a prism/បាតព្រីស្ម** មើលពាក្យ prism
ព្រីស្ម ។ *(p. 507)*

**binomial/ទ្វេធា** ពហុធាដែលមានអង្គពីរ។ *(p. 578)*

**boundary line/ខ្សែព្រំដែន** មើលពាក្យ linear
inequality វិសមភាពនៃអនុគមន៍បន្ទាត់។ *(p. 456)*

**box–and–whisker plot ប៉ក់ស៍-អិន-វ៉ិស្ឃ័រផ្លត់**
វិធីសម្រាប់តាងបង្ហាញមេឌៀ(ចំនួនកណ្ដាល)
ក្វាទីលនិងអេចស្ត្រីមរបស់សំណុំដ្ឋាតាមួយ។ *(p. 158)*

ពិន្ទុតេសត៍

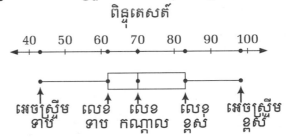

| អេចស្ត្រីម ទាប | លេខ ទាប | លេខ កណ្ដាល | លេខ ខ្ពស់ | អេចស្ត្រីម ខ្ពស់ |

## C

**cell/សែល** មើលពាក្យ spreadsheet ស្រ្បៀដស៊ីត ។
*(p. 129)*

**center of dilation/ផ្ចិតនៃការរីក** មើលពាក្យ
dilation ការរីក។ *(p. 337)*

**center of rotation/ផ្ចិតនៃរង្វិល** មើលពាក្យ
rotation រង្វិល។ *(p. 202)*

**Cambodian Glossary**

**central angle of a circle /មុំផ្ចិត** មុំដែលមានកំពូល នៅចំត្រង់ផ្ចិតនៃរង្វង់។ *មើលពាក្យ* arc ធ្នូរង្វង់ ។ (p. 85)

**circumference/វណ្ឌមណ្ឌល** បរិមាត្រនៃរង្វង់។ កំណត់បន្ទាត់ដែលភ្ជាប់ពីរចំណុចលើវណ្ឌមណ្ឌល ជាមួយនឹងចំណុចផ្ចិតនៃរង្វង់ហៅថា *វិស្សមាត្រ* ឬ *បន្ទាត់ផ្ចិត* ។ (p. 375)

$C = \pi d$

**coefficient/មេគុណ** លេខដែលគេយកទៅគុណ ជាមួយនឹងចំនួនអថេរមួយរបស់អង្គមួយក្នុងកន្សោម។ *មើលពាក្យ* term អង្គ។ (p. 33)

**combined inequality/វិសមភាពសមាសកន្សោម** វិសមភាពដែលមានសញ្ញាវិសមភាពពីរបង្ហាញតម្លៃ នៃកត្តាអថេរមួយស្ថិតនៅចន្លោះពីរចំនួន។ គេអាច តាងវិសមភាពសមាស ដូចជា $-3 < x \le 5$ ដោយ ក្រាហ្វិកជាអង្កត់ត្រង់មួយហៅថា ចន្លោះតម្លៃ ឬ អាំងទែរវ៉ាល់។ (p. 144)

**complementary angles/មុំបំពេញ** មុំពីរដែលមាន ផលបូកស្មើនឹង 90° អង្សា។ (p. 86)

**complementary events/ហេតុការណ៍បង្គ្រប់** ហេតុ ការណ៍ពីរដែលហេតុការណ៍ណាមួយអាចកើតឡើង បាន។ ឧទាហរណ៍ហេតុការណ៍ "$E$ កើតឡើង" គឺជា ការបង្គ្រប់ហេតុការណ៍ "$E$ មិនកើតឡើង" ។ (p. 310)

**concept map/ផែនទីគំនិត** រូបភាពសង្ខេបដែល ជួយអ្នកឲ្យឃើញចាំនូវទំនាក់ទំនងឆ្គាប់គ្នានៃគំនិតនានា។ (p. 5)

**conclusion/សន្និដ្ឋាន** *មើលពាក្យ* if-then statement បំរាប់ "បើ-ដូច្នេះ" ។ (p. 492)

**conditional statements/បំរាប់មានលក្ខខណ្ឌ** *មើលពាក្យ* if-then statement បំរាប់ "បើ-ដូច្នេះ"។ (p. 492)

**cone /កោន** រូបសូលីដដែលមានបាតជារង្វង់មូល និងកំពូលស្រួចមួយ។ (p. 524)

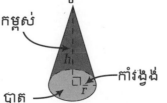

**congruent/ប៉ុនគ្នា** ដែលមានទំហំប៉ុនគ្នានិង រាងដូចគ្នា។ (p. 38)

**congruent angles/មុំប៉ុនគ្នា** មុំដែលមានរង្វាស់ទំហំ ស្មើគ្នា។ (p. 87)

**congruent segments/អង្កត់ត្រង់ប៉ុនគ្នា** កំណាត់ បន្ទាត់ដែលមានប្រវែងស្មើគ្នា។ (p. 82)

**conjecture/ការស្មាន** សេចក្តីប្រកាសមតិឬសេចក្តី សន្និដ្ឋានពីងផ្អែកទៅលើការមើលឃើញ។ (p. 21)

**constant term/អង្គថេរ** កន្សោមមួយដែល ជាលេខ។ *មើលពាក្យ* term អង្គ។ (p. 33)

**continuous/ដែលមិនដាច់** របស់គេរាស់។ (p. 60)

**control variable/អថេរកុងត្រូល** *មើលពាក្យ* function អនុគមន៍ ។ (p. 218)

**converse/ទ្រឹស្ដីបទច្រាស** សេចក្តីប្រកាសក្នុងទម្រង់ "if-then" ដែលបានមកដោយផ្លាស់ប្ដូរ បញ្ច្រាសពាក្យ "if" ជាមួយនឹង "then" នៅក្នុងឃ្លាដើមរបស់សេចក្ដី ប្រកាស "if-then" ។ (p. 494)

**converse of the Pythagorean theorem/ ទ្រឹស្ដីបទច្រាសរបស់ទ្រឹស្ដីបទពីថាហ្គ័រ** បើការេរបស់ ប្រវែងនៃជ្រុងមួយរបស់ត្រីកោណស្មើនឹងផលបូកនៃ ការេរបស់ប្រវែងនៃជ្រុងទាំងពីររទៀត យ៉ាងនោះ ត្រីកោណនេះជាត្រីកោណកែង។ (p. 495)

**conversion factor/កត្តាបម្លាស់** កត្តាបម្លាស់ គឺជាផលធៀបរបស់ពីរចំនួនស្មើគ្នា(ឬប្រហែលគ្នា)ដែល គេរាស់ឬថ្លឹងដោយប្រើខ្នាតរង្វាស់ផ្សេងគ្នា។ (p. 393)

**coordinate geometry/ធរណីមាត្រសាស្ត្រ កូអរដោណេ** ធរណីមាត្រសាស្ត្រដែលទាក់ទងនឹង ការគូរការវិភាគ ការរកផ្ទៃក្រឡា និងការប្រៀបធៀប រូបគំនូរលើប្លង់កូអរដោណេ។ (p. 190)

**coordinate plane/ប្លង់កូអរដោណេ** ក្រឡាខ្នែង ដែលផ្គើឡើងដោយបន្ទាត់លេខចំនួនពីរហៅថាអ័ក្ស កាត់កែងគ្នាត្រង់ចំណុចសូន្យ ហៅថាចំណុចដើម ។ អ័ក្សទាំងពីរបែងចែកប្លង់មួយជាបួនកាដ្រង់។ (p. 184)

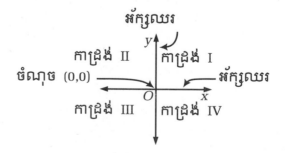

**coordinates/កូអរដោណេ** លេខរៀងនៃចំនួនមួយគូ ដែលបញ្ជាក់ពីទីតាំងរបស់ចំណុចនិមួយៗក្នុងប្លង់ កូអរដោណេ។ លេខទីមួយក្នុងលំដាប់គូជា *កូអរដោ ណេលើអក្ស* x ។ លេខទីពីរក្នុងលំដាប់គូជា *កូអរដោ ណេលើអក្ស* y ។ (p. 184)

**correlation/សហសម្ព័ន្ធ** ទំនាក់ទំនងរវាង ជាតាពីរ ក្រុម។ ជាតាពីរក្រុមអាចមានសហសម្ព័ន្ធវិជ្ជមានបើ កាលណាវាកើនឡើងឬថយចុះព្រមគ្នា។ ជាតាពីរក្រុម អាចមានសហសម្ព័ន្ធអវិជ្ជមានបើកាលណាសំណុមួយ កើនឡើងសំណុំមួយទៀតថយចុះផ្ទុយគ្នា។ ជាតាពីរ ក្រុមអាចគ្មានសហសម្ព័ន្ធសោះ។ (p. 212)

**corresponding vertices and sides/កំពូលមុំ និងជ្រុងត្រូវគ្នា** ក្នុងពហុកោណប៉ុនគ្នា កំពូលមុំដែល ស៊ីគ្នាជាកំពូលមុំដែលត្រូវគ្នានិងជ្រុងដែលស៊ីគ្នាជាជ្រុង ដែលត្រូវគ្នា។ (p. 40)

**cosine/កូស៊ីនុស** មើលពាក្យ trigonometric ratios ផលធៀបត្រីកោណមាត្រ។(p. 344)

**counterexample/ឧទាហរណ៍ប្រាស** ឧទាហរណ៍ ដែលបង្ហាញថាចំរាប់មួយខុស ។ (p. 22)

**cross products/ផលគុណខ្វែង** ផលគុណស្មើគ្នា ដែលបានមកពីការគុណភាគយករបស់ប្រភាគនិមួយៗ នៃប្រភាគមួយគូជាមួយនឹងភាគបែងរបស់ប្រភាគមួយ ទៀត។ (p. 315)

**cube root/ឬសគូប** កត្តាមួយក្នុងកត្តាស្មើត្រទាំងបី របស់ចំនួនមួយ ។ (p. 114)

**cylinder/ស៊ីឡាំង** ជាកំនូសតាងរិមាត្របី ឬ សូលីដមួយដែលមានផ្ទៃគោងមួយនិងបាតពីរវាងជា រង្វង់ប៉ុនគ្នានិងស្របគ្នា។ (p. 508)

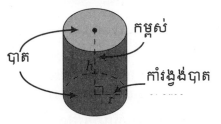

បាត — កម្ពស់
កាំរង្វង់បាត

# D

**deductive reasoning/បំណកស្រាយដេឌុចទីវ** បំណកស្រាយដោយវិធីប្រើភាពពិតនិយមន័យព្រម ទាំងគោលការណ៍និងលក្ខណៈដែលគេទទួលស្គាល់ ដើម្បីបញ្ជាក់បំរាប់ទូទៅ។ (p. 479)

**dependent variable/អថេរដេប៉ង់ដង់** មើលពាក្យ function អនុគមន៍។ (p. 218)

**diagonal/បន្ទាត់ទ្រូង** អង្កត់ត្រង់ដែលភ្ជាប់កំពូល មុំពីរមិនរៀងគ្នារបស់ពហុកោណមួយ។ (p. 424)

**diameter/បន្ទាត់ផ្ចិត ឬ វិជ្ឍមាត្រ** មើលពាក្យ circumference វណ្ឌមណ្ឌល។ (p. 375)

**dilation/ការវីក** ការប្រែប្រួលមួយដែលកូននោះរូប រាងដើមដូចគ្នានិងឬបថ្មីរបស់វា។ ខ្សែបន្ទាត់នានាដែល គូរតាមចំណុចត្រូវគ្នាទាំងឡាយលើរូបភាពដើមនិងលើ រូបថ្មីរបស់វាប្រសព្វគ្នានៅចំណុចមួយហៅថា ផ្ចិតនៃការវីក (center of dilation) ។ (p. 337)

**dimensional analysis/វិភាគវិមាត្រ** វិធីដោះស្រាយ ចំណោទដែលអ្នកលុបបំបាត់ខ្នាតរង្វាស់រង្វាល់ដោយ គិតវាដូចជាកត្តាលេខដែរ។ (p. 392)

**dimensions/វិមាត្រ** មើលពាក្យ matrix ម៉ាទ្រីក្ស។ (p. 128)

**direct variation ការប្រែប្រួលផ្ទាល់** អនុគមន៍ ខ្សែបន្ទាត់កំណត់ដោយសមីការដែលមានលំនាំ $y = kx$, $k \neq 0$ ។ អ្នកអាចនិយាយបានថា $y$ សមាមាត្រ ផ្ទាល់តាម $x$ ។ (p. 360)

**discrete/ដាច់ៗពីគ្នា** ចំនួនដែលគេរាប់។ (p. 60)

**distance from a point to a line/ចម្ងាយពីចំណុច មួយទៅខ្សែបន្ទាត់** ប្រវែងនៃអង្កត់ត្រង់កែងដែលចេញ ពីចំណុចមួយទៅខ្សែបន្ទាត់។ (p. 281)

**distributive property/លក្ខណៈ:ឌីស្ត្រីប៊ុទីវ** គុណនិមួយៗ ក្នុងវង់ក្រចកអាចគុណជាមួយនឹងកត្តាក្រៅវង់ក្រចក បាន។ឧទាហរណ៍ $3(x + 2) = 3x + 6$ ។ (p. 32)

# E

**endpoint/ចំណុចបញ្ចប់** ចំណុចដែលជាចំណុចទី មួយឬចំណុចចុងបំផុតនៃអង្កត់ត្រង់មួយ។ មើលពាក្យ ray រាយ ។ (p. 82)

**equation សមីការ** បំរាប់ដែលសររសេរឡើងដោយ ដាក់សញ្ញាស្មើ (=) នៅចន្លោះពីរកន្សោមលេខឬពីរ កន្សោមអថេរ ។ (p. 99)

**equilateral triangle ត្រីកោណសមងរ** ត្រីកោណ ដែលមានជ្រុងទាំងបីប៉ុនគ្នា ។ (p. 44)

**equivalent equations សមីការសមមូល** សមីការ ទាំងឡាយដែលមានសំណុំចម្លើយដូចគ្នា។ (p. 100)

**equivalent inequalities/វិសមភាពសមមូល**
វិសមភាពទាំងឡាយដែលមានសំណុំចម្លើយដូចគ្នា។
*(p. 263)*

**evaluate/វាយតម្លៃ** រកតម្លៃជាលេខរបស់កន្សោម
អេប្សមួយកាលណាគេប្រើលេខជំនួសកត្តាអេប្សនោះ។
*(p. 12)*

**event/ហេតុការណ៍** *មើលពាក្យ* outcome
អៅខម(ឬលទ្ធផល)។ *(p. 308)*

**expanded form/លំនាំពង្រាយ** លំនាំទម្រង់នៃ
កន្សោមមួយកាលណាវាគ្មានវង់ក្របក។ *(p. 577)*

$$x(x + 3) = x^2 + 3x$$
លំនាំជាកត្តា     លំនាំពង្រាយ

**experimental probability/ប្រូបាប៊ីលីតេក្នុង
ការពិសោធន៍** ផលធៀបចំនួនដងដែលហេតុការណ៍
កើតឡើងធៀបទៅនឹងចំនួនដងទាំងអស់ដែលគេបាន
ធ្វើនៅក្នុងការពិសោធន៍មួយ ។ *(p. 308)*

**exponent/និទស្សន្ត** *មើលពាក្យ* power ស្វ័យគុណ។
*(p. 19)*

**extremes/អេចស្ទ្រីម** ចំនួនតូចបំផុត ឬធំបំផុត
ក្នុងជាតាមួយសំណុំ ។ *(p. 158)*

## F

**faces of a prism/មុខរបស់ព្រិស្ម** *មើលពាក្យ* prism
ព្រិស្ម ។ *(p. 507)*

**factor/កត្តា** កាលណាគេគុណពីរឬច្រើនចំនួនឬគុណ
ពីរឬច្រើនអេប្សចំនួនឬអេប្សនិមួយៗជាកត្តា (ឬត្គុណ)
របស់ផលគុណនោះ ។ *(p. 19)*

**factored completely/ដាក់ជាកត្តាទាំងអស់**
កាលណាកត្តារួមធំបង្អស់របស់អង្គទាំងអស់ក្នុងកន្សោ
មស្មើនឹង 1 ។ *(p. 578)*

**factored form/លំនាំជាកត្តា** លំនាំទម្រង់នៃកន្សោម
មួយកាលណាគេដាក់វាជាកត្តាទាំងអស់។ *(p. 577)*

$$x^2 + 3x = x(x + 3)$$
លំនាំពង្រាយ     លំនាំជាកត្តា

**fitted line/ខ្សែបន្ទាត់តម្រូវ** *មើលពាក្យ* scatter plot
ស្ពាត់ទ័រផ្លត់*(p. 212)*

**frequency/ប្រេក្វង់** ចំនួនដងដែលហេតុការណ៍
មួយកើតឡើង ឬចំណែកមួយនៃជាតាកើតឡើងក្នុង
ចន្លោះរយ:ពេលមួយ ។ *(p. 150)*

**frequency table/តារាងប្រេក្វង់** តារាងដែល
បង្ហាញអំពីចំនួនជាក់លាក់នៃចំណែកផ្សេងៗរបស់
ជាតាក្នុងចន្លោះរយ:ពេលមួយ។ *(p. 151)*

**function/អនុគមន៍** ទំនាក់ទំនងរវាងអេប្សពីរ នៅក្នុង
នោះតម្លៃរបស់អេប្សដេប៉ង់ដង់ត្រូវប្រែប្រួលទៅតាមតំ
ម្លៃរបស់អេប្សក្នុងត្រួស។ វាអាចមានតម្លៃតែមួយគត់
របស់អេប្សដេប៉ង់ដង់ដែលត្រូវវគ្នានិងតម្លៃនិមួយៗ
របស់អេប្សក្នុងត្រួស។ *(p. 220)*

**geometric probability/ប្រូបាប៊ីលីតេធរណីមាត្រ**
ប្រូបាប៊ីលីតេដែលប្រើទំហំផ្ទៃក្រឡានិងប្រវែង។
*(p. 502)*

**graph of an equation/ក្រាហ្វិករបស់សមីការ**
ចំណុចទាំងឡាយដែលមានកូអរដោណេជាចម្លើយ
របស់សមីការនោះ ។ *(p. 426)*

## H

**height/កម្ពស់** *មើលពាក្យ* parallelogram
ប្រលេឡូក្រាម, triangle ត្រីកោណ។ *(pp. 281, 282)*

**height of a regular pyramid/កម្ពស់របស់ពីរ៉ាមីដ
សាមញ្ញ** *មើលពាក្យ* regular pyramid
ពីរ៉ាមីដីសាមញ្ញ។ *(p. 510)*

**heptagon/សប្ដកោណ** ពហុកោណដែលមាន
ប្រាំពីរជ្រុង។ *(p. 39)*

**hexagon/អកោណ** ពហុកោណដែលមានប្រាំមួយ
ជ្រុង។ *(p. 39)*

**histogram/ហ៊ីសហ្គ្រាម** ក្រាហ្វិកបារមួយ
ប្រភេទដែលបង្ហាញអំពីប្រេក្វង់។ *(p. 150)*

**horizontal axis/អ័ក្សផ្ដេក** *មើលពាក្យ* coordinate
plane ឬកូអរដោណេ ។ *(p. 184)*

**horizontal intercept/ចំណុចប្រសពផ្ដេក** *មើលពាក្យ*
$x$-intercept ចំណុចប្រសព $x$ ។ *(p. 428)*

**hyperbola/អ៊ីពែរបូល** ក្រាហ្វិករបស់ $xy = k, k \neq 0$
*មើលពាក្យ* reciprocal function ផង។ *(p. 230)*

**hypotenuse/អ៊ីប៉ូតេនុស** *មើលពាក្យ* right triangle
ត្រីកោណកែង ។ *(p. 344)*

**hypothesis/សម្មតិកម្ម** *មើលពាក្យ* if-then statement បំរាប់ "បើ-ដូច្នេះ" *(p. 492)*

# I

**identity function/អនុគមន៍សមភាព** អនុគមន៍ $y = x$ *(p. 230)*

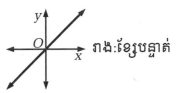

រាង:ខ្សែបន្ទាត់

**if-then statement/បំរាប់ "បើ-ដូច្នេះ"** សេចក្តីថ្លែង ប្រាប់ដែលមានមួយចំណែកធ្វើមដោយពាក្យ if បើ និងមួយផ្នែកទៀតធ្វើមដោយពាក្យ then ដូច្នេះ។ ឃ្លា ធ្វើមដោយពាក្យ if ជាសម្មតិកម្ម ឯផ្នែកដែលធ្វើម ដោយពាក្យ then ជាសេចក្តីសន្និដ្ឋាន។ គេអាចហៅរា បានម្យ៉ាងទៀតថា"បំរាប់មានលក្ខខណ្ឌ"។ *(p. 492)*

**image/រូបភាព** លទ្ធផលនៃការប្រែប្រួលរូប។ *(p. 337)*

**inductive reasoning/ដំណោះស្រាយអាំងឌុចទីវ** វិធីដោះស្រាយដែលក្នុងនោះសេចក្តីប្រកាសមតិ ឬ សេចក្តីសន្និដ្ឋានពឹងផ្អែកទៅលើលទ្ធផលនៃការសង្កេត ច្រើនយ៉ាង។ *(p. 479)*

**inequality/វិសមភាព** បំរាប់ដែលសរសេរឡើង ដោយដាក់សញ្ញាវិសមភាព(សញ្ញាមិនស្មើ) នៅចន្លោះ ពីរកន្សោមលេខឬពីរកន្សោមអផ្សេរ។ *(p. 144)*

**integer/អុិនថេហ្សឺរ** ចំនួនគត់វិជ្ជមានឬចំនួនគត់ អវិជ្ជមាន ឬ លេខសូន្យ។ *(p. 113)*

**interval/ចន្លោះ** *មើលពាក្យ* combined inequality វិសមភាពសមាស ។ *(p. 145)*

**irrational number/ចំនួនអៀរ៉ាស្យុណែល** ចំនួនពិត មួយដែលមិនអាចសរសេរជាផលចែករបស់ពីរអុិនថេ ហ្សឺរបាន។ *(p. 113)*

**isosceles triangle/ត្រីកោណសមបាត** ត្រីកោណ មួយដែលយ៉ាងហោចណាស់ត្រូវមានជ្រុងពីរប៉ុនគ្នា។ *(p. 44)*

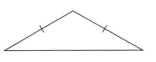

# K

**kite/ចតុកោណខ្លែង** ចតុកោណដែលមានជ្រុងប៉ុន គ្នាពីរគូ ប៉ុន្តែជ្រុងឈមមិនប៉ុនគ្នាទេ។ *(p. 45)*

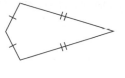

# L

**legs of a right triangle/ជើងត្រីកោណកែង** *មើលពាក្យ* right triangle ត្រីកោណកែង ។ *(p. 344)*

**length of a segment/ប្រវែងអង្កត់ត្រង់** រង្វាស់ ចម្ងាយរវាងពីរចំណុចរួមទាំងចំណុចបញ្ចប់ទាំងពីរខាង របស់អង្កត់ត្រង់មួយ។ *(p. 82)*

**like terms/អង្គដូចគ្នា** អង្គទាំងឡាយដែលមានអថេរ ដូចគ្នា ឬមានស្វ័យគុណអថេរដូចគ្នា។ *(p. 33)*

**line/ខ្សែបន្ទាត់** សំណុំចំណុចច្រើនដែលតម្រៀបគ្នា ជាជួរត្រង់បន្តទៅក្នុងទិសទាំងពីរខាងដោយគ្មាន ព្រំដែន។ *(p. 82)*

**line plot/ឡ្បាញ-ផ្នត់** វិធីគូរបង្ហាញដ្យាតាមួយសំណុំ នៅលើខ្សែបន្ទាត់លេខ។ វាក៏មាន ប្រយោជន៍ដែរក្នុង ការបង្ហាញឲ្យឃើញចំនួនដែលធំឬតូចធ្លោយ៧ផុតពីគ្នា និងចន្លោះព្រំដែននៃសំណុំដ្យាតា។ *(p. 137)*

**line of reflection/បន្ទាត់ចំណាំងឆ្លុះ** *មើលពាក្យ* reflection ចំណាំងឆ្លុះ។ *(p. 548)*

**line of symmetry/ខ្សែបន្ទាត់ស៊ីមេទ្រី** *មើលពាក្យ* symmetry ស៊ីមេទ្រី។ *(p. 45)*

**linear combination/បន្សំខ្សែបន្ទាត់** លទ្ធផល នៃការបូកសមីការខ្សែបន្ទាត់ពីរ ។ *(p. 426)*

**linear decay/តំហាយអនុគមន៍ខ្សែបន្ទាត់** ការថយចុះ នៃអនុគមន៍ខ្សែបន្ទាត់ដែលអាចកំណត់ ដោយ $y = mx + b, m < 0$ ។ *(p. 420)*

**linear equation/សមីការខ្សែបន្ទាត់** សមីការរបស់ ខ្សែបន្ទាត់មួយ។ *(p. 427)*

**linear function/អនុគមន៍ខ្សែបន្ទាត់** អនុគមន៍មួយ ដែលអាចកំណត់ដោយ $y = mx + b$ ។ *(p. 420)*

**linear growth/កំណើនអនុគមន៍ខ្សែបន្ទាត់**ការកើន ឡើងនៃអនុគមន៍ខ្សែបន្ទាត់ដែលអាចកំណត់ដោយ $y = mx + b, m > 0$ ។ (p. 420)

**linear inequality/វិសមភាពអនុគមន៍ខ្សែបន្ទាត់** វិសមភាពមួយដែលមានក្រាហ្វិករបស់វានៅលើឬ ក្រោមដោណោកាត់ខណ្ឌដោយខ្សែបន្ទាត់មួយហៅថា បន្ទាត់*ព្រំដែន*។ (p. 456)

**lower quartile/ភ្គាទីរលក្រោម** មេឌីយ៉ានរបស់ជាតា នៅក្នុងផ្នែកពាក់កណ្តាលខាងក្រោមនៃសំណុំជាតា មួយ។ (p. 158)

#  M

**margin of error/កម្រិតល្អៀង** នៅក្នុងការពិសោធន៍ មួយ ឬក្នុងការស្រង់មតិប្រជាជនគឺជាកម្រិតចន្លោះ ដែលលទ្ធផលត្រឹមត្រូវជាក់លាក់ត្រូវស្ថិតនៅក្នុង នោះ ។ (p. 323)

**mathematical model/គំរូតាងក្នុងគណិតសាស្រ្ត សមីការ** ឬក្រាហ្វិកដែលតាងបញ្ជាក់ចំណោទនៃ ជីវិតពិតៗ។ ការប្រើសមីការ ឬ ក្រាហ្វិកបែបនេះហៅ ថា*ការធ្វើគំរូតាង* ។ (p. 241)

**matrix/ម៉ាទ្រីក្ស** របៀបរៀបលេខទាំងឡាយជាក់ ជាជួរផ្ដេកនិងជាជួរឈរ។ ចំនួនជួរផ្ដេកគុណនឹងចំនួន ជួរឈរបានជា*វិមាត្រ*របស់ម៉ាទ្រីក្ស។ (p. 128)

**mean/មធ្យមភាគ** ផលបូករបស់ជាតាក្នុងមួយសំណុំ ជាតាចែកជាមួយនឹងចំនួនជាតាដែលបូកចូលគ្នា។ (p. 136)

**median/មេឌីយ៉ាន** លេខនៅចំកណ្តាលឬមធ្យមភាគ នៃពីរលេខកណ្តាលក្នុងជាតាមួយសំណុំកាលណាគេ រៀបជាក់តាមលំដាប់ទំហំលេខ ។ (p. 136)

**midpoint/ចំណុចកណ្តាល** ចំណុចដែលចែកអង្កត់ ត្រង់មួយជាពីរភាគស្មើគ្នា។ (p. 82)

**mode/ម៉ូដ** ចំណោកឬអង្គដែលចេញឬកើមានញឹក ញាប់ជាងគេបង្អស់ក្នុងជាតាមួយសំណុំ។ (p. 136)

**modeling/ការធ្វើគំរូតាង** *មើលពាក្យ* mathemati- cal model គំរូតាងក្នុងគណិតសាស្រ្ត។ (p. 241)

**monomial/ឯកធា** ពហុធាដែលមានតែមួយ ចំណោក ឬ អង្គមួយ។ (p. 578)

#  O

**obtuse angle/មុំទាល** មុំដែលមានរង្វាស់ទំហំ ចន្លោះ 90° និង 180° ។ (p. 86)

**obtuse triangle/ត្រីកោណទាល** ត្រីកោណ ដែលមានមុំណាមួយជាមុំទាល។ (p. 88)

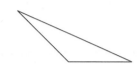

**octagon/អដ្ឋកោណ** ពហុកោណដែលមាន ប្រាំបីជ្រុង។ (p. 39)

**opposites/ចំនួនផ្ទុយ** ចំនួនមួយនិងចំនួន ផ្ទុយ របស់វាស្ថិតនៅចម្ងាយស្មើគ្នាពីលេខសូន្យលើ បន្ទាត់លេខប៉ុន្តែក្នុងទិសផ្ទុយគ្នា ។ ចំនួនផ្ទុយរបស់ 3 គឺ $-3$ ។ (p. 64)

**order of operations/លំដាប់នៃប្រមាណវិធី** វិធាន មួយសំណុំដែលកំណត់របៀបដែលអ្នកត្រូវធ្វើ ដើម្បី សម្រួលកន្សោមមួយគឺ៖ សម្រួលផ្នែកក្នុងវង់ក្រចកតិត លេខស៊ុយគុណនានា គុណឬចែកពីឆ្វេងទៅស្តាំនិង ជាទីបញ្ចប់បូកឬសងលេខពីឆ្វេងទៅស្តាំ។ (p. 26)

**ordered pair/លំដាប់គូ** *មើលពាក្យ* coordinates កូអរដោណេ ។ (p. 184)

**orientation/ការកំណត់ទិសដៅ** ទិសដៅតាមត្រនិច នាឡិកាឬបញ្ច្រាសទ្រនិចនាឡិកាដែលគេកំណត់លំដាប់ ចំណុចទាំងឡាយលើតំណុសតាង។ (p. 548)

**origin/ចំណុចដើម** *មើលពាក្យ* coordinate plane ប្លង់កូអរដោណេ ។ (p. 184)

**outcome/អោខម(បុលឧផល)** លទ្ធផលមួយដែល អាចចេញក្នុងការពិសោធន៍ក្នុងចំណោទប្រូបាប៊ីលីតេ។ អោខមមួយសំណុំបានជា*ហេតុការណ៍មួយ*។ (p. 308)

**outliers/អៅឡ្យាយយវ៌** តម្លៃជាតាដែលធំ ឆ្ងាយពេកឬតូចឆ្ងាយពេកជាងតម្លៃទៃទៀតក្នុងសំណុំ ជាតា។ ហេតុនេះហើយទើបវាមិនមែនជាតម្លៃគំរូក្នុង សំណុំជាតា ។ (p. 137)

# P

**parabola/ប៉ារ៉ាបូល** ក្រាហ្វិករបស់ $y = ax^2 + bx + c$, $a$ ≠ 0 ចំណុចត្រង់កន្លែងដែលខ្សែ កោងបត់ចុះ ឬបត់ឡើងជាអតិបរិមាណឬអប្បរិមាណ ហើយគេហៅវាថា*កំពូល*។ *មើលពាក្យ* squaring function អនុគមន៍ការេ។ *(pp. 229, 555)*

**parallel lines/ខ្សែបន្ទាត់ស្រប** ខ្សែបន្ទាត់ពីរក្នុងប្លង់ តែមួយដែលមិនមានចំណុចប្រសព្វ ។ *(p. 44)*

**parallelogram/ប្រលេឡូក្រាម** ចតុកោណដែល មានជ្រុងឈមស្របគ្នាទាំងពីរគូ។ *(p. 45)*.

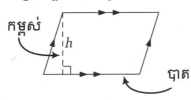

**pentagon/បញ្ចកោណ** ពហុកោណដែលមាន ប្រាំជ្រុង ។ *(p. 39)*

**perfect cube/គូបសុក្រឹត** ចំនួនមួយដែលមានឫស គូបរបស់វាជាអិនថេហ្គើរ។ *(p. 114)*

**perfect square/ការេសុក្រឹត** ចំនួនមួយដែលមាន ឫសការេរបស់វាជាអិនថេហ្គើរ ។ *(p. 114)*

**perpendicular/កែង** ខ្សែបន្ទាត់អង្កត់ត្រង់ឬកន្លះ បន្ទាត់ពីរដែលប្រសព្វគ្នាបង្កើតបានជាមុំកែង។ *(p. 44)*

**polygon/ពហុកោណ** រូបតំនូសក្នុងប្លង់ផ្សំឡើងដោយ អង្កត់ត្រង់ច្រើន ។ អង្កត់ត្រង់ទាំងនោះហៅថា*ជ្រុង*។ ជ្រុងមួយៗប្រសព្វនឹងជ្រុងមួយទៀតត្រង់ចំណុចចុង បញ្ចប់។ ចំណុចប្រសព្វទាំងនេះហៅថា *កំពូល*។ ជ្រុង ពីរដែលមានកំពូលរួមមួយមិនអាចស្ថិតនៅលើខ្សែ បន្ទាត់ទ្រមតែមួយជាមួយគ្នាបានទេ។ *(p. 39)*

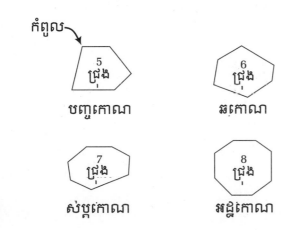

| | |
|---|---|
| 5 ជ្រុង | 6 ជ្រុង |
| បញ្ចកោណ | ឆកោណ |
| 7 ជ្រុង | 8 ជ្រុង |
| សប្តកោណ | អដ្ឋកោណ |

**population/ធាតុសំណុំ** វត្ថុ ឬ ធាតុទាំងអស់ក្នុង សំណុំទាំងមូលដែលគេកំពុងសិក្សា។ *(p. 321)*

**power/ស្វ័យគុណ** ចំនួនមួយដែលគេប្រើសម្រាប់ កំណត់ចំនងដងនៃកត្តាគុណ។ ក្នុងស្វ័យគុណ $5^2$ លេខ 5 ហៅថា *គោល* និងលេខ 2 ហៅថា *និទស្សន្ត*។ *(p. 19)*

**prism/ព្រិស្ម** រូបតំនូសតាងវិមាត្រីបីដែលមាន បាតពីរប៉ុន្តគ្នានឹងស្របគ្នា។ ផ្ទៃដែលទៅឡៀតរបស់ ព្រិស្មហៅថា មុខ ។ *(p. 507)*

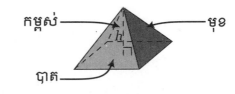

ចតុកោណាព្រិស្ម

**probability/ប្រូបាបីលីតេ** ផលធៀបនៃចំនួនអោខម ដែលគេចង់បាងធៀបទៅនឹងចំនួនអោខមទាំងអស់។ *(p. 308)*

**proportion/សមាមាត្រ** សមីការមួយដែលបង្ហាញ ផលធៀបពីរស្មើគ្នា។ *(p. 314)*

**pyramid/ពីរ៉ាមីដ** រូបតំនូសតាងវិមាត្រីបីដែលមាន បាតមួយ និងមុខទាំងអស់ជាត្រីកោណ។ *(p. 509)*

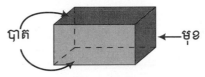

**Pythagorean theorem/ទ្រឹស្តីបទពីថាហ្គ័រ** បើប្រវែង អ៊ីប៉ូតេនុសរបស់ត្រីកោណកែងមួយជា $c$ និងប្រវែង ជើងទាំងពីររបស់ត្រីកោណជា $a$ និង $b$ ដូច្នេះគេ បាន $c^2 = a^2 + b^2$ ។ *(p. 478)*

# Q

**quadrant/កាដ្រង់** *មើលពាក្យ* coordinate plane ប្លង់កូអរដោណេ។ *(p. 184)*

**quadratic equation/សមីការក្វាដ្រាទិក** សមីការ ណាមួយដែលអាចសរសេរបានក្នុងទម្រង់ $ax^2 + bx + c = 0$, $a ≠ 0$ ។ *(p. 599)*

**quadratic formula/រូបមន្តក្វាជ្រាទិក** រូបមន្ត

$$x = -\frac{b}{2a} \pm \frac{\sqrt{b^2 - 4ac}}{2a},$$

បំរាប់ $0 = ax^2 + bx + c$, $a \neq 0$ ។ *(p. 601)*

**quadratic function/អនុគមន៍** ក្វាជ្រាទិកអនុគមន៍
ណាមួយដែលមានទម្រង់:
$y = ax^2 + bx + c$, $a \neq 0$ ។ *(p. 599)*

**quadrilateral/ចតុក្កោណ** ពហុកោណមួយដែលមាន
ប្លនជ្រុង ។ *(p. 39)*

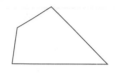

# R

**radical form/ទម្រង់រ៉ាឌីកាល់** កន្សោមមួយដែលមាន
ប្រើនិមិត្តសញ្ញារ៉ាឌីកាល់($\sqrt{\ }$) ។ ឧទាហរណ៍ $\sqrt{11}$ ។
*(p. 487)*

**radius/កាំរង្វង់** កន្លះបន្លាត់ផ្ចិតរបស់រង្វង់។ *(p. 376)*

**range/ទំហំចន្លោះ** ផលសងរវាងអេចស្រ្រីមទាំងពីរ
ក្នុងសំណុំដាតាមួយ។ *(p. 137)*

**rate/កម្រិតឡេវផល** ឡេបដែលប្រៀបឡេបចំនួន
ពីរយ៉ាងដែលមានខ្នាតខ្នាស់ផ្សេងគ្នា។ ឧទាហរណ៍
ម៉ៃ្យត្រក្នុងមួយវិនាទី។ *(p. 302)*

**ratio/ផលឡេប** ផលចេកដែលបានមកកាលណាគេ
ចេកចំនួនមួយជាមួយនិងចំនួនទីពីរដែលមិនស្មើនឹង
សូន្យ ។ *(p. 301)*

**rational number/ចំនួនរ៉ាស្យូណែល** ចំនួនពិតដែល
អាចសរសេរបានជាផលចេករ៉ុបស់អ៊ិនថេហ្ស៊ីរពីរ
$\frac{a}{b}$, $b \neq 0$ ។ *(p. 113)*

**ray/កន្លះបន្លាត់** ផ្នែកមួយនៃខ្សែបន្លាត់ដែលចាប់ផ្តើម
ត្រង់ចំណុចមួយជាចំណុចបញ្ចប់ម្ខាងនិងម្ខាងទៀត
អាចបន្លាយទៅក្នុងទិសដៅមួយគ្មានទីបញ្ចប់។ *(p. 85)*

**real number/ចំនួនពិត** ចំនួនណាមួយដែលជាចំនួន
រ៉ាស្យូណែល ឬចំនួនអៀរ៉ាស្យូណែល។ *(p. 113)*

**reciprocals/រ៉េស៊ីប្រូកល់(ឬចំនួនបញ្ច្រាស)** ពីរចំនួន
ដែលមានផលគុណស្មើនឹង 1 ។ *(p. 275)*

**reciprocal function/បដិគមន៍** អនុគមន៍ $y = \frac{1}{x}$
*(p. 230)*

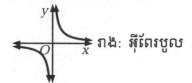

វាង: អ៊ីផែរបូល

**rectangle/ចតុក្កោណកែង** ចតុក្កោណដែលមានមុំ
កែងបួន។ *(p. 45)*

**rectangular prism/ព្រីស្ម្រ៉ត្រង់** មើលពាក្យ prism
ព្រីស្ម ។ *(p. 507)*

**reflection/ចំណាំងឆ្លុះ** រូបភាពដែលអ្នកបានកាល
ណាអ្នកត្រឡប់រូបគំនូរសតាងមួយពីលើខ្សែរូបឆ្នាត់។
បន្លាត់នេះហៅថា បន្លាត់ចំណាំងឆ្លុះ ។ *(p. 548)*

**regular pyramid/ពីរ៉ាមីដិសាមញ្ញ** ពីរ៉ាមីដមួយដែល
មានបាតជាពហុកោណសាមញ្ញនិងមុខទាំងអស់ជា
ត្រីកោណសមបាតប៉ុនៗគ្នា។ កម្ពស់ ជាចម្ងាយកែងពី
កំពូលទៅចំណុចកណ្តាលរបស់បាត។ កម្ពស់របស់
មុខជា កម្ពស់ទ្រេត។ *(p. 509)*

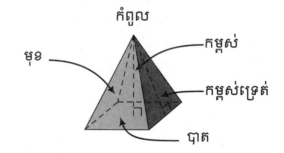

កំពូល

មុខ

កម្ពស់

កម្ពស់ទ្រេត

បាត

**rhombus/ចតុក្កោណស្មើ** ចតុក្កោណដែល
មានជ្រុងប្លនប៉ុនគ្នា។ *(p. 45)*

**right angle/មុំកែង** មុំដែលមានទំហំ $90°$ ។ *(p. 86)*

**right triangle/ត្រីកោណកែង** ត្រីកោណដែល
មានមុំកែងមួយ។ ជ្រុងឈមទៅមុំកែងហៅថា
*អ៊ីប៉ូតេនុស*និងជ្រុងពីរទៀតហៅថា *ជើង* ។ (p. 44)

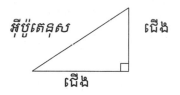

អ៊ីប៉ូតេនុស        ជើង

ជើង

**rise/វេយ:កម្ពស់** ការប្រែប្រួលកម្ពស់រវាងពីរចំណុច
នៅលើខ្សែបន្ទាត់មួយ ។ (p. 361)

**rotation/រង្វិល** ការវិលជុំវិញចំណុចមួយដែលគេ
ហៅថា *ផ្ចិតរង្វិល* ។ កំនុសតាងដែលនៅតែមើល
ឃើញដែលបន្ទាប់ពីវិលបិតិចជាង 360° គេថាវាមាន
*រង្វិលស៊ីមេទ្រី* ។ (p. 202)

**rotational symmetry/រង្វិលស៊ីមេទ្រី** *មើលពាក្យ*
rotation *រង្វិល* ។ (p. 205)

**run/វេយ:ចម្ងាយ** ការប្រែប្រួលចម្ងាយរវាងពីរចំណុច
នៅលើខ្សែបន្ទាត់មួយ ។ (p. 361)

# S

**sample/គំរូសំណាក** ធាតុនៃសំណុំរងមួយដែលគេ
កំពុងសិក្សា ឬកំពុងធ្វើការពិសោធន៍ ។ (p. 321)

**sampling/ការស្រង់ស្ថិតិ** ការស្រង់ស្ថិតិគំរូពីមនុស្ស
មួយចំនួនដើម្បីសិក្សាឬធ្វើការពិសោធន៍។ ស្ថិតិគំរូ
សំណាកត្រូវគេជ្រើសរើសដោយ *ព្រាវៗ* មានន័យថា
មនុស្សម្នាក់ៗមានសំណាងស្មើៗគ្នានឹងត្រូវបានគេ
ជ្រើសរើស ។ (p. 323)

**scale/មាត្រដ្ឋាន** ផលធៀបរវាងទំហំដែលគេតាងរូប
ទៅនឹងទំហំពិតរបស់វត្ថុ។ (p. 330)

**scale drawing/គំនូរមាត្រដ្ឋាន** រូបគំនូរដែលតំណាង
និងដូចវត្ថុពិត ។ (p. 330)

**scale factor/កត្តាមាត្រដ្ឋាន** ផលធៀបរវាងប្រវែង
រូបភាពកើតថ្មីទៅនឹងប្រវែងរូបដើមនៃការរីក។ (p. 337)

**scalene triangle/ត្រីកោណសាមញ្ញ** ត្រីកោណមួយ
ដែលមានជ្រុងទាំងបីមិនស្មើគ្នា ។ (p. 44)

**scatter plot/ស្កាត់ទ័រផ្លត់** ក្រាហ្វិកនៃចំណុចទាំង
ឡាយដែលគេប្រើសម្រាប់កំណត់ទំនាក់ទំនងជាតា
ពីរសំណុំបើប្រសិនជាមាន។ ខ្សែបន្ទាត់ដែលកាតជិត
ចំណុចភាគច្រើនជាងគេក្នុងសំណុំដាតា ហៅថា
*ហ្វិតទិដ្ឋវិញ្ញាញ*។ (p. 212)

**scientific notation/កំណត់វិទ្យាសាស្ត្រ** ចំនួនមួយ
សរសេរជាលេខយ៉ាងតូចបំផុតត្រឹមមួយប៉ុន្តែត្រូវតូច
ជាងដប់ដែលត្រូវគុណជាមួយនិងស្វ័យគុណរបស់
ដប់ ។ (p. 72)

**sector/ចម្រៀករង្វង់** *មើលពាក្យ* arc *ធ្នូរង្វង់*។
(p. 402)

**segment/អង្កត់ត្រង់** ចំណុចពីរលើខ្សែបន្ទាត់មួយ
និងចំណុចទាំងអស់ដែលនៅចន្លោះចំណុចទាំង
ពីរនោះ។ (p. 82)

**side/ជ្រុង** *មើលពាក្យ* polygon *ពហុកោណ*។ (p. 40)

**similar figures/រូបតំនុសតាងដូចគ្នា** តំនុសតាងពីរ
ដែលមានរាងដូចគ្នាប៉ុន្តែមិនចបាច់មានទំហំប៉ុនគ្នាទេ។
(p. 329)

**similar space figures/តំនុសតាងវិមាត្របីដូចគ្នា**
តំនុសតាងមានវិមាត្របីទាំងឡាយដែលមានរាងដូច
គ្នាប៉ុន្តែមិនចាំបាច់មានទំហំប៉ុនគ្នាទេ។ (p. 532)

**sine/ស៊ីនុស** *មើលពាក្យ* trigonometric ratios
*ផលធៀបត្រីកោណមាត្រ*។ (p. 344)

**slant height of a regular pyramid/**
**កម្ពស់រេទ្រករបស់ពីរ៉ាមីដ** *មើលពាក្យ* regular pyra-
mid *ពីរ៉ាមីដិសាមញ្ញ* ។ (p. 510)

**slope/ស្លូប(ឬជម្រេល)** រង្វាស់ជម្រេលរបស់ខ្សែ
បន្ទាត់ដែលកំណត់ដោយផលធៀបនេវេយ:កម្ពស់ទៅ
នឹងវេយ:ចម្ងាយ។ (p. 361)

**slope-intercept form of an equation/**
**រូបមន្តប្រពួស្សុបរបស់សមីការ** ខ្សែបន្ទាត់ដែលមាន
សមីការ $y = mx + b$ ដែលក្នុងនោះ $m$ តាងស្លូប និង
$b$ តាងចំណុចប្រសព្វជាមួយអក្ស $y$ ។ (p. 418)

**solution/ចម្លើយ** តម្លៃទាំងឡាយរបស់អថេរដែល
ធ្វើឲ្យសមីការមួយពិត។ (p. 99)

**solution of an equation with two variables/**
**ចម្លើយរបស់សមីការដែលមានពីរអថេរ** លំដាប់គូ
លេខទាំងឡាយដែលធ្វើឲ្យសមីការមួយដែលមានពីរ
អថេរពិត ។ (p. 426)

**Multi-Language Glossary, INTEGRATED MATHEMATICS**

**53**

# Cambodian Glossary

**solution of a system/ចម្លើយរបស់ប្រព័ន្ធសមីការ** តម្លៃទាំងឡាយរបស់អថេរនានាដែលធ្វើឲ្យប្រព័ន្ធ សមីការមួយពិត ។ *(p. 291)*

**solution of a system of inequalities/ ចម្លើយរបស់ប្រព័ន្ធវិសមភាព/**តម្លៃទាំងឡាយ របស់អថេរនានាដែលធ្វើឲ្យប្រព័ន្ធវិសមភាពមួយពិត។ *(p. 464)*

**solution region/ភាគចម្លើយ** *មើលពាក្យ* linear inequality វិសមភាពអនុគមន៍ខ្សែបន្ទាត់។ *(p. 456)*

**solving an equation/ដំណោះស្រាយសមីការ** ការគណនាតម្លៃទាំងអស់របស់អថេរដែលធ្វើឲ្យសមីការ មួយពិត។ *(p. 99)*

**spreadsheet/ស្ព្រេដស៊ីត** កាតសម្រាប់កុមព្យូទ័រ ដែលជាម៉ាទ្រីក្សមួយប្រភេទ។ ក្រឡាឬទិដ្ឋាំងនីមួយៗ ក្នុងស្ព្រេដស៊ីត ហៅថា *សេល* ។ *(p. 129)*

**square/ការេ** ចតុកោណមួយដែលមានជ្រុងបួន ប៉ុនគ្នា និងមានមុំកែងបួន។ *(p. 45)*

**square root/ឬសការេ** កត្តាមួយក្នុងចំណោម កត្តាស្មើគ្នាទាំងពីររបស់ចំនួនមួយ ។ *(p. 112)*

**squaring function/អនុគមន៍ការេ** អនុគមន៍ $y = x^2$ ។ *(p. 230)*

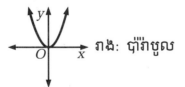

រាង: ប៉ារ៉ាបូល

**standard form of a linear equation/រូបមន្តជា បមាណីររបស់សមីការអនុគមន៍បន្ទាត់** បន្ទាត់ដែលមានសមីការ $ax + by = c$ ក្នុងនោះ $a, b,$ និង $c$ ជាអិនថេរហើរ ហើយ $a,$ និង $b$ មិនមែនជាលេខសូន្យៗ។ *(p. 427)*

**stem-and-leaf plot/ស្ទឹម-អិន-លីហ្វ ផ្លត់** តំណាង ដាតាដែលនៅក្នុងនោះចំនួននិមួយៗតាងដោយគំនូស ៩ងមួយនិងរូបស្លឹកមួយ។ *(p. 152)*

**straight angle/មុំរាប** មុំដែលមានរង្វាស់ 180°។ *(p. 86)*

**substitute/ផ្លាស់ជំនួស** ផ្លាស់អថេរដោយតម្លៃជាលេខ ដែលគេប្រាប់ជំនួសវិញ។ *(p. 12)*

**supplementary angles/មុំបន្ថែម** មុំពីរដែលមាន ផលបូករបស់វាស្មើនឹង 180° ។ *(p. 86)*

**symmetry/ស៊ីមេទ្រី** បើកាលណាពហុកោណ មួយអាចបត់ជាពីរយ៉ាងណាឲ្យមួយចំហៀងត្រូត ស៊ីគ្នានឹងមួយចំហៀងទៀតបេះបិតគេថាពហុកោណ នេះមាន ស៊ីមេទ្រី ។ បន្ទាត់ដែលរបស់ទាំងពីរបត់លើ គ្នានោះហៅថា *ខ្សែស៊ីមេទ្រី* ។ *(p. 45)*

**system of equations/ប្រព័ន្ធសមីការ** សមីការពីរ ឬច្រើននៅក្នុងអថេរទាំងឡាយដូចគ្នា។ *(p. 291)*

**system of inequalities/ប្រព័ន្ធវិសមភាព** វិសមភាព ពីរឬច្រើននៅក្នុងអថេរទាំងឡាយដូចគ្នា។ *(p. 464)*

# T

**tangent ratio/ផលធៀបតង់ហ្សង់** *មើលពាក្យ* trigonometric ratios ផលធៀបត្រីកោណមាត្រ។ *(p. 361)*

**term/អង្គ** កន្សោមនិមួយៗនៅក្នុងផលបូក។ *(p. 33)*

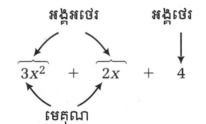

**terms of a proportion/អង្គរបស់សមាមាត្រ** លេខ ឬអថេរទាំងឡាយក្នុងសមាមាត្រមួយ។ *(p. 314)*

**theoretical probability/ទ្រឹស្តីប្រូបាប៊ីលីតេ** កាល ណាអឿងមទាំងអស់របស់ការពិសោធន៍មួយមាន លទ្ធភាពនឹងចេញស្មើៗគ្នាយ៉ាងនេះប្រូបាប៊ីលីតេរបស់ ហេតុការណ៍មួយជាផលធៀបរវាងអឿងមដែលគេចង់ បានទៅនឹងចំនួនអឿងមទាំងអស់ ។ *(p. 309)*

**transformation/បម្រែរូប** ការប្រែប្រួលផ្លាស់ប្តូររបស់ វត្ថុមួយ ឬរបស់ទីតាំងវា។ *(p. 202)*

**translation/ការវិកិស** ការវិកិសគំនុសតាង មួយដោយគ្មានផ្លាស់ប្តូរទំហាំ ឬរាងរបស់វានិងដោយ គ្មានបង្វិល ឬត្រឡប់វា។ កាលណាគំនុសតាងមួយ អាចវិកិសបានក្នុងប៉ាទៀនមួយគេថាប៉ាទៀននោះមាន *ស៊ីមេទ្រីវិកិស* ។ *(p. 197)*

**translational symmetry/ស៊ីមេទ្រីរំកិល** មើលពាក្យ translation រំកិល ។ *(p. 199)*

**trapezoid/ចតុក្កោណព្នាយ** ចតុក្កោណដែលមាន យ៉ាងហោចពីរជ្រុងស្របគ្នាហៅថា បាត ។ ជ្រុង៨ ទៀតហៅថា ជើង ។ *(p. 193)*

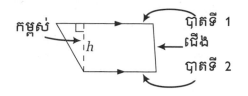

**triangle/ត្រីកោណ** ពហុកោណមួយដែលមានបី ជ្រុង។ *(p. 39)*

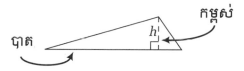

**trigonometric ratios/ផលធៀបត្រីកោណមាត្រ** ផលធៀបកូស៊ីនុស ស៊ីនុស និងតង់សង់។ *(p. 344)*

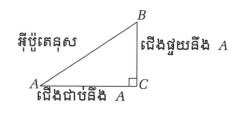

កូស៊ីនុស $\quad A = \dfrac{\text{ជាប}}{\text{អ៊ីប៉ូតេនុស}} = \dfrac{AC}{AB}$

ស៊ីនុស $\quad A = \dfrac{\text{ផ្ទុយ}}{\text{អ៊ីប៉ូតេនុស}} = \dfrac{BC}{AB}$

តង់សង់ $\quad A = \dfrac{\text{ផ្ទុយ}}{\text{ជាប}} = \dfrac{BC}{AC}$

**trinomial/ត្រីធា** ពហុធាដែលមានអង្គបី។ *(p. 584)*

# U

**unit rate/តម្លៃមួយឯកតា** តម្លៃសម្រាប់មួយឯកតានៃ បរិមាណអ្វីមួយ ។ *(p. 302)*

**upper quartile/ក្វាទីលលើ** មេឌីយ៉ានរបស់ជាតានៅ ផ្នែកពាក់កណ្ដាលខាងលើនៃជាតាមួយ។ *(p. 158)*

# V

**variable/អថេរ** និមិត្តសញ្ញាជាទូទៅតាងដោយតួអក្សរ ដែលតំណាងចំនួនមួយ។ *(p. 10)*

**variable expression/កន្សោមអថេរ** កន្សោមមួយ ដែលមានអថេរមួយក្នុងនោះ ។ *(p. 10)*

**variable terms/អង្គអថេរ** អង្គទាំងឡាយរបស់ កន្សោមមួយដែលមានអថេរមួយក្នុងនោះ ។ *មើលពាក្យ* term អង្គ ។ *(p. 256)*

**variation constant/បម្រែប្រួលអថេរ** ចំនួនអថេរ $k$ ដែលមិនមែនជាសូន្យ ក្នុងការប្រែប្រួលផ្ទាល់ដែល កំណត់ដោយ $y = kx$ ។ *(p. 360)*

**vertex of an angle/កំពូលមុំ** *មើលពាក្យ* angle មុំ។ *(p. 85)*

**vertex of a parabola/កំពូលប៉ារ៉ាបូល** *មើលពាក្យ* parabola ប៉ារ៉ាបូល ។ *(p. 555)*

**vertex of a polygon/កំពូលជ្រុងពហុកោណ** *មើលពាក្យ* polygon ពហុកោណ ។ *(p. 40)*

**vertical angles/មុំទល់កំពូល** មុំពីរប៉ុន្តែគ្នាដែលកើតពី បន្ទាត់ពីរកាត់ខ្វែងគ្នា ហើយមុំទាំងពីរបែរមុខទៅទិស ផ្ទុយគ្នា។ *(p. 87)*

**vertical axis/អ័ក្សឈរ** *មើលពាក្យ* coordinate plane ប្លង់កូអរដោណេ ។ *(p. 184)*

**vertical intercept/ចំណុចប្រសព្វអ័ក្សឈរ** *មើលពាក្យ* $y$-intercept ចំណុចប្រសព្វអ័ក្ស $y$ ។ *(p. 418)*

**vertical-line test/តេស្ត៍បន្ទាត់ឈរ** កាលណាពីរ ឬប្រើចំណុចរបស់ក្រាហ្វិកមួយស្ថិតនៅលើបន្ទាត់ ឈរវែតមួយជាមួយគ្នា ក្រាហ្វិកនោះមិនមែនជា អនុគមន៍ទេ។ *(p. 221)*

# X

**x-axis/អ័ក្ស $x$** អ័ក្សលើបន្ទាត់ផ្ដេកក្នុងប្លង់ កូអរដោណេ ។ *(pp. 226, 550)*

**x-intercept/ចំណុចប្រសព្វជាមួយអ័ក្ស $x$** ចំណុច ដែលក្រាហ្វិកប្រសព្វជាមួយនឹងអ័ក្ស $x$ ។ គេហៅ ម្ដងទៀតថា ចំណុចប្រសព្វអ័ក្សផ្ដេក ។ *(p. 563)*

## Cambodian Glossary

## Y

**y-axis/អ័ក្ស y** អ័ក្សលើបន្ទាត់ឈរក្នុងប្លង់កូអរដោណេ។ *(pp. 226, 550)*

**y-intercept/ចំណុចប្រសព្វជាមួយអ័ក្ស y** ចំណុចដែលក្រាហ្វិកប្រសព្វជាមួយនឹងអ័ក្ស y ។ គេហៅម្យ៉ាងទៀតថា ចំណុចប្រសព្វអ័ក្សឈរ ។ *(p. 563)*

## Z

**zero-product property/លក្ខណៈផលគុណសូន្យ** កាលណាផលគុណនៃ កត្តាទាំងឡាយស្មើនឹងសូន្យក្នុងចំណោមនោះត្រូវ តែមានកត្តាណាមួយឬច្រើនកត្តាស្មើនឹងសូន្យ។ បើ $ab = 0$ ដូច្នេះ $a = 0$ ឬ $b = 0$ ។ *(p. 495)*

# Laotian Glossary

ພາສາອັງກິດ-ລາວ

## A

**absolute value/ຄຸນຄ່າຕາຍຕົວ** ລະຍະວັດແທກຈາກຈຸດເລກສູນ ໄປຫາເລກຕົວໃດຕົວນຶ່ງ. (*p. 64*)

**absolute value function/ໜ້າທີ່ຂອງເລກເລກຕາຍຕົວ** ການທຳງານຂອງເລກ $y = |x|$. (*p. 230*)

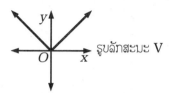

ຮູບລັກສະນະ V

**acute angle/ມຸມແຫຼມ** ມຸມທີ່ແທກໄດ້ລະຫວ່າງ 0° ຫາ 90° ອົງສາ. (*p. 86*)

**acute triangle/ຮູບສາມຫຼ່ຽມມຸມແຫຼມ** ຈຸຍຂະຂອງຮູບສາມຫຼ່ຽມ ທີ່ມີມຸມແຫຼມ ສາມມຸມ. (*p. 88*)

**angle/ມຸມ** ເສັ້ນຮັງສີທີ່ມີສົ້ນສຸດຕ່ອກັບ ຮຽກວ່າ ຈຸດສຸດ. (*p. 85*)

ຈຸດສຸດ

$0 < \angle A < 90°$
ມຸມແຫຼມ

$\angle A = 90°$
ມຸມສາກ

$90° < \angle A < 180°$
ມຸມປ້ານ

$\angle A = 180°$
ມຸມຊື່

**arc/ເສັ້ນກົ່ງ** ສ່ວນນຶ່ງຂອງຮູບວົງມົນ = ມຸມໃດທີ່ມີຈຸດສຸດຢູ່ໃຈກາງຂອງ ຮູບວົງມົນແນ່ນ ມຸມໃຈກາງຂອງຮູບວົງມົນ. ຂອບເຂດຂອງມຸມໃຈກາງ ແລະເສັ້ນກົ່ງຮຽກວ່າ ພາກສ່ວນຂອງຮູບວົງມົນ. (*p. 377*)

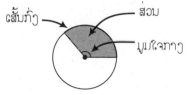

ເສັ້ນກົ່ງ
ສ່ວນ
ມຸມໃຈກາງ

## arc length ຄວາມຍາວຂອງເສັ້ນກົ່ງ ການວັດແທກເສັ້ນກົ່ງ. (*p. 377*)

**at random/ຢ່າງບໍ່ຈຳແນກ** ເບິ່ງຕາມ ການເລືອກຕົວຢ່າງ. (*p. 308*)

## B

**base/ພື້ນ** ເບິ່ງຕາມຮູບສີ່ຫລ່ຽມຄາງວາຍນ, ຮູບສີ່ຫລ່ຽມຄາງໝູ, ຮູບສາມຫລ່ຽມ. (*pp. 281, 282, 283*)

**base of a power/ເລກຕົວຕັ້ງ** ເບິ່ງຕາມ ເລກພລັງ. (*p. 19*)

**bases of a prism/ພື້ນຂອງຮູບສາມມິຕິ** ເບິ່ງຕາມ ຮູບຫລ່ຽມສາມມິຕິ. (*p. 507*)

**binomial/ຄ່າຂອງເລກສອງຈຳນວນ** ຄ່າຂອງເລກສອງຈຳນວນທີ່ມີ ສອງຂໍ້ ປະກອບກັນ. (*p. 578*)

**boundary line/ເສັ້ນໝາຍເຂດ** ເບິ່ງຕາມ ຕາມເສັ້ນຂີດທີ່ບໍ່ເຂດຈຳ ກັດ. (*p. 456*)

**box–and–whisker plot/ເສັ້ນອະທິບາຍຂັ້ນ** ວິທີວາງຕົວເລຂ ເພື່ອສະແດງໃຫ້ເຫັນເຖິງເລຂຕົວກາງໝູ່, ເລຂຕັດຕົວກາງໝູ່ ແລະ ເລກຕົວຂອບສຸດ. (*p. 158*)

ຄະແນນ ທົດສອບ

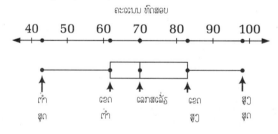

40  50  60  70  80  90  100

ຕຳ
ສຸດ

ເຂດ
ຕຳ

ເລກກຄັ້ງ

ເຂດ
ສຸງ

ສຸງ
ສຸດ

## C

**cell/ຫ້ອງແຖວເລກ** ເບິ່ງຕາມຮ່າງຕັ້ງເລຂຫ້ອງແຖວ. (*p. 129*)

**center of dilation/ໃຈກາງຂອງການຍ້າຍເສັ້ນ** ເບິ່ງຕາມ ການ ປ່ຽນຮູບຊົງ. (*p. 337*)

**center of rotation/ໃຈກາງຂອງການໝຸນວຽນ** ເບິ່ງຕາມ ການ ໝຸນວຽນ. (*p. 202*)

**central angle of a circle/ມຸມໃຈກາງຂອງຮູບວົງມົນ** ມຸມທີ່ມີ ຈຸດສຸດ ຢູ່ໃຈກາງຂອງຮູບວົງມົນ. ເບິ່ງຕາມ ເສັ້ນກົ່ງ. (*p. 85*)

**circumference/ເສັ້ນຮອບວົງ** ລວງອ້ອມຂອງຮູບວົງມົນ. ເສັ້ນທີ່ມາ ຮວມກັນ ຢູ່ໃຈກາງຂອງຮູບວົງມົນ ເເມ່ນ *ເສັ້ນຜ່າໃຈກາງຂອງຮູບວົງມົນ*. (p. 375)

ເສັ້ນຜ່າສູມກາງວົງມົນ

$$C = \pi d$$

ເສັ້ນຮອບວົງ

**coefficient/ເລຂທະວິຄູນ** ເລຂທີ່ຄູນໃຫ້ຕົວອື່ນ *ເບິ່ງຕາມ ຕົວເລຂ* (p. 33)

**combined inequality/ປະໂຍກເລກຜສົມ ທີ່ບໍ່ເທົ່າກັນ** ປະໂຍກເລກບໍ່ເທົ່າກັນ ທີ່ມີຄ່າຫມາຍບໍ່ເທົ່າກັນ ໂດຍທີ່ຄ່າຂອງອັກສອນ ຢູ່ລະວ່າງກາງຂອງສອງຈຳນວນ. ປະໂຍກເລກບໍ່ເທົ່າກັນ ຂຶ້ມວ່າ $-3 < x \le 5$ ຂຶ້ງວຽນຢູ່ໃນເສັ້ນເລກ ຕາມສ່ວນເສັ້ນ ຫລື *ລະຍະເສັ້ນ*. (p. 144)

**complementary angles/ມຸມຜສົມ** ສອງມຸມຜສົມເຂົ້າກັນເເທກ ໄດ້ 90° ອົງສາ. (p. 86)

**complementary events/ກໍລະນີປະສາມກັນ** ຕົວຢ່າງ, ໃນກໍລະ ນີທີ "$E$ ເກີດຂຶ້ນໄດ້" ກໍດ້ວຍວ່າ ກາມປະສາມຂອງກໍລະນີທີ "$E$ ເກີດຂຶ້ນ ບໍ່ໄດ້." (p. 310)

**concept map/ເເຜນທີ່ຫລັກສູດ** ສິ່ງທີ່ທ່ານສາມາດເຫັນ ເພື່ອ ຊ່ວຍຄວາມຊົງຈຳ ໃນການພົວພັນຂອງ ຄວາມຄິດຕ່າງໆ. (p. 5)

**conclusion/ກາມສລຸບ** *ເບິ່ງຕາມ* ປະໂຍກທີ່ມີ ຖ້າວ່າ-ກໍເເປ່ວ່າ. (p. 492)

**conditional statements/ຂໍ້ຄວາມທີ່ມີເຫດ ເເລະຜົລກ່ຽວຮ່ວມກັນ** *ເບິ່ງຕາມ ຂໍ້ຄວາມທີ່ກ່ຽວພັນ* (p. 492)

**cone/ຮູບຊົງຈວ** ຮູບທີ່ມີພື້ນວົງມົນ ເເລະຈຸດສຸດ. (p. 524)

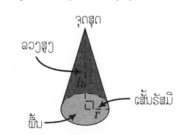

ຈຸດສຸດ

ລວງສູງ

$h$

ພື້ນ

ເສັ້ນຣັສມີ

$r$

**congruent/ເຫົ່າກັນ** ມີຂມາດ ເເລະຮູບຮ່າງເທົ່າກັນ. (p. 38)

**congruent angles/ມຸມເຫົ່າກັນ** ມຸມທີ່ເເທກໄດ້ເທົ່າກັນ. (p. 87)

**congruent segments/ເສັ້ນເຫົ່າກັນ** ເສັ້ນທີ່ເເທກໄດ້ເທົ່າກັນ. (p. 82)

**conjecture/ສລຸບໄດ້ຈາກການສັງເກດ** ປະໂຍກ, ການສລຸບ, ຫລື ດ້ວຍຄວາມຄິດເຫັນ ທີ່ອີງຕາມການສັງເກດ. (p. 21)

**constant term/ຕົວເລຂທີ່ຕາຍຕົວ** ເລຂທີ່ມີພຽງຕົວດຽວ. *ເບິ່ງຕາມ ຂໍ້ຄວາມ* (p. 33)

**continuous/ບໍ່ຢຸດສຸດ** ຈຳນວນທີ່ຖຶກວັດເເທກ. (p. 60)

**control variable/ຕົວເລຂບໍ່ເເນ່ນອນທີ່ຍໍໃນຂອບເຂດ** (p. 218)

**converse/ກາມປີ້ນຄວາມ** ຄວາມເວົ້າທີ່ບໍ່ເເນ່ນອນ ຈາກຂໍ້ຄວາມເດີມ. (p. 494)

**converse of the Pythagorean theorem/ກາມປີ້ນສູດ ຂອງ ປີທາໂກເຣມ** ຖ້າວ່າລວງຍາວວ່າງໜຶ່ງຂອງຮູບສາມຫລ່ຽມນັ້ນ ເເມ່ນ ສາມຫລ່ຽມມຸມສາກ. (p. 495)

**conversion factor/ກາມປີ້ນຕົວຄູນ** ກາມປີ້ນຕົວຄູນ ເເມ່ນອັຕຣາ ຂອງສອງຈຳນວນເທົ່າກັນ ເເລະເເທກປັບຫນ່ວຍຕ່າງກັນ. (p. 393)

**coordinate geometry/ກາມຄຳນວນເລຂເລຂາຄະນິດ** ກາມຄຳ ນວນເລຂເລຂາຄະນິດທີ່ກ່ຽວກັບເເຕ້ມ, ວິຈັຍ, ຊອກຫາຫນ້າພຽງ, ປຽບທຽບຮູບຢູ່ຕາມເສັ້ນ. (p. 190)

**coordinate plane/ກາມວາງເສັ້ນ** ເສັ້ນຕາຫນາກດ້ານທີ່ປະກອບດ້ ວຍ ສອງເສັ້ນຕັ້ງ ຫລື ເສັ້ນນອນ ຕັດກັນຢູ່ຈຸດເລີ້ມຕົ້ນ. ເສັ້ນນີ້ໄດ້ເເບ່ງ ຮູບອອກເປັນສີ່ເຂດ (p. 184)

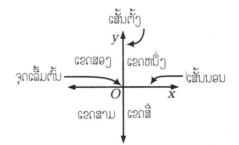

ເສັ້ນຕັ້ງ

$y$

ເຂດສອງ  ເຂດຫນຶ່ງ

ຈຸດເລີ້ມຕົ້ນ  ເສັ້ນນອນ

$O$  $x$

ເຂດສາມ  ເຂດສີ່

**coordinates/ຈຸດເສັ້ນປະສານ** ເລກລະດັບຄູ່ ພິເສດ ຂອງເລກຈິງ ທີ່ພົວພັນກັບທຸກຈຸດ ຕາມເສັ້ນຕະລາງ. ເສັ້ນທຳອິດຂອງ ເລກລະດັບຄູ່ ເເມ່ນ *ເສັ້ນ x* ເເລະເລກທີ່ສອງເເມ່ນ *ເສັ້ນ y* (p. 184)

**correlation/ຂໍ້ພົວພັນ** ຄວາມກ່ຽວພັນລະວ່າງສອງຂໍ້ມູນ. ຂໍ້ມູນສອງ ຫມວດທີ່ມີຂໍ້ພົວພັນພ້ອມກັນ. ຖ້າວ່າ ມັນເພີ່ມຂຶ້ນ ຫລືຫລຸດລົງນຳກັນ, ຂໍ້ມູນ ທີ່ຍັງຈຳນວນລົບນັ້ນຂຶ້ນກັບ ຂໍ້ມູນທີ່ໜຶ່ງນີ້ເພີ່ມຂຶ້ນ ເເລະອີກອັນໜຶ່ງ ຫລຸດລົງ. (p. 212)

**corresponding vertices and sides/ເສັ້ນຈຸດສຸດ ເເລະຂ້າ ງທີ່ກ່ຽວພັນກັນ** ຮູບຫລາຍຫລ່ຽມທີ່ເຫົ່າກັນ ມີຈຸດສຸດເເລະຂ້າງທີ່ກ່ຽວ ພັນກັນ. (p. 40)

---

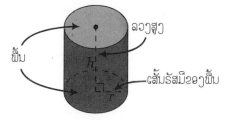

**cosine/ເລຂໂຄຊາຍ** ບຶ່ງຕາມ ອັຕຣາສ່ວນ ຂອງເລກສາມມິຕິ (p. 344)

**counterexample/ຕົວຢ່າງທີ່ຜິດ** ຕົວຢ່າງທີ່ສະແດງໃຫ້ເຫັນ ຄວາມຜິດພາດຂອງຂໍ້ມູນ. (p. 22)

**cross products /ເລຂວ່າຍກັນ** ຜົນຄູນທີ່ເທົ່າກັນ ຊຶ່ງໄດ້ມາ ຈາກການຄູນຂວ່າຍກັນ ຂອງສ່ວນເສດ ແລະສ່ວນເທົ່າ. (p. 315)

**cube root/ຮາກຂອງເລຂພລັງສາມ** ຫນຶ່ງໃນຈຳນວນຕົວຄູນ ທີ່ເທົ່າ ກັນຂອງເລຂ. (p. 114)

**cylinder/ຮູບຊົງຂັ້ງ** ຮູບທີ່ມີໜ້າພຽງໄດ້ງ ແລະມີພື້ນຜັນເສັ້ນ ຂນາດສອງອັນ ແລະເທົ່າກັນ. (p. 508)

**direct variation/ການປ່ຽນເລກໂດຍກົງ** ໜ້າທີ່ຂອງເສັ້ນ ທີ່ປາ ກົດໃນລັກສະນະຂອງປະໂຍກເລກ $y = kx$, $k \neq 0$. ທ່ານສາມາດ ເວົ້າໄດ້ວ່າ $y$ ມີການພົວພັນໂດຍກົງກັບ $x$. (p. 360)

**discrete/ຈຳນວນທີ່ນັບໄດ້** ຈຳນວນທີ່ສາມາດນັບໄດ້. (p. 60)

**distance from a point to a line/ຣະຍະຈາກຈຸດຫາເສັ້ນ** ລວງຍາວຂອງເສັ້ນຕັ້ງ ຈາກຈຸດ ຫນຶ່ງ ຫາເສັ້ນຫນຶ່ງ (p. 281)

**distributive property/ຄຸນສົມບັຕຂອງການແຈກເລກ** ເລກແຕ່ລະຈຳນວນທີ່ຢູ່ໃນວົງເລັບ ສາມາດຄູນໃຊ້ເລຄຕົວຄູນ ທີ່ຢູ່ນອກວົງເລັບ, ຕົວຢ່າງ $3(x + 2) = 3x + 6$. (p. 32)

## E

**endpoint/ຈຸດສຸດ** ຈຸດທີ່ຫມາຍຈຸດທຳອິດ ຫລືຈຸດສຸດທ້າຍຂອງເສັ້ນ ຫນຶ່ງ. ບຶ່ງຕາມ ເສັ້ນຣັສມີ. (p. 82)

**equation/ປະໂຍກເລຂ** ແມ່ນສິ່ງທີ່ບອກເລກສອງຈຳນວນ ທີ່ເທົ່າກັນ. (p. 99)

**equilateral triangle/ຮູບສາມຫລ່ຽມເທົ່າກັນ** ຮູບສາມຫລ່ຽມ ທີ່ມີສາມຂ້າງເທົ່າກັນ. (p. 44)

**equivalent equations/ປະໂຍກເລຂທີ່ເທົ່າກັນ** ປະໂຍກເລກ ທີ່ມີຄຳຕອບອັນດຽວກັນ. (p. 100)

**equivalent inequalities/ປະໂຍກເລຂທີ່ບໍ່ເທົ່າກັນ** ປະໂຍກ ເລຂທີ່ບໍ່ເທົ່າກັນ ແລະມີຄຳຕອບອັນດຽວກັນ. (p. 263)

**evaluate/ຕີລາຄາ** ຊອກຫາຄູນຄາຂອງຕົວເລຂທີ່ບໍ່ແນນອນ ເມື່ອຕົວ ເລຂໃຊ້ອັກສອນ ນັບຕົວແທນ (p. 12)

**event/ເຫຕການ** ບຶ່ງຕາມ ຜົລອອກ. (p. 308)

**expanded form/ແບບຂຍາຍ** ແບບຂຍາຍຕົວເລຂທີ່ຢູ່ໃນວົງເລັບ. (p. 577)

$$x(x + 3) = x^2 + 3x$$
ແບບຕົວຄູນ  ແບບຂຍາຍ

**experimental probability/ສິ່ງທີ່ພິສູດໄດ້** ຈາກການທົດລອງ ໃນການທົດລອງ, ອັຕຣາສ່ວນຂອງຫຸກຄັ້ງທີ່ເຫດການເກີດຂຶ້ນ ຕໍ່ຫຸກຄັ້ງ ທີ່ພິສູດການທົດລອງ. (p. 308)

**exponent/ເລກພລັງ** ບຶ່ງຕາມ ເລຂພລັງ. (p. 19)

**extremes/ເລກສຸດ** ເລຂສູງສຸດ ແລະຕ່ຳສຸດຂອງຂໍ້ມູນ (p. 158)

## D

**deductive reasoning/ວິໄຈແບບສົບລົງ** ການໃຊ້ເອົາຄວາມຈິງ, ຂໍ້ຄຳອະທິບາຍ, ຫລັກສູດ, ແລະຄຸນສົມບັດ ເພື່ອພິສູດປະໂຍກເລກທົ່ວໄປ. (p. 479)

**dependent variable/ອັກສອນເລກທີ່ຂຶ້ນກັບຕົວເລກອື່ນ** ບຶ່ງຕາມ ຫນ້າທີ່. (p. 218)

**diagonal/ເສັ້ນແຍງມຸມ** ເສັ້ນຫນຶ່ງທີ່ຂີດຕໍ່ສອງຈຸດສຸດຂອງຮູບຫລ່ຽມ. (p. 424)

**diameter/ເສັ້ນຜ່າສູນກາງວົງມົນ** ບຶ່ງຕາມ ເສັ້ນຮອບວົງ. (p. 375)

**dilation/ການປ່ຽນແປງຮູບ** ການປ່ຽນແປງຮູບຮ່າງ ຈາກຮູບເດີມຍັບ ລັກສະນະຄ້າຍຄືກັນ. ເສັ້ນທີ່ຂີດຜນຜ່າຈຸດພົວພັນໃນຮູບເດີມ ແລະລັກສະນະ ເດີມ ທີ່ພົບກັນຢູ່ຈຸດ ທີ່ຂຶ້ນວ່າ ໃຈກາງຂອງການປ່ຽນແປງຮູບ. (p. 337)

**dimensional analysis/ການພິສູດ ເລຂມິຕິ** ວິທີແກ້ບັນຫາເລກ ດ້ວຍ ການລົບລ້າງຫນ່ວຍ ວັດແທກ ຫມືອນຕົງກັບຕົວເລກ (p. 392)

**dimensions/ຄວາມຫມາຍແຫນ້ນ** ບຶ່ງຕາມ ເລຂແຖວ. (p. 128)

## Laotian Glossary

### F

**faces of a prism/ໜ້າຂອງຮູບສາມມິຕິ** ຂີ້ງຕາມຮູບ ສາມມິຕິ. (p. 507)

**factor/ຕົວຄູນ** ເລຂຕົວໃດຕົວໜຶ່ງ ທີ່ຄູນກັນອອກມາເປັນຜົນຄູນ. (p. 19)

**factored completely/ແຍກຕົວຄູນ ໂດຍລະອຽດ** ເມື່ອຕົວຄູນ ທີ່ຄົງກັນແຍກອອກເປັນເລຂ 1 (p. 578)

**factored form/ລັກສມະຕົວຄູນ** ລັກສມະຂອງຂໍ້ຄວາມ ເມື່ອແຍກ ຕົວຄູນອອກ ໂດຍລະອຽດ. (p. 577)

$$x(x + 3) = x^2 + 3x$$
ແບບຕົວຄູນ   ແບບຂຍາຍ

**fitted line/ເສັ້ນທີ່ພໍດີກັນ** ຂີ້ງຕາມ ຈຸດແຍກກັນ (p. 212)

**frequency/ຄື້ນ** ຈຳນວນຂອງຂໍ້ມູນ ຫລືເຫດການທີ່ເກີດຂຶ້ນ ພາຍ ໃນຮອບເວລາ. (p. 150)

**frequency table/ຕາຕະລາງຂອງຄື້ນ** ຕາຕະລາງ ທີ່ສະແດງ ໃຫ້ເຫັນຕົວເລຂ ແລະຂໍ້ມູນທີ່ເຫັກຈິງ ພາຍ ໃນເວລາ. (p. 151)

**function/ໜ້າທີ່ທຳງານຂອງເລຂ** ການກ່ຽວພັນລະວ່າງ ອັກສອນ ເລຂສອງຕົວ ທີ່ມີ ອັກສອນເລຂສອງ ຂຶ້ນກັບ ອັກສອນເລຂອກ. ມັນຈະຕ້ອງມີຄ່າຂອງອັກສອນເລຂລອງຕົວໜຶ່ງ ສຳລັບ ອັກສອນເລຂອກ ຕົວໜຶ່ງ. (p. 220)

### G

**geometric probability/ການເປັນໄປໄດ້ຂອງເລຂເລຂາຄະນິດ** ການເປັນໄປໄດ້ ຊຶ່ງຂຶ້ນກັບໜ້າພຽງແລະລວງຍາວ. (p. 502)

**graph of an equation/ເສັ້ນກຣາຟຂອງປະໂຍກເລຂ** ຈຸດຕ່າງໆ ທີ່ເປັນຄຳຕອບຂອງປະໂຍກເລຂ. (p. 426)

### H

**height/ລວງສູງ** ຂີ້ງຕາມຮູບສີ່ຫລ່ຽມດາງຂວາງ, ຮູບສາມຫລ່ຽມ. (pp. 281, 282)

**height of a regular pyramid/ລວງສູງຂອງຮູບຊົງທາດ** ຂີ້ງຕາມຮູບຊົງທາດ. (p. 510)

**heptagon/ຮູບເຈັດຫລ່ຽມ** ຮູບຫລ່ຽມທີ່ມີເຈັດຂ້າງ. (p. 39)

**hexagon/ຮູບຫົກຫລ່ຽມ** ຮູບຫລ່ຽມ ທີ່ມີຫົກຂ້າງ. (p. 39)

**histogram/ເສັ້ນບອກຂື້ມ** ເສັ້ນບາກຣາຟສະແດງຄວາມຖີ່ຂອງຂື້ມ. (p. 150)

**horizontal axis/ເສັ້ນນອນ** ຂີ້ງຕາມ ການວາງເສັ້ນ. (p. 184)

**horizontal intercept/ເສັ້ນນອນທີ່ຕັດກັນ** ຂີ້ງຕາມ ເສັ້ນຕັດ $x$. (p. 428)

**hyperbola/ເສັ້ນໂຄ້ງຄູ່ຢາຍອອກ** ເສັ້ນຮົກຂອງ $xy = k, k \neq 0$. ຂີ້ງຕາມ ໜ້າທີ່ຂອງເລຂກັບກັນ. (p. 230)

**hypotenuse/ຂ້າງກົງກັນຂ້າມຂອງມຸມສາກ** ຂີ້ງຕາມ ມຸມສາກ. (p. 344)

**hypothesis/ຂໍ້ສົມມຸດ** ຂີ້ງຕາມຂໍ້ຄວາມທີ່ກ່ຽວພັນ (p. 492)

### I

**identity function /ໜ້າທີ່ຂອງເລຂເທົ່າກັນ** ໜ້າທີ່ຂອງ $y = x$. (p. 230)

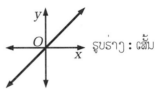

ຮູບຮ່າງ : ເສັ້ນ

**if-then statement /ປໂຍກທີ່ມີ ຖ້າວ່າ–ກໍແປວ່າ** ປໂຍກທີ່ໃຊ້ຄຳວ່າ ຖ້າວ່າ ແລະຄຳວ່າ ກໍແປວ່າ. ຄຳວ່າ ຖ້າວ່າ ແມ່ນຂໍ້ສົມມຸດ ແລະຄຳວ່າ ກໍແປວ່າ ແມ່ນຄຳສລຸບ. ອິກຄວາ ມໜຶ່ງກໍຄືແມ່ນວ່າ ຂໍ້ມູນ ທີ່ກ່ຽວພັນກັນ. (p. 492)

**image/ຮູບສົມມຸດ** ເງົາສົມມຸດຈາກການເຄື່ອນຍ້າຍ. (p. 337)

**inductive reasoning/ການຄິດໄລ່ ແບບລວບລວມ** ການຄິດໄລ່ ທີ່ຫາຜົນຄຳຕອບ ຈາກການສັງເກດຫລາຍຢ່າງ. (p. 479)

**inequality/ປະໂຍກເລຂທີ່ບໍ່ເທົ່າກັນ** ປະໂຍກເລຂທີ່ໃຊ້ເຄື່ອງໝາ ຍບໍ່ເທົ່າກັນ ລະຫວ່າງປະໂຍກ. (p. 144)

**integer/ເລຂເຕັມ** ທຸກໆຕົວເລຂທີ່ເປັນທັງບວກ ແລະລົບ ຫລືເລຂສູນ. (p. 113)

**interval/ຫວ່າງ** ຂີ້ງຕາມ ເລຂຜສົມທີ່ບໍ່ເທົ່າກັນ. (p. 145)

**irrational number/ຕົວເລຂທີ່ຫາມບໍ່ໄດ້** ຕົວເລຂຈິງ ທີ່ຫູນເປັນ ຕົວຫາມບໍ່ໄດ້. (p. 113)

**isosceles triangle/ຮູບສາມແຫຼ່ງຈວຍ** ຮູບສາມແຫຼ່ງ ທີ່ມີສອງ ຂ້າງສເໝີກັນ. (*p. 44*)

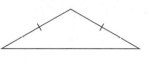

**kite/ຮູບວ່າວ** ຮູບສີ່ຂ້າງທີ່ມີຂ້າງສອງຄູ່ເທົ່າກັນ ແຕ່ວ່າ ຂ້າງກົງກັນຂ້າ ມກັນນັ້ນບໍ່ເທົ່າກັນ. (*p. 45*)

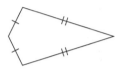

**legs of a right triangle/ຂາຮູບສາມແຫຼ່ງ** ເບິ່ງຕາມ ຮູບສາ ມແຫຼ່ງມຸມສາກ. (*p. 344*)

**length of a segment/ຄວາມຍາວຂອງທ່ອນ** ການວັດແທກຄວາມຍາວ ລະຫວ່າງສອງຈຸດຂອງເສັ້ນ. (*p. 82*)

**like terms/ປະເພດດຽວກັນ** ຕົວເລກທີ່ມີຕົວປ່ຽນແປງ ແລະ ພັ້ງຄືກັນ. (*p. 33*)

**line/ເສັ້ນ** ຫລາຍໆຈຸດທີ່ວາງຕິດໆກັນ ອອກໄປທາງສອງທິດທາງ. (*p. 82*)

**line plot/ຈຸດເສັ້ນ** ໃນເສັ້ນຕົວເລກ. ມັນຈະສະດວກໃນ ການບົ່ງບອກ ເສັ້ນມອກ ແລະ ລະຍະຂອງໝວດຂໍ້ມູນ. (*p. 137*)

**line of reflection/ເສັ້ນສະທ້ອນ** ເບິ່ງຕາມ ແສງສະທ້ອນ. (*p. 548*)

**line of symmetry/ເສັ້ນແບ່ງຮູບໃຫ້ສອງສ່ວນເທົ່າກັນ** ເບິ່ງຕາມ ຮູບສອງສ່ວນເທົ່າກັນ. (*p. 45*)

**linear combination/ເລຂຜສົມ** ຜົນລົມຮນຽງການ ບວກສອງປະ ໂຍກເລຂ. (*p. 426*)

**linear decay/ເສັ້ນຫລຸດຄ່າ** ເສັ້ນຫລຸດຄ່າທີ່ສາມາດຖຽນ $y = mx + b, m < 0$. (*p. 420*)

**linear equation/ປະໂຍກເລຂຂອງເສັ້ນ** ປະໂຍກເລຂຂອງເສັ້ນໜຶ່ງ. (*p. 427*)

**linear function/ໜ້າທີ່ຂອງເສັ້ນ** ໜ້າທີ່ຂອງເສັ້ນທີ່ສາມາດຖຽນ ດ້ວຍ $y = mx + b$. (*p. 420*)

**linear growth/ເສັ້ນເພີ່ມ** ເສັ້ນທີ່ເພີ່ມໜ້າທີ່ ຊຶ່ງສາມາດຖຽນ ດ້ວຍ $y = mx + b, m > 0$. (*p. 420*)

**linear inequality/ເສັ້ນທີ່ບໍ່ເທົ່າກັນ** ເສັ້ນທີ່ບໍ່ເທົ່າກັນ ໃນເສັ້ນກຣາ ຟແບ່ງອອກດ້ວຍເສັ້ນໜຶ່ງ, ເອີ້ນວ່າ *ເສັ້ນແບ່ງເຂດ*. (*p. 456*)

**lower quartile/ເລຂຮອບຕ່ຳ** ເລຂໂຕກາງຂອງຂໍ້ມູນ ໃນໝວດ ເລຂທີ່ຢູ່ຂັ້ນຕ່ຳ. (*p. 158*)

**margin of error/ລະຍະການຜິດພາດ** ໃນການທົດລອງ ຫລິການລົງຄະແນນສຽງ, ຊ່ອງວ່າງທີ່ມັກຈະມີຜົລຕໍແນນອນນໍາກັນ. ທີ່ແນ່ນອນ. (*p. 323*)

**mathematical model/ແບບຢ່າງເລຂ** ປະໂຍກເລຂ ຫລິເສັ້ນກຣາຟ ທີ່ສະແດງເຖິງບັນຫາຊີວິດຈິງ. ໂດຍການໃຊ້ປະໂຍກເລຂ ແລະເສັ້ນກຣາຟ ຄື *ການໃຊ້ແບບຢ່າງ*. (*p. 241*)

**matrix/ເລກແຖວ** ການຈັດເລກໃຫ້ເປັນແຖວນອນ ແລະແຖວຕັ້ງ. ຈຳນວນແຖວນອນ ຄູນໄຂ້ຈຳນວນແຖວຕັ້ງ ຈະອອກມາເປັນ *ຄວາມໝາ ແໜ້ນ* ຂອງເລກແຖວ. (*p. 128*)

**mean/ສເລັ່ຽ** ຈຳນວນລວມຂອງຂໍ້ມູນ ຫານໃຫ້ຈຳນວນຂອງຂໍ້ມູນເຫລົ່າ ນັ້ນ. (*p. 136*)

**median/ເລກກາງ** ເລກທີ່ຢູ່ກາງຂອງຈຳນວນທີ່ຈັດເປັນລຳດັບ. (*p. 136*)

**midpoint/ຈຸດເຄິ່ງກາງ** ຈຸດທີ່ແບ່ງເສັ້ນໜຶ່ງອອກເປັນສອງສ່ວນເທົ່າ ກັນ. (*p. 82*)

**mode/ແບບ** ຕົວເລກທີ່ເຫັນຢູ່ໃນຂໍ້ມູນຢູ່ເລື້ອຍໆ. (*p. 136*)

**modeling/ແບບຢ່າງ** ເບິ່ງຕາມເລຂແບບຢ່າງ. (*p. 241*)

**monomial/ເລຂຕົວດຽວ** ປະໂຍກເລຂ ທີ່ມີເລຂຕົວດຽວ. (*p. 578*)

**obtuse angle/ມຸມປ້ານ** ມຸມທີ່ແທກໄດ້ລະຫວ່າງ 90° ຫາ 180° ອົງສາ. (*p. 86*)

**obtuse triangle/ຮູບສາມທ່ຽມມຸມປ້ານ** ຮູບສາມທ່ຽມ ທີ່ມີມຸມປ້ານ ມຸມໜຶ່ງ. *(p. 88)*

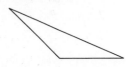

**octagon/ຮູບແປດທ່ຽມ** ຮູບທ່ຽມທີ່ມີແປດຂ້າງ. *(p. 39)*

**opposites/ເລກກົງກັນຂ້າງ** ເລກທີ່ຢູ່ກົງກັນຂ້າມ ໃນລະຍະໄກເທົ່າກັນ ຈາກເລກໍ ຢູ່ເທິງເສັ້ນ ແຕ່ປຸ່ຍ ່າຍກົງກັນຂ້າມ. ເລກກົງກັນຂ້າມຂອງ 3 ແມ່ນ −3. *(p. 64)*

**order of operations/ລະບຽບຂອງການຄຳນວນເລກ** ລະບຽບຊຶ່ງໃຊ້ໃນການທຍ້ຄ່ອເລກລ້ຽ : ທຍ້ເລກໃນວົງເລັບ, ຄິດໄລ່ເລກພລັ້ງ, ຄູນ ຫລື ຫານ ຈາກຊ້າຍທາຂ້ວ, ແລະ ສຸດທ້າຍກ໌ສົ່ມ ຫລື ລົບ ຈາກຊ້າຍທາຂວາ. *(p. 26)*

**ordered pair/ເລກລຳດັບຄູ່** ເບິ່ງການເສັ້ນ ເລກຄູ່. *(p. 184)*

**orientation/ການສອດຄ່ອງ** ທິດທາງໝູນວຽ ຫລືຊ້າຍ ຕາມຈຸດທີ່ມີ. *(p. 548)*

**origin/ຈຸດເຣິ່ມຕົ້ນ** ເບິ່ງການ ການວາງເສັ້ນ. *(p. 184)*

**outcome/ຜົລອອກ** ຜົລທີ່ປັນໄປໄດ້ຈາກການແຂ່ງໄຂເລ. ຜົລອອກຂອງເລກແຫມ ເຫດການ ອັນໜຶ່ງ. *(p. 308)*

**outliers/ເສັ້ນທາງນອກ** ຄ່ມຄ່າຂອງຂໍ້ມູນ ທີ່ໃຫຍ່ກວ່າ ຫລິ່ມ້ອຍກວ່າ ຄ່ມຄ່າຂອງຂໍ້ມູນຕົວອື່ນ ແລະ ບໍ່ປັນຄ່າທີ່ເໝາະສົມກັບຂໍ້ມູນ ທັມມະດາ. *(p. 137)*

# P

**parabola/ເສັ້ນໂຄ້ງແລະງາຍຂຶ້ນ** ເສັ້ນອຶກຂອງ $y = ax^2 + bx + c$, $a \neq 0$. ຈຸດໜຶ່ງທີ່ຢູ່ເສັ້ນສູງສຸດ ຫລິຕ່ຳສຸດຂອງເສັ້ນໂຄ້ງ ເອຶ້ນວ່າ ຈຸດສຸດ. ເບິ່ງການ ໜ້າທີ່ຂອງເລກພລັ້ງສອງ. *(pp. 229, 555)*

**parallel lines/ເສັ້ນຂນານ** ສອງເສັ້ນທີ່ໄປທາງດຽວກັນ ແຕ່ບໍ່ຕັດກັນ. *(p. 44)*

**parallelogram/ຮູບສີ່ທ່ຽມດ້ານຂວາຍ** ທີ່ສອງຂ້າງປັນເສັ້ນຂນານ. *(p. 45)*

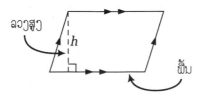

**pentagon/ຮູບຫ້າທ່ຽມ** ຮູບທ່ຽມທີ່ມີຫ້າຂ້າງ. *(p. 39)*

**perfect cube/ເລຂພລັ້ງສາມເຕັມສ່ວນ** ເລຂທີ່ມີພລັ້ງສາມ ແລະເປັນເລຂເຕັມສ່ວນ. *(p. 114)*

**perfect square/ເລຂພລັ້ງສອງເຕັມສ່ວນ** ເລຂທີ່ມີພລັ້ງສອງ ແລະເປັນເລຂເຕັມສ່ວນ. *(p. 114)*

**perpendicular/ເສັ້ນຕັ້ງສາກ** ສອງເສັ້ນ, ຫລິເສັ້ນຣັສມິທີ່ຕັດກັນແລ້ວ ການເປັນມຸມສາກ. *(p. 44)*

**polygon/ຮູບທ່ຽມ** ເສັ້ນທີ່ອິດຈຸກັນ ເອຶ້ນວ່າ ຂ້າງ. ແຕ່ລະຂ້າງ ແລະມີຈຸດສຸດ. ບໍ່ມີສອງຂ້າງໃດ ທີ່ຈະໄດ້ຈຸດສຸກຄຣອກັນ. *(p. 39)*

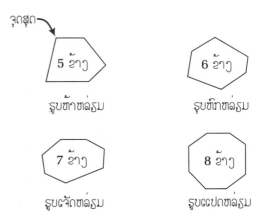

**population/ພົລເມືອງ** ສິ່ງຂອງທຸກຢ່າງທີ່ນຳມາສຶກສາ. *(p. 321)*

**power/ພລັ້ງ** ເລກຄົ້ວໜຶ່ງ ໃຊ້ຕົວຄູນເປັນຈຳນວນໃຫ້ຄູນ. ໃນເລຂພລັ້ງສອງ ຂອງ $5^2$, 5 ແມ່ນ *ພື້ນຖານ* ແລະ 2. ແມ່ນ *ພລັ້ງ*. *(p. 19)*

**prism/ຮູບສາມມິຕິ** ຮູບທີ່ມີສອງເສັ້ນຂນານ ແລະ *ພື້ນ* ເທົ່າກັນ. ອິກຂ້າງໜຶ່ງຮູບສາມມິຕິແມ່ນ *ໜ້າ*. *(p. 507)*

ຮູບສີ່ທ່ຽມຍາວສາມມິຕິ

**probability/ການອາດຈະປັນໄປໄດ້** ອັຕຣາຂອງຈຳນວນຂອງຜົລອອກ ຕໍ່ຈຳນວນຜົລອອກທັງໝົດ. *(p. 308)*

**proportion/ເລຂຄູ່** ຊຶ້ງຂອງເລຂຄູ່ທີ່ມີອັຕຣາເທົ່າກັນ. *(p. 314)*

**pyramid/ຮຸບຊົງຫາດ** ຮູບທີ່ມີພື້ນ ແລະໜ້າສາມຫຼ່ຽມ. (*p. 509*)

**Pythagorean theorem/ສຸດປີຕາກໍຣ້ຽມ** ຖ້າລວງຍາວຂອງ ຂ້າງຍາວຂອງຮູບສາມຫຼ່ຽມມຸມສາກ ແມ່ນ $c$ ແລະລວງຍາວ ຂອງ $a$ ແລະ $b$, ແລ້ວ $c^2 = a^2 + b^2$. (*p. 478*)

# Q

**quadrant/ພາກສ່ວນ** ບົ່ງຕາມການວາງເສັ້ນ. (*p. 184*)

**quadratic equation/ສຸດຂອງປະໂຍກເລຂ** ປະໂຍກເລກທີ່ຮຽມໃນ ລັກສະນະ $ax^2 + bx + c = 0, a \neq 0$ (*p. 599*)

**quadratic formula/ສຸດຂອງການຂຸດຄ່າຂອງຈຸດ** ຫຼັກສຸດແມ່ນ

$$x = -\frac{b}{2a} \pm \frac{\sqrt{b^2 - 4ac}}{2a},$$

ຖ້າແມ່ນວ່າ $0 = ax^2 + bx + c$ , $a \neq 0$. (*p. 601*)

**quadratic function/ໜ້າທີ່ທຳງານຂອງຈຸດ** ຕາມເສັ້ນກຣາຟ ໜ້າທີ່ໃນລັກສະນະ $y = ax^2 + bx + c = 0, a \neq 0$. (*p. 599*)

**quadrilateral/ຮຸບສີ່ຫຼ່ຽມ** ຮູບຫຼ່ຽມທີ່ມີສີ່ຂ້າງ. (*p. 39*)

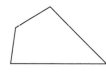

# R

**radical form/ເລຂຖອນຜລັຽ** ແບບເຣດິເລຂ ທີ່ໃຊ້ເຄື່ອງໝາຍ ($\sqrt{\phantom{x}}$). ຕົວຢ່າງ, $\sqrt{11}$. (*p. 487*)

**radius/ເສັ້ນຮັສມີ** ຄຶ່ງໜຶ່ງຂອງເສັ້ນຜ່າໃຈກາງຮູບວົງມົນ. (*p. 376*)

**range/ຣະຍະ** ຄວາມແຕກຕ່າງຣະຫວ່າງເລຂສູງສຸດ ແລະຕ່ຳສຸດ ໃນຂໍ້ມູນ. (*p. 137*)

**rate/ອັຕຣາ** ອັຕຣາທີ່ປຽບທຽບຈຳນວນວັດແທກຫຼາຍໆ, ຈາ ກແມັຕເປັນ ວິນາທີ. (*p. 302*)

**ratio/ອັຕຣາ** ເລຂສຶດຂອງເລຂສອງຕົວຫານກັນອອກມາ ບໍ່ເປັນສູນ. (*p. 301*)

**rational number/ເລຂເສດສ່ວນ**
ເລຂທີ່ສາມາຖຖຽມເປັນເລຂເທົ່າສ່ວນ ທີ່ມີເລຂເສດ = $\frac{a}{b}$, $b \neq 0$. (*p. 113*)

**ray/ເສັ້ນຮັງສີ** ສ່ວນຂອງເສັ້ນໜຶ່ງທີ່ມີຈຸດສຸດອັນດຽວ. ເສັ້ນຮັງສີຊຶດໄປຫາ ງດຽວ. (*p. 85*)

**real number/ຕົວເລຂ** ເລຂຕົວໃດ ຕົວໜຶ່ງ ທີ່ເປັນເລຂເສດ ຫຼືບໍ່ເປັນເລຂເສດ. (*p. 113*)

**reciprocals/ເລກສະທ້ອນຂອງມັ່ງ** ເລຂສອງຕົວທີ່ຜລຄູນ ອອກເປັນ 1. (*p. 275*)

**reciprocal function/ໜ້າທີ່ຂອງເລຂກັບກັນ** ໜ້າທີ່ຂອງ $y = \frac{1}{x}$. (*p. 230*)

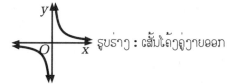

ຮູບຮ່າງ : ເສັ້ນໂຄ້ງຍ້າຍອອກ

**rectangle/ຮຸບສີ່ຫຼ່ຽມຍາວ** ຮູບສີ່ຫຼ່ຽມທີ່ມີສີ່ມຸມສາກ. (*p. 45*)

**rectangular prism/ຮຸບສີ່ຫຼ່ຽມຍາວສາມມິຕິ** ບົ່ງຕາມ ຮູບສາມມິຕິ. (*p. 507*)

**reflection/ການສະທ້ອນ** ຮູບທີ່ໄດ້ຈາກການປິ້ນຮູບຂ້າມເສັ້ນ. ເສັ້ນນີ້ ເອີນວ່າ ເສັ້ນສະທ້ອນ. (*p. 548*)

**regular pyramid/ຮຸບຊົງຫາດແບບທັນມະດາ** ຮູບຊົງຫາດທີ່ມີ ພື້ນເປັນຮູບສີ່ຫຼ່ຽມ ແລະທຸກໜ້າເປັນຮູບສາມຫຼ່ຽມເທົ່າກັນ ລວງສູງ ແມ່ນເສັ້ນຕັ້ງຈາກຈຸດສຸດ ຂອງໃຈກາງຂອງພື້ນ. ລວງສູງຂອງໜ້າແມ່ນ *ລວງສູງຈາກມຸມສາກ*. (*p. 509*)

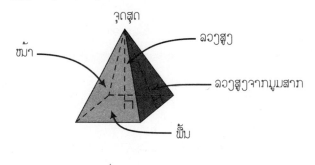

**rhombus/ຮູບສີ່ຫລ່ຽມສເໝີ** ຮູບສີ່ຫລ່ຽມດ້ານວາຍ ທີ່ມີຂ້າງທັງໝົດ ສເໝີກັນ. (p. 45)

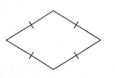

**right angle/ມຸມສາກ** ມຸມທີ່ແຫກໄດ້ 90° ອົງສາ. (p. 86)

**right triangle/ຮູບສາມຫລ່ຽມມຸມສາກ** ຮູບສາມຫລ່ຽມ ທີ່ມີ ນຶ່ງມຸມສາກ. ເສັ້ນທີ່ຢູ່ກົງກັນຂ້າມກັບມຸມສາກ ເອີ້ນວ່າ *ຂ້າງກົງມຸມສາກ*. ອິກຂ້າງໜຶ່ງເອີ້ນ *ຂາ*. (p. 44)

**rise/ການປ່ຽນແປງຂອງເສັ້ນຕັ້ງ** ການປ່ຽນແປງລະຫວ່າງສອງຈຸດ ໃນເສັ້ນໜຶ່ງ. (p. 361)

**rotation/ການໝຸນວຽນ** ການໝຸນອ້ອມຈຸດນຶ່ງທີ່ເອີ້ນວ່າ ໃຈກາງ ຂອງ ການມຸນວຽນ. ຮູບທີ່ບິ່ງຄືກັບຫລັງຈາກໝຸນໄດ້ໜ້ອຍກວ່າ 360°ອົງສາ ເອີ້ນວ່າ *ການໝຸນວຽນທີ່ຄືກັນ*. (p. 202)

**rotational symmetry/ການໝຸນວຽນທີ່ມີຮູບຮ່າງຄືກັນ** ເບິ່ງຕາມ ການໝຸນວຽນ. (p. 205)

**run/ການປ່ຽນແປງຂອງເສັ້ນນອນ** ການປ່ຽນແປງຂອງເສັ້ນນອນ ລະຫວ່າງສອງຈຸດ ໃນຄ້ານໜຶ່ງ. (p. 361)

# S

**sample/ແບບຢ່າງ** ຜົນຂອງການທົດລອງ. (p. 321)

**sampling/ການເລືອກແບບຢ່າງ** ເລືອກເອົາແບບຢ່າງ ຂອງ ການທົດລອງ ຫລືສຶກສາ. ການເລືອກເອົາ *ຢ່າງບໍ່ຈຳແນກ* ໝາຍຄວາ ມວ່າ ທຸກຕົວມິສິດຖືກເລືອກເທົ່າກັນ. (p. 323)

**scale/ມາຕຣາສ່ວນ** ການສົມທຽບລະຫວ່າງຮູບແຕ້ມ ຫລືຮູບແຫ້. (p. 330)

**scale drawing/ຮູບແຕ້ມມາຕຣາສ່ວນ** ຮູບແຕ້ມທີ່ແຫນ ແລະຄືກັນ ກັບຂອງແຫ້. (p. 330)

**scale factor/ມາຕຣາສ່ວນຕົວຄູນ** ອັຕຣາສ່ວນຂອງລວງຍາວຂອງຮູບ ແລະລວງຍາວ ທີ່ກ່ຽວພັນລະວ່າງຂອງເສັ້ນ. (p. 337)

**scalene triangle/ຮູບສາມຫລ່ຽມທີ່ບໍ່ເຂົ້າກັນ** ຮູບສາມຫລ່ຽມ ທີ່ມີຂ້າງບໍ່ເຂົ້າກັນ. (p. 44)

**scatter plot/ຈຸດຕ່າງໆໃນເສັ້ນ** ເສັ້ນກຣາຟ ຂອງຈຸດຕ່າງໆ ທີ່ໃຊ້ໃນການ ຊອກຫາການພົວພັນລະວ່າງ ຂໍ້ມູນສອງໝວດ. ເສັ້ນທີ່ໄກ້ກັບຈຸດຂໍ້ມູນສ່ວນຫລາຍ ເອີ້ນວ່າ *ເສັ້ນພໍດີກັນ*. (p. 212)

**scientific notation/ການວຽນໝຽ** ເລຂທີ່ວຽນປັນ ຢ່າງໜ້ອຍ ແມ່ນໜຶ່ງ ແລະຕ່ຳກວ່າ ສິບ ຄູ້ງຄູນ ໃຫ້ ເລຂພລັງສິບ. (p. 72)

**sector/ສ່ວນ** ເບິ່ງຕາມເສັ້ນກ້ຽງ. (p. 402)

**segment/ສ່ວນໜຶ່ງຂອງເສັ້ນ** ແມ່ນສອງຈຸດທີ່ຢູ່ໃນເສັ້ນໜຶ່ງ ແລະ ຫລາຍຈຸດ ທີ່ຢູ່ໃນເສັ້ນ. (p. 82)

**side/ຂ້າງ** ເບິ່ງຕາມ ຮູບຫລ່ຽມ. (p. 40)

**similar figures/ຮູບຄືກັນ** ຮູບສອງອັນທີ່ມິຮູບຮ່າງຄືກັນ ແຕ່ບໍ່ຈຳປັນຕ້ອງມິຂນາດເທົ່າກັນ. (p. 329)

**similar space figures/ຮູບເນື້ອນທີ ທີ່ຄືກັນ** ຮູບເນື້ອທີ ທີ່ມິຮູບຮ່າງຄືກັນ ແຕ່ວ່າ ບໍ່ຈຳປັນຕ້ອງມິ ຂນາດເທົ່າກັນ. (p. 532)

**sine/ຊາຍ** ເບິ່ງຕາມ ອັຕຣາສ່ວນຂອງສາມມິຕິ. (p. 344)

**slant height of a regular pyramid/ລວງສູງຈາກມຸມສາກ ໃນຮູບອ້ຽງຫາດ** ເບິ່ງຕາມ ຮູບອ້ຽງຫາດແບບຫັນະດາ. (p. 510)

**slope/ເສັ້ນຄ້ອຍ** ການວັດແທກ ຄວາມຊັນຂອງເສັ້ນຄ້ອຍ ໂດຍມີອັຕຣາ ສ່ວນຂຶ້ນ ສອງຈຸດໃນເສັ້ນ. (p. 361)

**slope-intercept form of an equation/ປະໂຍກເລກ ທີ່ມີລັກສນະ ເສັ້ນຄ້ອຍ** ເສັ້ນທີ່ມີປະໂຍກເລກ $y = mx + b$, ໂດຍມິ $m$ ປັນ ຕົວແທນຂອງເສັ້ນຄ້ອຍ ແລະມິ $b$ ປັນຕົວແທນຂອງຈຸດຕັດ ເສັ້ນ $y$. (p. 418)

**solution/ຄຳຕອບ** ຄ່າຂອງຕົວອັກສອນເລກ ທີ່ເຮັດໃຫ້ປະໂຍກເລກ ຖືກຕ້ອງ. (p. 99)

**solution of an equation with two variables/ ຄຳຕອບຂອງ ປະໂຍກເລກ ທີ່ມີສອງຕົວອັກສອນເລກ** ຄູ່ຂອງຄ່າຕົວເລກ ທີ່ ເຮັດໃຫ້ປະໂຍກເລກ ທີ່ມີສອງອັກສອນ ປັນຈິງ. (p. 426)

**solution of a system/ຄຳຕອບ ຂອງລະບົບ** ຄູມຄ່າຂອງ ອັກສອນເລກ ທີ່ເຮັດໃຫ້ລະບົບຂອງ ປະໂຍກເລກ ປັນຈິງ. (p. 291)

**Multi-Language Glossary, INTEGRATED MATHEMATICS**

**solution of a system of inequalities/ຄຳຕອບຂອງ ລະບົບ ເລກບໍ່ເທົ່າກັນ.** ຄູມຄ່າຂອງອັກສອນເລກ ທີ່ເຮົາໃຫ້ລະບົບຂອງ ເລກບໍ່ເທົ່າກັນ ເປັນຈິງ. (*p. 464*)

**solution region/ເຂດແດນຄຳຕອບ** ເບິ່ງຕາມ ເສັ້ນເລກບໍ່ເທົ່າກັນ. (*p. 456*)

**solving an equation/ການຊອກຄຳຕອບ ຂອງປະໂຍກເລກ** ການຊອກຫາຄູມຄ່າ ຂອງອັກສອນເລກ ທີ່ເຮົາໃຫ້ປະໂຍກເລກ ເປັນຈິງ. (*p. 99*)

**spreadsheet/ຕະລາງທ້ອງແຖວເລກ** ແຖວເລກແບບຄອມພຸຍເຕີ້. ແຕ່ລະວ່າງຂອງທ້ອງແຖວເລກ ກໍຄື *ທ້ອງແຖວເລກ*. (*p. 129*)

**square/ຮູບສີ່ຫລ່ຽມມິມເທົ່າ** ຮູບຫລ່ຽມທີ່ມີສີ່ມູມສາກ ແລະ ສີ່ຂ້າງເທົ່າກັນ. (*p. 45*)

**square root/ເລກຜລັ່ວລົບ** ນຶ່ງໃນຈຳນວນສອງຕົວຄູນເທົ່າກັນ ຂອງເລກ (*p. 112*)

**squaring function/ໜ້າທີ່ຂອງເລກຜລັ່ວລົບ** ໜ້າທີ່ຂອງ $y - x^2$ (*p. 230*)

ຮູບຮ່າງ : ເສັ້ນໂຄ້ງແລະງາຍຂຶ້ນ

**standard form of a linear equation/ປະໂຍກເລກເສັ້ນ ແບບມາດຕະຖານ** ເສັ້ນທີ່ມີປະໂຍກເລກ $ax + by = c$, ໂດຍທີ່ $a$, $b$, ແລະ $c$ ເປັນເລກເຕັມ ແລະ $a$ ກັບ $b$ ຈະບໍ່ເທົ່າກັບ 0. (*p. 427*)

**stem-and-leaf plot/ການລຶກກຣາຟ ແບບກິ່ງແລະປາຍ** ການສະແດງ ໃຫ້ເຫັນຂໍ້ມູນ ທີ່ເລກແຕ່ລະຕົວມີ ກິ່ງ ແລະ ໃນ ເປັນຕົວແທນ. (*p. 152*)

**straight angle/ມຸມສາກ** ມູມເກີ່ແທກໄດ້ 180°. (*p. 86*)

**substitute/ຕົວແທນ** ປ່ຽມຕົວອັກສອນເລກ ດ້ວຍຄູມຄ່າເລກ. (*p. 12*)

**supplementary angles/ມຸມປະກອບ** ມູມສອງອັນ ທີ່ວັດແທກ ຮວມກັນເຂົ້າເປັນ 180° ອ້າສາ. (*p. 86*)

**symmetry/ຮູບແບ່ງຄຶ່ງເທົ່າກັນ** ເວລາຮູບຫລ່ຽມພັບແລ້ວ ແບ່ງຄຶ່ງ ໃຫ້ເປັນສອງສ່ວນເທົ່າກັນ ຢ່າງທ່ຽງຄຶ່ງ, ຮູບຫລ່ຽມນັ້ນ ກໍຄື ຮູບແບ່ງຄຶ່ງເທົ່າກັນ. ເສັ້ນທີ່ພັບຄຶ່ງ ກໍເອີ້ນວ່າ *ເສັ້ນ ຂອງ ຮູບແບ່ງຄຶ່ງ ເທົ່າກັນ*. (*p. 45*)

**system of equations/ລະບົບ ຂອງ ປະໂຍກເລກ** ສອງປະ ໂຍກເລກ ຫລື ຫລາຍກ່ວາ ຢູ່ໃນອັກສອນເລກ ອັນດຽວກັນ. (*p. 291*)

**system of inequalities/ລະບົບ ຂອງ ປະໂຍກເລກບໍ່ເທົ່າກັນ** ສອງປະໂຍກເລກບໍ່ເທົ່າກັນ ຫລື ຫລາຍປະໂຍກ ຢູ່ໃນອັກສອນເລກ ອັນດຽວກັນ. (*p. 464*)

# T

**tangent ratio/ອັຕຣາສ່ວນ ແຫນມຈັນ.** ເບິ່ງຕາມ ອັຕຣາສ່ວນ ຂອງ ຫລີໄກໂນເມຫຣີ. (*p. 361*)

**term/ລັກສມະເລກ** ຕົວປະກອບໃນຈຳນວນລວມ. (*p. 33*)

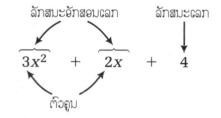

$$\overbrace{3x^2} + \overbrace{2x} + \underbrace{4}$$

**terms of a proportion/ລັກສມະ ຂອງປະໂຍກເລກ** ເລກ ຫລື ອັກສອນເລກ ໃນປະໂຍກເລກ. (*p. 314*)

**theoretical probability/ສູດຂອງການຊອກຊັ້ນ** ເມື່ອຜົລທີ່ໄດ້ມາ ຈາກການທົດລອງທີ່ຕິກັນ, ຜົລຂອງການທົດລອງ ຊັ້ງແມ່ນອັຕຣາສ່ວນຈາກຜົລທີ່ໄດ້ມາ. (*p. 309*)

**transformation/ການປ່ຽນສະພາບ** ການປ່ຽນຂອງຕົວເລກ ຫລື ໜ້າທີ່ (*p. 202*)

**translation/ການຍ້າຍຮູບ** ການຍ້າຍຮູບຢ່າງບໍ່ປ່ຽນຂນາດ ຫລີ ຮູບຮ່າງ ຢ່າງບໍ່ໂຄ້ງບິນ ຫລີ ຍິ້ນ. ເມື່ອຮູບຍ້າຍໄປຕາມສາຍທາງ, ສາຍທາງນັ້ນມີ ຮູບແບ່ງຄຶ່ງເທົ່າກັນ ທີ່ຍ້າຍໄດ້ ຢ່າງບໍ່ປ່ຽນຮູບ. (*p. 197*)

**translational symmetry/ຮູບແບ່ງຄຶ່ງເທົ່າກັນ ທີ່ຍ້າຍໄດ້ ຢ່າງບໍ່ປ່ຽນຮູບ** ເບິ່ງຕາມ ການຍ້າຍຮູບ ກໍໄດ້. (*p. 199*)

**trapezoid/ຮູບສີ່ຂ້າງດ້ານຄູ່** ຮູບສີ່ຂ້າງທີ່ມີ ບ່າງນ້ອຍ ສອງຂ້າງດຽງ ຄູ່ກັນ ເອີ້ນວ່າ ພື້ນຖານ. ອີກສອງຂ້າງ ເອີ້ນວ່າ ຂາ. *(p. 193)*

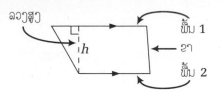

**triangle/ຮູບສາມແຈລ່ຽມ** ຮູບແຈລ່ຽມ ທີ່ມີສາມຂ້າງ *(p. 39)*

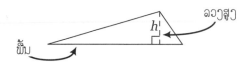

**trigonometric ratios/ອັດຕາສ່ວນຂອງເລຂສາມມິຕິ** ອັດຕາສ່ວນ ຂອງ ຊາຍ, ໂຄຊາຍ, ແລະ ແທງເຈັນ. *(p. 344)*

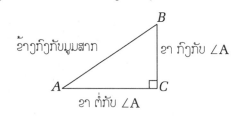

ໂຄຊາຍ $A = \dfrac{\text{ຕິດກັບ}}{\text{ຂ້າງກົງກັບມຸມສາກ}} = \dfrac{AC}{AB}$

ຊາຍ $A = \dfrac{\text{ກົງກັບ}}{\text{ຂ້າງກົງກັບມຸມສາກ}} = \dfrac{BC}{AB}$

ແທງເຈັນ $A = \dfrac{\text{ກົງກັບ}}{\text{ຕິດກັບ}} = \dfrac{BC}{AC}$

**trinomial/ປະໂຍກເລຂສາມຕົວ** ກອນເລຂ ທີ່ມີລັກສມະເລຂສາມຕົວ. *(p. 584)*

# U

**unit rate/ອັດຕາຫນ່ວຍ.** ອັດຕາ ຂອງຫນ່ວຍນຶ່ງ ໃນຈຳນວນທັງຫມົດ. *(p. 302)*

**upper quartile/ເຂດເລຂສູງ** ເລຂກາງ ຂອງຂ້ມູນ ໃນເຂດທ່ຶງ ຂອງຕະລາງເລຂ *(p. 158)*

# V

**variable/ອັກສອນເລຂ** ເຄື່ອງຫມາຍ ໂດຍສເພາະ ອັກສອນ ທີ່ປັນຕົວແຫນເລຂ. *(p. 10)*

**variable expression/ຄຳເວົ້າ ຂອງເລຂອັກສອນ** ຄຳເວົ້າ ທີ່ມີອັກສອນເລຂ. *(p. 10)*

**variable terms/ລັກສມະ ເລຂອັກສອນ** ລັກສມະ ຂອງຄຳເວົ້າ ທີ່ບັນຈຸເລຂອັກສອນ. ຂຶ້ງຕາມ ລັກສມະເລຂ ຂຶ້ນກັນ. *(p. 256)*

**variation constant/ເລຂຄົງທີ່ ທີ່ປ່ຽນແປງ** ເລຂຄົງທີ່ $k$ ຂຶ້ງບໍ່ແມ່ນສູນ ຢູ່ໃນການປ່ຽນແປງໂດຍກົງ ຂອງສຸດ $y = kx$. *(p. 360)*

**vertex of an angle/ເສັ້ນສຸດ ຂອງມຸມ** ຂຶ້ງຕາມ ມຸມ ຂຶ້ນກັນ. *(p. 85)*

**vertex of a parabola/ເສັ້ນສຸດ ຂອງ ເສັ້ນໂຄ້ງແລະງາຍຂຶ້ນ** ຂຶ້ງຕາມ ເສັ້ນໂຄ້ງແລະງາຍຂຶ້ນ ຂຶ້ນກັນ. *(p. 555)*

**vertex of a polygon/ເສັ້ນສຸດ ຂອງ ຮູບແຈລ່ຽມ** ຂຶ້ງຕາມ ຮູບແຈລ່ຽມ ຂຶ້ນກັນ. *(p. 40)*

**vertical angles/ມຸມຕັ້ງ** ມຸມສເມີ ແລະ ຄືກັນສອງອັນ ຂຶ້ງປະ ກອບດ້ວຍ ເສັ້ນຕັດກັນ ແລະ ຢືນມຸມໄປຫົດກົງກັນຂ້າມກັນ. *(p. 87)*

**vertical axis/ເສັ້ນຕັ້ງຂອງກຣາຟ** ຂຶ້ງຕາມ ກະຕານເສັ້ນ ຂຶ້ນກັນ. *(p. 184)*

**vertical intercept/ຈຸດຕັດເສັ້ນຕັ້ງ** ຂຶ້ງຕາມ ຈຸດຕັດຂອງເສັ້ນ $y$. *(p. 418)*

**vertical-line test/ການກວດສອບເສັ້ນຕັ້ງ** ເວລາສອງ ຫຼື ຫລາຍ ຈຸດ ໃນເສັ້ນກຣາຟ ອິດຕາມເສັ້ນຕັ້ງ ອັນດຽວກັນ, ເສັ້ນກຣາຟ ນັ້ນ ຈະບໍ່ປັນຫນ້າທີ່ເລຂໄດ້. *(p. 221)*

# X

**x-axis/ເສັ້ນ x** ເສັ້ນນອນ ຢູ່ໃນກະຕານເສັ້ນ. *(pp. 226, 550)*

**x-intercept/ຈຸດຕັດຂອງເສັ້ນ x** ຈຸດຂອງເສັ້ນ $x$ ທີ່ຖຶກເສັ້ນກຣາຟ ຕັດ ເອີ້ນວ່າ ຈຸດຕັດ ຂອງເສັ້ນນອນ ກຳໄດ້. *(p. 563)*

# Y

**y-axis/ເສັ້ນ y** ເສັ້ນຕັ້ງ ໃນກະດານເສັ້ນ. (*pp. 226, 550*)

**y-intercept/ຈຸດຕັດຂອງເສັ້ນ y** ຈຸດ ຂອງເສັ້ນກຣາຟ ທີ່ຕັດກັບເສັ້ນ y. ຫຼືງຕາມ ຈຸດຕັດເສັ້ນຕັ້ງ ຊຶ່ນກັນ. (*p. 563*)

# Z

**zero-product property/ຜົນຄູນຂອງເລກສູນ** ເມື່ອຜົນຄູນ ຂອງຕົວຄູນ ແໝ່ນ ສູນ, ຕົວຄູນນຶ່ງ ຫຼື ຫຼາຍຕົວ ຈະຕ້ອງເປັນ ສູນ. ຖ້າວ່າ $ab = 0$, ກໍແປວ່າ $a = 0$ ຫຼື $b = 0$. (*p. 495*).

# Multi-Language Glossaries

for **Integrated**  **2**
**Mathematics**

# English Glossary

## A

**absolute value (p. 34)** The distance that a number is from zero on a number line. An absolute value is a positive number or zero.
$$|-3| = 3 \qquad |0| = 0 \qquad |3| = 3$$

**alternate interior angles (p. 416)** Two interior angles on opposite sides of a transversal.

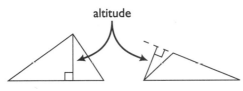

Angles 1 and 2 are alternate interior angles.

**altitude of a triangle (p. 481)** A segment drawn from a vertex perpendicular to the line containing the opposite side.

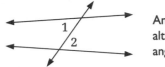

altitude

**angle bisector (p. 468)** A ray that begins at the vertex and divides the angle into two angles equal in measure.

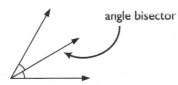

angle bisector

**axis of rotation (p. 565)** The line around which a plane figure is rotated to make a space figure.

## B

**biased sample (p. 17)** A sample that over-represents or under-represents part of the population.

**biconditional (p. 386)** A single statement combining a true conditional and its true converse with the phrase "if and only if."

**binomial (p. 351)** An expression that can be written as the sum of two monomials.

**binomial experiment (p. 339)** An experiment with a fixed number of independent trials. For each trial there are two mutually exclusive, independent outcomes, success and failure. Each trial has the same $P(\text{success})$, and $P(\text{success}) + P(\text{failure}) = 1$.

**binomial theorem (p. 353)** If $n$ is a positive integer, then $(a + b)^n$ is
$(_nC_0)a^n b^0 + (_nC_1)a^{n-1}b^1 + (_nC_2)a^{n-2}b^2 + \ldots + (_nC_{n-2})a^2 b^{n-2} + (_nC_{n-1})a^1 b^{n-1} + (_nC_n)a^0 b^n$
where the coefficients $(_nC_r)$ are combinations found in the $n$th row of Pascal's triangle. *See also* Pascal's triangle.

**boundary line (p. 654)** A line that is the edge of a region of a graph of a linear inequality on a coordinate plane.

**box-and-whisker plot (p. 636)** A method for displaying the median, quartiles, and extremes of a data set.

## C

**center of dilation (p. 159)** The point where lines drawn from corresponding points on the original figure and its image meet. *See also* dilation.

**chain rule (p. 380)** A rule of logic which states: If $p$ is true, then $q$ is true. If $q$ is true, then $r$ is true. Therefore, if $p$ is true, then $r$ is true.

**cluster sample (p. 17)** A sample that consists of items in a particular group.

**coefficient (p. 352)** A number multiplied by a variable in a term of an expression.

**co-interior angles (p. 416)** Two interior angles on the same side of a transversal.

Angles 1 and 2 are co-interior angles.

**combination (p. 329)** A selection made from a group of items when order is not important. The number of ways to select $r$ items from a group of $n$ items is found in row $n$, diagonal $r$, of Pascal's triangle.

**complementary angles (p. 655)** Two angles whose measures have the sum 90°.

**complementary events (p. 312)** Two mutually exclusive events that together include all possibilities.

**complex number (p. 225)** A number of the form $a + bi$, where $a$ and $b$ are real numbers, and $i$ is the imaginary unit $\sqrt{-1}$.

**compound events (p. 320)** Events made up of two or more events that can happen either at the same time or one after the other.

**conclusion of an implication (p. 373)** The *then* part of an *if-then* statement. *See also* implication.

**conclusion of a logical argument (p. 380)** A statement resulting from the premises of a logical argument.

**conditional (p. 373)** An *if-then* statement. *See also* implication.

**congruent (p. 244)** Having the same size and shape.

**congruent triangles (p. 449)** Two triangles whose vertices can be matched up so that corresponding parts (angles and sides) are equal in measure.

**conjecture (p. 31)** A statement, opinion, or conclusion based on observation.

**conjunction (p. 367)** Two statements connected by *and*. A conjunction is true when both statements are true.

**consecutive angles (p. 244)** In a polygon, two angles that share a side.

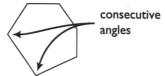

consecutive angles

**consecutive sides (p. 244)** In a polygon, two sides that share a vertex.

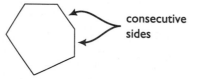

consecutive sides

**consistent system (p. 136)** A system of equations that has one or more solutions.

**constant graph (p. 61)** The graph of the function $y = c$ where $c$ is any number.

**convenience sample (p. 17)** A sample that is chosen to make it easy to gather data.

**converse (p. 39)** A statement obtained by interchanging the *if* and *then* parts of an *if-then* statement.

**corresponding angles (p. 416)** Two angles in corresponding positions relative to two lines and their transversal.

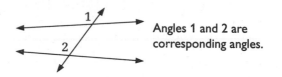

Angles 1 and 2 are corresponding angles.

**counterexample (p. 33)** An example that shows that a statement is not always true.

**cross section (p. 559)** The intersection of a plane and a space figure.

**cubic function (p. 528)** A polynomial function of degree three.

# D

**database (p. 365)** An organized listing of information.

**decay graph (p. 61)** The graph of a decreasing function.

**deductive reasoning (p. 38)** Using facts, definitions, logic, and accepted rules and properties to reach conclusions.

**degree of a polynomial (p. 507)** The largest exponent of a polynomial.

**dependent events (p. 320)** A sequence of events where one event affects another event.

**diagonal (p. 281)** A segment joining two nonconsecutive vertices of a polygon.

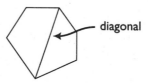

diagonal

**diameter of a sphere (p. 85)** A segment that joins two points on the surface of the sphere and passes through the center. Also, the length of such a segment.

**dilation (p. 159)** A transformation that results in a reduction or an enlargement of a figure. Lines drawn through the corresponding points on the original figure and its image meet at a point called the *center of dilation*.

**dimensions of a matrix (p. 151)** The number of rows and columns of a matrix. *See also* matrix.

**direct argument (p. 380)** A rule of logic that states: If $p$ is true, then $q$ is true. $p$ is true. Therefore, $q$ is true.

**direct variation (p. 70)** A linear function of the form $y = kx$, $k \neq 0$, where $k$ is the *variation constant*.

**direct variation with the cube (p. 94)** A function of the form $y = kx^3$, $k \neq 0$, where $y$ varies directly with $x^3$, and $k$ is the *variation constant*.

**direct variation with the square (p. 92)** A function of the form $y = kx^2$, $k \neq 0$, where $y$ varies directly with $x^2$, and $k$ is the *variation constant*. The graph of this function is a *parabola*.

**discriminant (p. 222)** The expression under the radical sign of the quadratic formula, $b^2 - 4ac$. *See also* quadratic formula.

**disjunction (p. 367)** Two statements connected by *or*. A disjunction is true when at least one of the statements is true.

**domain (p. 62)** All the values of the control variable of a function. *See also* function.

**double zero (p. 529)** When a cubic function has a squared factor, the function has a double zero. At one point where $y=0$, the graph of the function will just touch the $x$-axis but will not cross it. *See also* zero.

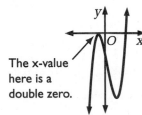

The x-value here is a double zero.

**doubling period (p. 106)** The amount of time it takes for a quantity to double.

**E**

**element of a matrix (p. 151)** Each entry in a matrix. *See also* matrix.

**equiangular triangle (p. 474)** A triangle in which all angles are equal in measure.

**equidistant (p. 574)** At the same distance.

**event (p. 296)** A set of outcomes. *See also* outcome.

**expanded form (p. 351)** When an expression is written as a sum, it is in expanded form.

**experimental probability (p. 637)** In an experiment, the ratio of the number of times an event occurs to the number of times the experiment is performed.

**exponential decay (p. 108)** A decreasing exponential function. An example is the function $y = a\left(\frac{1}{2}\right)^x$, $a \neq 0$, used to model halving.

**exponential form (p. 100)** When an expression is written as a power or a product of powers, it is in exponential form.

**exponential function (p. 107)** A function of the form $y = ab^x$, where $a > 0$, $b > 0$, and $b \neq 1$.

**exponential growth (p. 107)** An increasing exponential function. An example is the function $y = a \cdot 2^x$, $a \neq 0$, used to model doubling.

**exterior angle (pp. 33, 442)** An angle formed by extending a side of a polygon.

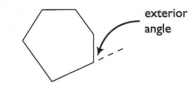

exterior angle

**extraneous solution (p. 521)** A solution of a simplified equation that is not a solution of the original equation.

**F**

**factored form (p. 351)** When an expression is written as a product of its factors, it is in factored form.

**factorial (p. 304)** The symbol ! after a positive integer. It means the product of all the positive integers from 1 to that number.

$$7! = 7 \cdot 6 \cdot 5 \cdot 4 \cdot 3 \cdot 2 \cdot 1$$

(0! = 1 by definition.)

**fitted line (p. 632)** A line that passes as close to as many data points on a scatter plot as possible.

**flow proof (p. 396)** A proof written as a diagram using arrows to show the connections between statements. Numbers written over the arrows refer to a numbered list of the justifications for the statements.

**frequency (p. 633)** The number of times an event or data item occurs within an interval.

**frequency table (p. 633)** A table that displays the exact number of data items in an interval.

**function (p. 60)** A relationship where there is only one value of the dependent variable for each value of the control variable. All the values of the control variable are known as the *domain*. All the values of the dependent variable over the domain are known as the *range*.

# G

**geometric mean (p. 483)** If $a$, $b$, and $x$ are positive numbers, and $\frac{a}{x} = \frac{x}{b}$, then $x$ is the geometric mean between $a$ and $b$.

**geometric probability (p. 639)** Probability based on areas and lengths.

**growth graph (p. 61)** The graph of an increasing function.

# H

**half-life (p. 108)** The amount of time it takes for a quantity to divide in half.

**horizontal intercept (p. 122)** The $x$-coordinate of the point where a graph intersects the $x$-axis. Also called *x-intercept.*

**hyperbola (p. 77)** The graph of a function of the form $y = \frac{k}{x}$, $x \neq 0$ and $k \neq 0$. *See also* inverse variation.

**hypothesis (p. 373)** The *if* part of an *if-then* statement. *See also* implication.

# I

**image (p. 159)** The result of a transformation.

**imaginary unit (p. 225)** The number $i$ such that $i = \sqrt{-1}$ and $i^2 = -1$.

**implication (p. 373)** A statement with an *if* part and a *then* part. The *if* part is the *hypothesis* and the *then* part is the *conclusion*. Also called a *conditional*.

**inconsistent system (p. 136)** A system of equations that has no solutions.

**independent events (p. 320)** A sequence of events where one event does not affect another event.

**indirect argument (p. 380)** A rule of logic which states: If $p$ is true, then $q$ is true. $q$ is not true. Therefore, $p$ is not true.

**inductive reasoning (p. 31)** A method of reasoning in which a conjecture is made based on several observations.

**invalid argument (p. 381)** An argument that does not use rules of logic.

**inverse matrices (p. 174)** Two $2 \times 2$ matrices whose product is the matrix $\begin{bmatrix} 1 & 0 \\ 0 & 1 \end{bmatrix}$. The symbol $A^{-1}$ is used to represent the inverse of matrix $A$.

**inverse variation (pp. 76, 77)** A function of the form $xy = k$, or $y = \frac{k}{x}$, $x \neq 0$ and $k \neq 0$, where $y$ varies inversely with $x$, and $k$ is the *variation constant*. The graph of this function is a *hyperbola*.

**isosceles triangle (p. 473)** A triangle with two sides equal in measure.

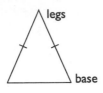

**K**

**kite (p. 244)** A quadrilateral with two pairs of consecutive sides equal in measure. These pairs do not have a side in common.

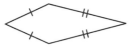

**L**

**linear graph (p. 60)** The graph of a linear function.

**linear inequality (p. 654)** An inequality whose graph on a coordinate plane is bounded by a line called a *boundary line.*

**linear system (p. 121)** Two or more linear equations stating relationships between the same variable quantities.

**M**

**mathematical model (p. 67)** An equation, table, graph, function, or inequality that represents a real-life situation.

**matrix (p. 151)** An arrangement of numbers, called *elements*, in rows and columns.

**matrix equation (p. 175)** An equation with a matrix term.

**mean (p. 635)** In a data set, the sum of the data divided by the number of items.

**median (p. 635)** In a data set, the middle number or the average of the two middle numbers when the data are arranged in numerical order.

**midpoint (p. 259)** The point halfway between the endpoints of a segment.

**mode (p. 635)** The most frequently occurring item, or items, in a data set.

**monomial (p. 206)** A number, a variable, or the product of a number and one or more variables.

**mutually exclusive events (p. 311)** Two events that cannot happen at the same time.

**N**

**negation (p. 367)** A statement involving *not*.

**O**

**odds against (p. 314)** The ratio of unfavorable outcomes to favorable outcomes of an event. The outcomes must be equally likely.

**odds in favor (p. 314)** The ratio of favorable outcomes to unfavorable outcomes of an event. The outcomes must be equally likely.

**order of operations (p. 640)** A set of rules that states the order in which you simplify an expression.

***or* rule (p. 380)** A rule of logic which states: $p$ is true or $q$ is true. $p$ is not true. Therefore, $q$ is true.

**ordered triple (p. 579)** The ordered group of three numbers, $(x, y, z)$, associated with each point in a three-dimensional coordinate system.

**outcome (p. 296)** One possible result. When each outcome of an event has the same chance of happening, the outcomes are *equally likely*. A set of outcomes is an *event*.

**P**

**parabola (pp. 92, 187)** The graph of $y = ax^2 + bx + c, a \neq 0$. The point where the curve turns is either the highest point or the lowest point and is called the *vertex*. *See also* direct variation with the square.

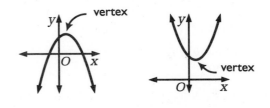

**paragraph proof (p. 396)** A proof whose statements and justifications are written in paragraph form.

**parallelogram (p. 245)** A quadrilateral with two pairs of parallel sides.

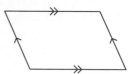

**parametric equations (p. 542)** Equations where two variables are expressed in terms of a third variable. This third variable is called the *parameter*.

**Pascal's triangle (p. 334)** A triangular arrangement of numbers. The number in row $n$, diagonal $r$, is the combination $_nC_r$. When you expand $(a + b)^n$, the coefficients are the numbers in row $n$. *See also* binomial theorem.

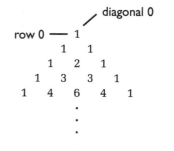

**permutation (p. 304)** The arrangement of any number of items in a definite order.

**perpendicular bisector (p. 475)** A line, ray, or segment that bisects a segment and is perpendicular to it.

**plane (p. 559)** A flat surface that extends without ending and has no thickness.

**plane figure (p. 565)** A two-dimensional figure.

**polynomial (p. 507)** An expression that can be written as a monomial or a sum of monomials. The monomials are called the *terms* of the polynomial.

**polynomial equation (p. 507)** An equation that contains only polynomials.

**population (p. 3)** An entire group.

**postulate (p. 402)** A statement assumed to be true without proof.

**premise (p. 380)** A given statement in an argument. The resulting statement is called the *conclusion*.

**probability tree diagram (p. 346)** A tree diagram with the probability of each branch written on that branch.

**pure imaginary number (p. 225)** A number of the form $bi$, where $i$ is the imaginary unit $\sqrt{-1}$ and $b$ is any real number except zero.

**Pythagorean theorem (p. 661)** If the length of the hypotenuse of a right triangle is $c$ and the lengths of the legs are $a$ and $b$, then $c^2 = a^2 + b^2$.

**quadratic equation (p. 201)** Any equation that can be written in the form $0 = ax^2 + bx + c$, $a \neq 0$.

**quadratic formula (p. 215)** The formula $x = -\frac{b}{2a} \pm \frac{\sqrt{b^2-4ac}}{2a}$, for the solutions of the equation $0 = ax^2 + bx + c$, $a \neq 0$.

**quadratic function (p. 187)** Any function that can be written in the form $y = ax^2 + bx + c$, $a \neq 0$.

**quadratic system (p. 231)** Two or more quadratic functions in the same variables.

**quadrilateral (p. 245)** A polygon with four sides.

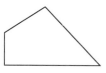

**R**

**radical form (p. 100)** When an expression is written using the symbol $\sqrt{\phantom{x}}$, it is in radical form.

**radius of a sphere (p. 85)** A segment from the center of a sphere to its surface. Also, the length of such a segment.

**random sample (p. 17)** A sample in which each member of the population has an equally likely chance of being selected, and the members of the sample are chosen independently.

**range of a data set (p. 635)** The difference between the extremes in a data set.

**range of a function (p. 62)** All the values of the dependent variable over the domain. *See also* function.

**rational equation (p. 508)** An equation that contains only rational expressions.

**rational expression (p. 508)** An expression that can be written as the quotient of two polynomials.

**real number (p. 225)** A complex number of the form $a + bi$, where $a$ is either a rational or irrational number and $b = 0$.

**reciprocals (p. 174)** Two numbers whose product is 1.

**rectangle (p. 245)** A quadrilateral with four right angles.

**reflection (p. 266)** A transformation involving flipping a figure over a line called *the line of reflection.*

**remote interior angles (p. 442)** In a triangle, the two angles that are not at the vertex where an exterior angle has been drawn.

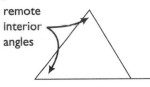

**rhombus (p. 244)** A quadrilateral with four sides of equal measure.

**right angle (p. 655)** An angle whose measure is 90°.

**rotation (p. 267)** A transformation involving turning a figure clockwise or counterclockwise around a point called *the center of rotation.*

**S**

**sample (p. 3)** A subset of the population on which a study or an experiment is being done.

**sample space (p. 320)** A set of all possible outcomes.

**scalar multiplication (p. 152)** Multiplication of a matrix by a number. The product matrix is the result of multiplying each element by the number.

**scale factor (p. 159)** The ratio of a length on an image to the corresponding length on the original figure of a dilation.

**segment bisector (p. 468)** A ray, line, or segment that divides a segment into two parts of equal measure.

**similar triangles (p. 449)** Two triangles whose vertices can be matched up so that corresponding angles are equal and corresponding sides are in proportion.

**simulation (p. 10)** Using an experiment based on a real-life situation to answer a question.

**slope (p. 68)** The measure of the steepness of a line given by the ratio of rise to run for any two points on the line.

**slope-intercept form (p. 68)** A linear equation written in the form $y = mx + b$, where $m$ represents the slope and $b$ represents the vertical intercept.

**solution of a system of equations (p. 122)** An ordered pair whose coordinates make all equations of the system true.

**solution region (p. 124)** The graph of the points that make all the inequalities of a system of inequalities true.

**space figure (p. 557)** A three-dimensional figure.

**sphere (pp. 84, 592)** The set of points in space that are equidistant from a point.

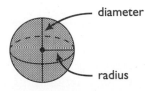

**square (p. 245)** A quadrilateral with four right angles and four sides of equal measure.

**square root (p. 403)** One of two equal factors of a number.

**standard form of a quadratic function (p. 187)** A quadratic function written in the form $y = ax^2 + bx + c, a \neq 0$.

**standard form of a quadratic equation (p. 201)**
A quadratic equation written in the form
$0 = ax^2 + bx + c, a \neq 0$.

**standard form of a polynomial (p. 507)** A polynomial written so that the term with the highest exponent is first, the term with the second highest exponent is second, and so on.

**standard position (p. 275)** The position of a polygon on a coordinate plane such that one vertex is at the origin and one side is on the $x$-axis. This placement makes calculations of slope and length easier.

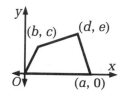

**stem-and-leaf plot (p. 634)** A display of data where each number is represented by a *stem* and a *leaf*.

**straight angle (p. 655)** An angle whose measure is 180°.

**stratified random sample (p. 17)** A sample chosen by dividing a population into subgroups with each population member in only one subgroup, and then selecting members randomly from each subgroup.

**supplementary angles (p. 655)** Two angles whose measures have the sum 180°.

**systematic sample (p. 17)** A sample chosen by using an ordered list of a population and then selecting members systematically from the list.

**system of equations (p. 121)** Two or more equations that state relationships between the same variable quantities.

**system of inequalities (p. 124)** Two or more inequalities that state relationships between the same variable quantities.

**T**

**theorem (p. 408)** A statement that is proven.

**theoretical probability (p. 638)** When all outcomes of an experiment are equally likely, the probability of an event is the ratio of favorable outcomes to the number of possible outcomes.

**transformation (p. 159)** A change in size or position made to a figure.

**translation (pp. 161, 267)** A transformation that moves each point of a figure the same distance in the same direction.

**transversal (p. 416)** A line that intersects two lines in the same plane at two different points.

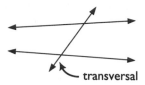

**trapezoid (p. 245)** A quadrilateral with one pair of parallel sides.

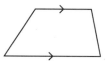

**tree diagram (pp. 11, 296)** A diagram that links items in different categories in all possible ways.

**trial (p. 10)** One run of an experiment.

**trigonometric ratios (p. 659)** The *sine*, *cosine*, and *tangent ratios* of an angle.

**trinomial (p. 206)** An expression that can be written as the sum of three monomials.

**triple zero (p. 529)** When a cubic function has a cubed factor, the function has a triple zero. The graph will flatten out and cross the $x$-axis one time only. *See also* zero.

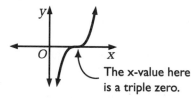

The x-value here is a triple zero.

**two-column proof (p. 396)** A proof written in two columns. Statements are listed in one column and justifications are listed in the other column.

# V

**valid argument (p. 380)** An argument that uses rules of logic.

**variation constant (p. 70)** The nonzero constant $k$ in a direct variation. *See also* direct variation.

**Venn diagram (p. 38)** A diagram used to show relationships between groups.

**vertex of a parabola (p. 188)** The maximum or minimum point of a parabola. *See also* parabola.

**vertical angles (p. 410)** Two angles formed by intersecting lines and facing in opposite directions.

**vertical intercept (p. 68)** The $y$-coordinate of a point where a graph intersects with the $y$-axis. Also called *y-intercept*.

# X

**x-intercept (p. 189)** The $x$-coordinate of a point where a graph intersects the $x$-axis (where $y = 0$). Also called a *horizontal intercept*.

# Y

**y-intercept (p. 189)** The $y$-coordinate of a point where a graph intersects the $y$-axis (where $x = 0$). Also called a *vertical intercept*.

# Z

**zero of a function (p. 529)** A value of the control variable of a function that makes the dependent variable equal 0.

**zero-product property (p. 209)** When a product of factors is zero, one or the more of the factors must be zero. If $ab = 0$, then $a = 0$ or $b = 0$.

# Spanish Glossary  *inglés–español*

## A

**absolute value/valor absoluto**  La distancia a la que se encuentra un número del cero en una recta numérica. Un valor absoluto puede ser un número positivo o cero. *(p. 34)*
$$|-3| = 3 \qquad |0| = 0 \quad |3| = 3$$

**alternate interior angles/ángulos internos alternos transversal**  Dos ángulos internos en lados opuestos de una transversal. *(p. 416)*

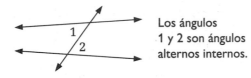

Los ángulos 1 y 2 son ángulos alternos internos.

**altitude of a triangle/altura de un triángulo**  Un segmento que parte de un vértice y es perpendicular a la recta del lado opuesto. *(p. 481)*

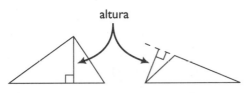

altura

**angle bisector/bisectriz de un ángulo**  Un rayo que parte del vértice y divide el ángulo en dos ángulos de igual medida. *(p. 468)*

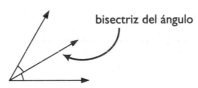

bisectriz del ángulo

**axis of rotation/eje de rotación**  La línea alrededor de la cual se gira una figura plana para hacer un cuerpo volumétrico. *(p. 565)*

## B

**biased sample/muestra parcial**  Una muestra donde parte de la población está representada en mayor o menor proporción de la adecuada. *(p. 17)*

**biconditional/bicondicional**  Un enunciado único que combina un enunciado condicional verdadero y su recíproco verdadero con la frase "si y sólo si". *(p. 386)*

**binomial/binomio**  Una expresión que puede escribirse como la suma de dos monomios. *(p. 351)*

**binomial experiment/experimento binomial**  Un experimento con un número fijo de pruebas independientes. Para cada prueba existen dos resultados independientes y mutuamente excluyentes: éxito y fracaso. Cada prueba tiene la misma $P(\text{éxito})$, y $P(\text{éxito}) + P(\text{fracaso}) = 1$. *(p. 339)*

**binomial theorem/teorema del binomio**  Si n es un entero positivo, entonces $(a + b)^n$ es $({}_nC_0)a^n b^0 + ({}_nC_1)a^{n-1}b^1 + ({}_nC_2)a^{n-2}b^2 + \ldots + ({}_nC_{n-2})a^2 b^{n-2} + ({}_nC_{n-1})a^1 b^{n-1} + ({}_nC_n)a^0 b^n$ donde los coeficientes $({}_nC_r)$ son combinaciones que se encuentran en la fila $n$-ésima del triángulo de Pascal. *Véase también* Pascal's triangle/triángulo de Pascal. *(p. 353)*

**boundary line/línea de demarcación**  La línea que forma el borde de una región en una gráfica de desigualdad lineal en un plano de coordenadas. *(p. 654)*

**box-and-whisker plot/diagrama de líneas y bloques**  Un método para mostrar la mediana, los cuartiles y los extremos de un conjunto de datos. *(p. 636)*

## C

**center of dilation/centro de dilatación**  El punto en el cual se unen las rectas que se trazan desde los puntos correspondientes de una figura original y su imagen. *Véase también* dilation/dilatación. *(p. 159)*

**chain rule/regla de la cadena**  Una regla de lógica que establece: Si $p$ es verdadero, entonces $q$ es verdadero. Si $q$ es verdadero, entonces $r$ es verdadero. Por lo tanto, si $p$ es verdadero, entonces $r$ es verdadero. *(p. 380)*

**cluster sample/muestra de agrupación**  Una muestra que consta de elementos de un grupo particular. *(p. 17)*

**coefficient/coeficiente**  Un número multiplicado por una variable en un término de una expresión. *(p. 352)*

**co-interior angles/ángulos conjugados internos**
Dos ángulos interiores del mismo lado de una
transversal. *(p. 416)*

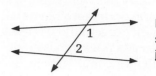

Los ángulos 1 y 2
son ángulos con-
jugados internos.

**combination/combinación**  Una selección extraí-
da de un grupo de elementos cuando el orden no
es importante. El número de formas para selec-
cionar *r* elementos de un grupo de *n* elementos
se encuentra en la fila *n*, diagonal *r*, del triángulo
de Pascal. *(p. 329)*

**complementary angles/ángulos complemen-
tarios**  Dos ángulos cuyas medidas suman 90°.
*(p. 655)*

**complementary events/sucesos complemen-
tarios**  Dos sucesos mutuamente excluyentes que
juntos incluyen todas las posibilidades. *(p. 312)*

**complex number/número complejo**  Un número
de la forma $a + bi$, donde $a$ y $b$ son números
reales e $i$ es la unidad imaginaria $\sqrt{-1}$. *(p. 225)*

**compound events/sucesos compuestos**  Sucesos
integrados por dos o más sucesos que pueden
ocurrir al mismo tiempo o uno tras otro. *(p. 320)*

**conclusion of an implication/conclusión de
una implicación**  La parte que corresponde al
*entonces* en un enunciado de *si-entonces*. *Véase
también* implication/implicación. *(p. 373)*

**conclusion of a logical argument/conclusión de
un argumento lógico**  Un enunciado resultante
de las premisas de un argumento lógico. *(p. 380)*

**conditional/condicional**  Un enunciado de
*si–entonces*. *Véase también* implication/
implicación. *(p. 373)*

**congruent/congruente**  Que tiene el mismo
tamaño y forma. *(p. 244)*

**congruent triangles/triángulos congruentes**  Dos
triángulos cuyos vértices se pueden hacer corres-
ponder de tal manera que las partes correspon-
dientes (ángulos y lados) sean de igual medida.
*(p. 449)*

**conjecture/conjetura**  Un enunciado, opinión o
conclusión que se basa en la observación. *(p. 31)*

**conjunction/conjunción**  Dos enunciados conec-
tados por *y*. Una conjunción es verdadera si
ambos enunciados son verdaderos. *(p. 367)*

**consecutive angles/ángulos consecutivos**  En un
polígono, dos ángulos que comparten un lado.
*(p. 244)*

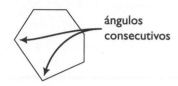

ángulos
consecutivos

**consecutive sides/lados consecutivos**  En un
polígono, dos lados que comparten un vértice.
*(p. 244)*

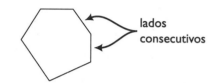

lados
consecutivos

**consistent system/sistema congruente**  Un sis-
tema de ecuaciones que tiene una o más solu-
ciones. *(p. 136)*

**constant graph/gráfica constante**  La gráfica de
la función $y = c$ donde $c$ es cualquier número.
*(p. 61)*

**convenience sample/muestra de conveniencia**
Una muestra que se selecciona de tal manera que
facilite la recabación de datos. *(p. 17)*

**converse/recíproco**  Un enunciado que se obtiene
intercambiando las partes *si* y *entonces* en un
enunciado de *si-entonces*. *(p. 39)*

**corresponding angles/ángulos correspondientes**
Dos ángulos en posiciones correspondientes en
relación con dos líneas y su transversal. *(p. 416)*

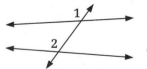

Los ángulos
1 y 2 son ángulos
correspondientes.

**counterexample/contraejemplo**  Un ejemplo
que demuestra que un enunciado no siempre
es verdadero. *(p. 33)*

**cross section/sección transversal**  La intersección
de un plano y un cuerpo volumétrico. *(p. 559)*

**Multi-Language Glossary, INTEGRATED MATHEMATICS 2**

**cubic function/función cúbica** Una función polinómica de grado 3. *(p. 528)*

# D

**database/base de datos** Una lista organizada de información. *(p. 365)*

**decay graph/gráfica de decrecimiento** La gráfica de una función que disminuye. *(p. 61)*

**deductive reasoning/razonamiento deductivo** El uso de hechos, definiciones y la lógica, así como reglas y propiedades aceptadas para llegar a conclusiones. *(p. 38)*

**degree of a polynomial/grado de un polinomio** El exponente más grande de un polinomio. *(p. 507)*

**dependent events/sucesos dependientes** Una secuencia de sucesos en la cual uno afecta a otro. *(p. 320)*

**diagonal/diagonal** Un segmento que une dos vértices no consecutivos de un polígono. *(p. 281)*

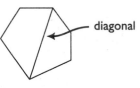
diagonal

**diameter of a sphere/diámetro de una esfera** Un segmento que une dos puntos de la superficie de la esfera y pasa por su centro. También, la longitud de dicho segmento. *(p. 85)*

**dilation/dilatación** Una transformación cuyo resultado es la reducción o el agrandamiento de una figura. Las rectas que se trazan por los puntos correspondientes de la figura original y su imagen se unen en un punto llamado *centro de dilatación*. *(p. 159)*

**dimensions of a matrix/dimensiones de una matriz** El número de filas y columnas de una matriz. *Véase también* matrix/matriz. *(p. 151)*

**direct argument/argumento directo** Una regla de lógica que establece: Si *p* es verdadero, entonces *q* es verdadero. *p* es verdadero. Por lo tanto, *q* es verdadero. *(p. 380)*

**direct variation/variación directa** Una función lineal de la forma $y = kx$, $k \neq 0$, donde *k* es la constante de variación. *(p. 70)*

**direct variation with the cube/variación directa con el cubo** Una función de la forma $y = kx^3$, $k \neq 0$, donde *y* varía directamente con $x^3$ y *k* es la *constante de variación*. *(p. 94)*

**direct variation with the square/variación directa con el cuadrado** Una función de la forma $y = kx^2$, $k \neq 0$, donde y varía directamente con $x^2$ y *k* es la *constante de variación*. La gráfica de esta función es una *parábola*. *(p. 92)*

**discriminant/discriminante** La expresión bajo el signo del radical de la fórmula cuadrática, $b^2 - 4ac$. *Véase también* quadratic formula/fórmula cuadrática. *(p. 222)*

**disjunction/disyunción** Dos enunciados conectados por *o*. Una disyunción es verdadera cuando por lo menos uno de los enunciados es verdadero. *(p. 367)*

**domain/dominio** Todos los valores de la variable de control de una función. *Véase también* function/función. *(p. 62)*

**double zero/doble cero** Cuando una función cúbica tiene un factor cuadrado, la función tiene un doble cero. En un punto en el cual $y = 0$, la gráfica de la función va a tocar apenas el eje de las *x*, pero no lo cruzará. *Véase también* zero/cero. *(p. 529)*

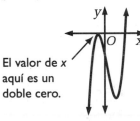
El valor de *x* aquí es un doble cero.

**doubling period/período de duplicación** La cantidad de tiempo que se requiere para que se duplique una cantidad. *(p. 106)*

# E

**element of a matrix/elemento de una matriz** Cada una de las entradas de una matriz. *Véase también* matrix/matriz. *(p. 151)*

**equiangular triangle/triángulo equiángulo** Un triángulo cuyos ángulos tienen todos la misma medida. *(p. 474)*

**equidistant/equidistante** A la misma distancia. *(p. 574)*

**event/suceso** Un conjunto de resultados. *Véase también* outcome/resultado. *(p. 296)*

**expanded form/forma desarrollada** Cuando una expresión se escribe como suma, está en su forma desarrollada. *(p. 351)*

**experimental probability/probabilidad experimental** En un experimento, la razón entre el número de veces que ocurre un suceso y el número de veces que se realiza el experimento. *(p. 637)*

**exponential decay/decrecimiento exponencial** Una función exponencial que disminuye. Un ejemplo es la función $y = a\left(\frac{1}{2}\right)^x$, $a \neq 0$, que se usa para indicar una reducción por la mitad. *(p. 108)*

**exponential form/forma exponencial** Cuando una expresión se escribe como potencia o como producto de potencias, está en su forma exponencial. *(p. 100)*

**exponential function/función exponencial** Una función de la forma $y = ab^x$, donde $a > 0$, $b > 0$ y $b \neq 1$. *(p. 107)*

**exponential growth/crecimiento exponencial** Una función exponencial que aumenta. Un ejemplo es la función $y = a \cdot 2^x$, $a \neq 0$, que se utiliza para indicar duplicación. *(p. 107)*

**exterior angle/ángulo exterior** Un ángulo que se forma cuando se prolonga un lado de un polígono. *(ps. 33, 442)*

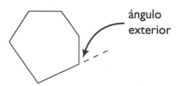

ángulo exterior

**extraneous solution/solución ajena** Una solución de una ecuación simplificada que no es solución de la ecuación original. *(p. 521)*

### F

**factored form/forma factorizada** Cuando una expresión se escribe como producto de sus factores, está en su forma factorizada. *(p. 351)*

**factorial/factorial** El símbolo ! después de un entero positivo. Significa el producto de todos los enteros positivos del 1 hasta ese número. *(p. 304)*

$$7! = 7 \cdot 6 \cdot 5 \cdot 4 \cdot 3 \cdot 2 \cdot 1$$

(0! = 1 por definición.)

**fitted line/línea de ajuste** Una línea que pasa lo más cerca posible del mayor número posible de puntos de datos en un diagrama de dispersión. *(p. 632)*

**flow proof/prueba de flujo** Una prueba escrita en forma de diagrama utilizando flechas para mostrar las conexiones entre enunciados. Los números escritos sobre las flechas se refieren a una lista numerada de las justificaciones de los enunciados. *(p. 396)*

**frequency/frecuencia** El número de veces en que un suceso o dato ocurre dentro de un intervalo. *(p. 633)*

**frequency table/tabla de frecuencias** Una tabla que muestra el número exacto de datos en un intervalo. *(p. 633)*

**function/función** Una relación donde existe un solo valor de la variable dependiente para cada valor de la variable de control. Todos los valores de la variable de control se conocen como *dominio*. Todos los valores de la variable dependiente a lo largo del dominio se conocen como el *rango*. *(p. 60)*

### G

**geometric mean/media geométrica** Si $a$, $b$ y $x$ son números positivos y $\frac{a}{x} = \frac{x}{b}$, entonces $x$ es la media geométrica entre $a$ y $b$. *(p. 483)*

**geometric probability/probabilidad geométrica** La probabilidad basada en áreas y longitudes. *(p. 639)*

**growth graph/gráfica de crecimiento** La gráfica de una función que aumenta. *(p. 61)*

### H

**half-life/vida media** La cantidad de tiempo que se requiere para que una cantidad se divida a la mitad. *(p. 108)*

**horizontal intercept/intersección horizontal** La coordenada $x$ del punto en que una gráfica intersecta al eje de las $x$. También se conoce como *intersección de las x. (p. 122)*

**hyperbola/hipérbola** La gráfica de una función de la forma $y = \frac{k}{x}$, $x \neq 0$ y $k \neq 0$. *Véase también* inverse variation/variación inversa. *(p. 77)*

**hypothesis/hipótesis** La parte *si* de un enunciado de *si-entonces. Véase también* implication/implicación. *(p. 373)*

# I

**image/imagen** El resultado de una transformación. *(p. 159)*

**imaginary unit/unidad imaginaria** El número i tal que $i = \sqrt{-1}$ y tal que $i^2 = -1$. *(p. 225)*

**implication/implicación** Un enunciado con una parte *si* y una parte *entonces*. La parte si es la *hipótesis* y la parte *entonces* es la *conclusión*. También se conoce como *condicional. (p. 373)*

**inconsistent system/sistema incongruente** Un sistema de ecuaciones que no tiene ninguna solución. *(p. 136)*

**independent events/sucesos independientes** Una secuencia de sucesos en la cual ninguno afecta a otro. *(p. 320)*

**indirect argument/argumento indirecto** Una regla de lógica que establece: Si $p$ es verdadero, entonces $q$ es verdadero. $q$ no es verdadero. Por lo tanto, $p$ no es verdadero. *(p. 380)*

**inductive reasoning/razonamiento inductivo** Un método de razonamiento en el cual se hace una conjetura con base en varias observaciones. *(p. 31)*

**invalid argument/argumento inválido** Un argumento que no sigue las reglas de la lógica. *(p. 381)*

**inverse matrices/matrices inversas** Dos matrices 2 x 2 cuyo producto es la matriz $\begin{bmatrix} 1 & 0 \\ 0 & 1 \end{bmatrix}$. El símbolo $A^{-1}$ se utiliza para representar la inversa de la matriz $A$. *(p. 174)*

**inverse variation/variación inversa** Una función de la forma $xy = k$, or $y = \frac{k}{x}$, $x \neq 0$ y $k \neq 0$, donde $y$ varía inversamente con $x$ y $k$ es la *constante de variación*. La gráfica de esta función es una *hipérbola. (ps. 76, 77)*

**isosceles triangle/triángulo isósceles** Un triángulo que tiene dos lados de igual longitud. *(p. 473)*

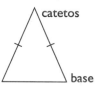
catetos

base

# K

**kite/cometa** Un cuadrilátero con dos pares de lados consecutivos de igual longitud. Estos pares no tienen un lado en común. *(p. 244)*

# L

**linear graph/gráfica lineal** La gráfica de una función lineal. *(p. 60)*

**linear inequality/desigualdad lineal** Una desigualdad cuya gráfica en un plano de coordenadas está delimitada por una línea llamada *línea de demarcación. (p. 654)*

**linear system/sistema lineal** Dos o más ecuaciones lineales que establecen relaciones entre las mismas cantidades variables. *(p. 121)*

# M

**mathematical model/modelo matemático** Una ecuación, tabla, gráfica, función o desigualdad que representa una situación de la vida real. *(p. 67)*

**matrix/matriz** Una distribución de números, llamados *elementos,* en filas y columnas. *(p. 151)*

**matrix equation/ecuación de matrices** Una ecuación donde algún término es una matriz. *(p. 175)*

**mean/media** En un conjunto de datos, la suma de los datos dividida entre el número de datos. *(p. 635)*

**median/mediana** En un conjunto de datos, el número central, o el promedio de los dos números centrales, cuando los datos se organizan en orden numérico. *(p. 635)*

**midpoint/punto medio** El punto a la mitad entre los extremos de un segmento. *(p. 259)*

**mode/modo** El elemento (o elementos) que ocurre con mayor frecuencia en un conjunto de datos. *(p. 635)*

**monomial/monomio** Un número, una variable, o el producto de un número y una o más variables. *(p. 206)*

**mutually exclusive events/sucesos mutuamente excluyentes** Dos sucesos que no pueden ocurrir al mismo tiempo. *(p. 311)*

**negation/negación** Un enunciado que incluye un *no. (p. 367)*

# O

**odds against/probabilidades en contra** La razón entre los resultados desfavorables y los resultados favorables de un suceso. Los resultados deben tener la misma probabilidad. *(p. 314)*

**odds in favor/probabilidades a favor** La razón entre los resultados favorables y los resultados desfavorables de un suceso. Los resultados deben tener la misma probabilidad. *(p. 314)*

**order of operations/orden de las operaciones** Un conjunto de reglas que establece el orden en que se simplifica una expresión. *(p. 640)*

*or rule/regla de o* Una regla de lógica que establece: $p$ es verdadero o $q$ es verdadero. $p$ no es verdadero. Por lo tanto, $q$ es verdadero. *(p. 380)*

**ordered triple/terna ordenada** El grupo ordenado de tres números, $(x, y, z)$, relacionado con cada uno de los puntos en un sistema de coordenadas tridimensional. *(p. 579)*

**outcome/resultado** Un efecto posible. Cuando cada uno de los resultados de un suceso tiene las mismas probabilidades de ocurrir, los resultados son *igualmente probables.* Un conjunto de resultados es un *suceso. (p. 296)*

# P

**parabola/parábola** La gráfica de $y = ax^2 + bx + c$, $a \neq 0$. El punto en que la curva se invierte es el punto más alto o el punto más bajo, y se conoce como *vértice. Véase también* direct variation with the square/variación directa con el cuadrado. *(ps. 92, 187)*

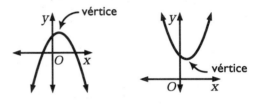

**paragraph proof/prueba en párrafos** Una prueba cuyos enunciados y justificaciones están escritos en forma de párrafos. *(p. 396)*

**parallelogram/paralelogramo** Un cuadrilátero con dos pares de lados paralelos. *(p.245)*

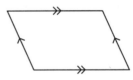

**parametric equations/ecuaciones paramétricas** Ecuaciones en que se expresan dos variables en términos de una tercera variable. Esta tercera variable se conoce como *parámetro. (p. 542)*

**Multi-Language Glossary, INTEGRATED MATHEMATICS 2**

**Pascal's triangle/triángulo de Pascal** Una disposición triangular de números. El número en la fila $n$, diagonal $r$, es la combinación $_nC_r$. Cuando se desarrolla $(a + b)n$, los coeficientes son los números en la fila $n$. *Véase también* binomial theorem/teorema del binomio. *(p. 334)*

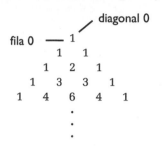

**permutation/permutación** La disposición de cualquier número de elementos en un orden definido. *(p. 304)*

**perpendicular bisector/bisectriz perpendicular** Una recta, rayo o segmento que biseca un segmento y es perpendicular a él. *(p. 475)*

**plane/plano** Una superficie plana que se prolonga infinitamente y no tiene grosor. *(p. 559)*

**plane figure/figura plana** Una figura bidimensional. *(p. 565)*

**polynomial/polinomio** Una expresión que puede escribirse como monomio o suma de monomios. Los monomios se conocen como *términos* del polinomio. *(p. 507)*

**polynomial equation/ecuación polinómica** Una ecuación que puede escribirse usando polinomio como un miembro y cero como el otro miembro. *(p. 507)*

**population/población** Un grupo completo. *(p. 3)*

**postulate/postulado** Un enunciado que se supone verdadero sin pruebas. *(p. 402)*

**premise/premisa** Un enunciado dado en un argumento. El enunciado resultante se conoce como *conclusión*. *(p. 380)*

**probability tree diagram/diagrama de árbol de probabilidades** Un diagrama de árbol con la probabilidad de cada rama escrita en dicha rama. *(p. 346)*

**pure imaginary number/número imaginario puro** Un número de la forma $bi$, donde $i$ es la unidad imaginaria $\sqrt{-1}$ y $b$ es cualquier número real excepto cero. *(p. 225)*

**Pythagorean theorem/teorema de Pitágoras** Si la longitud de la hipotenusa de un triángulo rectángulo es $c$ y las longitudes de sus catetos son $a$ y $b$, entonces $c^2 = a^2 + b^2$. *(p. 661)*

# Q

**quadratic equation/ecuación cuadrática** Cualquier ecuación que puede escribirse en la forma $0 = ax^2 + bx + c$, $a \neq 0$. *(p. 201)*

**quadratic formula/fórmula cuadrática** La fórmula $x = -\frac{b}{2a} \pm \frac{\sqrt{b^2-4ac}}{2a}$, para las soluciones de la ecuación $0 = ax^2 + bx + c$, $a \neq 0$. *(p. 215)*

**quadratic function/función cuadrática** Cualquier función que puede escribirse en la forma $y = ax^2 + bx + c$, $a \neq 0$. *(p. 187)*

**quadratic system/sistema cuadrático** Dos o más funciones cuadráticas en las mismas variables. *(p. 231)*

**quadrilateral/cuadrilátero** Un polígono de cuatro lados. *(p. 245)*

# R

**radical form/forma radical** Cuando una expresión se escribe utilizando el símbolo $\sqrt{\ }$, está en su forma radical. *(p. 100)*

**radius of a sphere/radio de una esfera** Un segmento del centro de una esfera a su superficie. También, la longitud de dicho segmento. *(p. 85)*

**random sample/muestra al azar** Una muestra en que cada uno de los miembros de la población tiene una misma probabilidad de ser seleccionado, y los elementos de la muestra se eligen independientemente. *(p. 17)*

**range of a data set/margen de variación de un conjunto de datos** La diferencia entre los extremos en un conjunto de datos. *(p. 635)*

**range of a function/rango de una función** Todos los valores de la variable dependiente a lo largo del dominio. *Véase también* function/función. *(p. 62)*

**rational equation/ecuación racional** Una ecuación que solamente contiene expresiones racionales en ambos miembros. *(p. 508)*

**rational expression/expresión racional** Una expresión que puede escribirse como el cociente de dos polinomios. *(p. 508)*

**real number/número real** Un número complejo de la forma $a + bi$, donde a es un número racional o irracional y $b = 0$. *(p. 225)*

**reciprocals/números recíprocos** Dos números cuyo producto es 1. *(p.174)*

**rectangle/rectángulo** Un cuadrilátero con cuatro ángulos rectos. *(p. 245)*

**reflection/reflejo** Una transformación que implica la inversión de una figura sobre una línea llamada *línea de reflejo*. *(p. 266)*

**remote interior angles/ángulos remotos internos** En un triángulo, los dos ángulos que no están en el vértice en el cual se ha trazado un ángulo exterior. *(p. 442)*

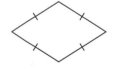

ángulos remotos internos

**rhombus/rombo** Un cuadrilátero con cuatro lados de igual longitud. *(p. 244)*

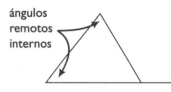

**right angle/ángulo recto** Un ángulo que mide 90°. *(p. 655)*

**rotation/rotación** Una transformación que implica el giro de una figura con las manecillas del reloj o contra las manecillas del reloj alrededor de un punto llamado *centro de rotación*. *(p. 267)*

**sample/muestra** Un subconjunto de la población sobre el cual se está realizando un estudio o experimento. *(p. 3)*

**sample space/espacio de muestra** Un conjunto de todos los resultados posibles. *(p. 320)*

**scalar multiplication/multiplicación escalar** La multiplicación de una matriz por un número. La matriz producto es el resultado de multiplicar cada uno de los elementos por el número. *(p. 152)*

**scale factor/factor de escala** La razón entre una longitud de una imagen y la longitud correspondiente de la figura original en una dilatación. *(p. 159)*

**segment bisector/bisectriz de un segmento** Cualquier rayo, recta o segmento que divide un segmento en dos partes de igual medida. *(p. 468)*

**similar triangles/triángulos semejantes** Dos triángulos cuyos vértices se pueden hacer corresponder de tal manera que los ángulos correspondientes sean iguales y los lados correspondientes sean proporcionales. *(p. 449)*

**simulation/simulación** El uso de un experimento basado en una situación de la vida real para responder a una pregunta. *(p. 10)*

**slope/inclinación** La medida de la pendiente de una recta que se obtiene por la razón entre la elevación y el curso horizontal entre dos puntos cualesquiera de la recta. *(p. 68)*

**slope-intercept form/forma de inclinación e intersección** Una ecuación lineal escrita en la forma $y = mx + b$, donde $m$ representa la inclinación y $b$ representa la intersección vertical. *(p. 68)*

**solution of a system of equations/solución de un sistema de ecuaciones** Un par ordenado cuyas coordenadas hacen verdaderas todas las ecuaciones del sistema. *(p. 122)*

**solution region/región de soluciones** La gráfica de los puntos que hacen verdaderas todas las desigualdades de un sistema de desigualdades. *(p. 124)*

**space figure/cuerpo volumétrico** Una figura tridimensional. *(p. 557)*

**sphere/esfera** El conjunto de puntos en el espacio que son equidistantes de un punto. *(ps. 84, 592)*

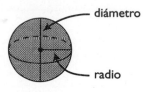

**square/cuadrado** Un cuadrilátero con cuatro ángulos rectos y cuatro lados de igual longitud. *(p. 245)*

**square root/raíz cuadrada** Uno de los dos factores iguales de un número. *(p. 403)*

**standard form of a quadratic function/forma usual de una función cuadrática** Una función cuadrática escrita en la forma $y = ax^2 + bx + c$, $a \neq 0$. *(p. 187)*

**standard form of a quadratic equation/forma usual de una ecuación cuadrática** Una ecuación cuadrática escrita en la forma $0 = ax^2 + bx + c$, $a \neq 0$. *(p. 201)*

**standard form of a polynomial/forma usual de un polinomio** Un polinomio escrito de tal forma que el término cuyo exponente es el mayor se escribe primero, el término con el segundo exponente en tamaño es el segundo, y así sucesivamente. *(p. 507)*

**standard position/posición usual** La posición de un polígono en un plano de coordenadas de tal manera que un vértice está en el origen y un lado sobre el eje de las $x$. Esta colocación facilita el cálculo de inclinación y longitud. *(p. 275)*

**stem-and-leaf plot/diagrama de tallos y hojas** Una representación de datos en que cada número se representa con un *tallo* y una *hoja*. *(p. 634)*

**straight angle/ángulo llano** Un ángulo que mide 180°. *(p. 655)*

**stratified random sample/muestra estratificada al azar** Una muestra seleccionada dividiendo a la población en subgrupos, donde cada miembro de la población está sólo en un subgrupo, y después se seleccionan miembros al azar de cada subgrupo. *(p. 17)*

**supplementary angles/ángulos suplementarios** Dos ángulos cuyas medidas suman 180°. *(p. 655)*

**systematic sample/muestra sistemática** Una muestra seleccionada utilizando una lista ordenada de la población y eligiendo después a los miembros sistemáticamente de la lista. *(p. 17)*

**system of equations/sistema de ecuaciones** Dos o más ecuaciones que establecen relaciones entre las mismas cantidades variables. *(p. 121)*

**system of inequalities/sistema de desigualdades** Dos o más desigualdades que establecen relaciones entre las mismas cantidades variables. *(p. 124)*

**T**

**theorem/teorema** Un enunciado probado. *(p. 408)*

**theoretical probability/probabilidad teórica** Cuando todos los resultados de un experimento son igualmente probables, la probabilidad de un suceso es la razón entre los resultados favorables y el número de resultados posibles. *(p. 638)*

**transformation/transformación** Un cambio de tamaño o posición que se hace a una figura. *(p. 159)*

**translation/traslación** Una transformación en que se mueve cada punto de una figura la misma distancia en la misma dirección. *(ps. 161, 267)*

**transversal/transversal** Una recta que interseca a otras dos rectas en el mismo plano en dos puntos distintos. *(p. 416)*

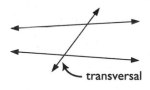

**trapezoid/trapecio** Un cuadrilátero con un par de lados paralelos. *(p. 245)*

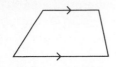

**tree diagram/diagrama de árbol** Un diagrama que enlaza los elementos de diferentes categorías en todas las formas posibles. *(ps. 11, 296)*

**trial/prueba** Una realización de un experimento. *(p. 10)*

**trigonometric ratios/razones trigonométricas** Las *razones* del *seno*, el *coseno* y la *tangente* de un ángulo. *(p. 659)*

**trinomial/trinomio** Una expresión que puede escribirse como la suma de tres monomios. *(p. 206)*

**triple zero/triple cero** Cuando una función cúbica tiene un factor al cubo, la función tiene un triple cero. La gráfica se aplana y cruza al eje de las *x* una sola vez. *Véase también* zero/cero. *(p. 529)*

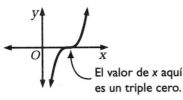

El valor de *x* aquí es un triple cero.

**two-column proof/prueba de dos columnas** Una prueba escrita en dos columnas. Los enunciados se enumeran en una columna y las justificaciones en la otra. *(p. 396)*

# V

**valid argument/argumento válido** Un argumento que emplea las reglas de la lógica. *(p. 380)*

**variation constant/constante de variación** La constante *k* distinta de cero en una variación directa. *Véase también* direct variation/variación directa. *(p. 70)*

**Venn diagram/diagrama de Venn** Un diagrama que se utiliza para mostrar las relaciones entre grupos. *(p. 38)*

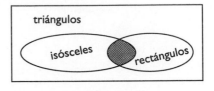

**vertex of a parabola/vértice de una parábola** El punto máximo o mínimo de una parábola. *Véase también* parabola/parábola. *(p. 188)*

**vertical angles/ángulos verticales** Dos ángulos formados por rectas que se intersecan y siguen direcciones opuestas. *(p. 410)*

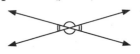

**vertical intercept/intersección vertical** La coordenada *y* de un punto donde la gráfica interseca al eje de las *y*. Se conoce también como *intersección de las y*. *(p. 68)*

# X

**x-intercept/intersección de las x** La coordenada *x* de un punto donde una gráfica interseca al eje de las *x* (donde *y* = 0). Se conoce también como *intersección horizontal*. *(p. 189)*

# Y

**y-intercept/intersección de las y** La coordenada *y* de un punto donde una gráfica interseca al eje de las *y* (donde *x* = 0). Se conoce también como *intersección vertical*. *(p. 189)*

# Z

**zero of a function/cero de una función** Un valor de la variable de control de una función que hace que la variable dependiente sea igual a cero. *(p. 529)*

**zero-product property/propiedad del producto de cero** Cuando un producto de factores es igual a cero, uno o más de esos factores debe ser cero. Si *ab* = 0, entonces *a* = 0 ó *b* = 0. *(p. 209)*

# Chinese Glossary

## A

**absolute value** │ 絕對值　數軸上一個數與零之間的距離，絕對值為正數或零。*(p. 34)*

$$|-3| = 3 \qquad |0| = 0 \qquad |3| = 3$$

**alternate interior angles** │ (一對) 內錯角　一根截線兩側的一對內角。*(p. 416)*

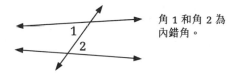

角 1 和角 2 為內錯角。

**altitude of a triangle** │ 三角形的高　從頂角到底邊的垂直距離。*(p. 481)*

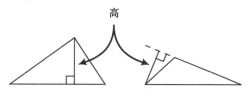

高

**angle bisector** │ 等分角線　始於頂角的一根將角分成兩個相等的部份的半直線。*(p. 468)*

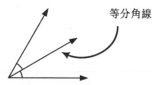

等分角線

**axis of rotation** │ 旋轉軸線　一個平面形繞之旋轉而構成一個立體形的那根軸。*(p. 565)*

## B

**biased sample** │ 偏差樣本　擴大或縮小總體一部份的樣本。*(p. 17)*

**biconditional** │ 雙條件式　用「當且僅當」把一個真實條件句和它的逆命題句連接起來的單獨陳述式。*(p. 386)*

**binomial** │ 二項式　可以用兩個單項式之和表示的式。*(p. 351)*

**binomial experiment** │ 二項式試驗　用一個固定數進行多次獨立試算的試驗。每項試算都有兩個互斥、獨立的結果：成功和失敗。每次試算都同樣是 $P$（成功），和 $P$（成功）$+ P$（失敗）$= 1$。*(p. 339)*

**binomial theorem** │ 二項式定理　假如 $n$ 是正整數，那麼 $(a + b)^n$ 便是

$$(_nC_0)a^nb^0 + (_nC_1)a^{n-1}b^1 + (_nC_2)a^{n-2}b^2 + .... + (_nC_{n-2})a^2b^{n-2} + (_nC_{n-1})a^1b^{u-1} + (_nC_n)a^0b^n$$

其中係數 $(_nC_i)$ 為帕斯卡三角形第 $n$ 行所顯示的組合。參見 Pascal's triangle／帕斯卡三角形。*(p. 353)*

**boundary line** │ 邊界線　座標平面上不等線圖形區的邊線。*(p. 654)*

**box-and-whisker plot** │ 格鬚圖　一種表示一個數據集中的中位數、四分位數和極值的方法。*(p. 636)*

## C

**center of dilation** │ 縮放交點　通過原形狀及其相似像的相關點的直線相交成的一個點。參見 dilation／縮放。*(p. 159)*

**chain rule** │ 連鎖法　一種邏輯法則，即：假如 $p$ 成立，那麼 $q$ 就成立；假如 $q$ 成立，那麼 $r$ 就成立；因此，假如 $p$ 成立，那麼 $r$ 就成立。*(p. 380)*

**cluster sample** │ 樣本群　包括一組具體項的樣本。*(p. 17)*

**coefficient** │ 係數　在一個式子中與變數相乘的數。*(p. 352)*

**co-interior angles** │ 內餘角　截線同側的兩個內角。*(p. 416)*

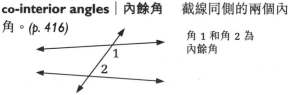

角 1 和角 2 為內餘角

**combination** │ 組合　從一組物品中選擇，順序無關緊要。從一組 $n$ 個物品中選擇 $r$ 個物品的方法數目是用帕斯卡三角形上的 $n$ 行、$r$ 斜列顯示。*(p. 329)*

**complementary angles** │ 餘角　度數之和為 $90°$ 的兩個角。*(p. 655)*

**complementary events**｜**互補事件**　共同包括
一切可能性的兩個互斥事件。*(p. 312)*

**complex number**｜**復數**　$a + bi$ 式中的一個數，
其中 $a$ 和 $b$ 為實數，$i$ 為虛數單元位 $\sqrt{-1}$。
*(p. 225)*

**compound events**｜**復合事件**　兩個或多個可以同
時發生或前後接連發生的事件。*(p. 320)*

**conclusion of an implication**｜**推斷結論**　假如－
那麼 陳述句中的那麼 部份。 參見 implication/
推斷。*(p. 373)*

**conclusion of a logical argument**｜**邏輯論證結論**
由一個邏輯論證前提所產生的陳述。*(p. 380)*

**conditional**｜**條件句**　即假如－那麼 陳述句。
參見 implication/推斷。*(p. 373)*

**congruent**｜**全等，迭合**　大小相等，形狀相等。
*(p. 244)*

**congruent triangles**｜**全等三角形**　頂角相迭合，
相關部份（角、邊）相等的兩個角。*(p. 449)*

**conjecture**｜**推測**　基於觀察的陳述、看法和
結論。*(p. 31)*

**conjunction**｜**合取**　由和 相連接的兩個陳述句。
當兩個陳述句成立時，合取就成立。*(p. 367)*

**consecutive angles**｜**相鄰角**　多邊形中合同一條
邊的兩個角。*(p. 244)*

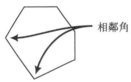
相鄰角

**consecutive sides**｜**相鄰邊**　多邊形中合同一
頂角的兩條邊。*(p. 244)*

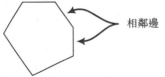
相鄰邊

**consistent system**｜**相容系統**　有一個或多個
解法的方程式系統。*(p. 136)*

**constant graph**｜**常數曲線**　函數 $y = c$ 的曲線，
其中 $c$ 為任何數。*(p. 61)*

**convenience sample**｜**方便樣本**　經選擇使其容易
收集數據的樣本。*(p. 17)*

**converse**｜**逆，逆命題**　將假如－那麼 句中的假如
和那麼 兩個部份對換的敘述。*(p. 39)*

**corresponding angles**｜**對應角**　兩個與兩條線和
它們的截線處對應位置的角。*(p. 416)*

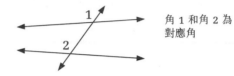
角 1 和角 2 為
對應角

**counterexample**｜**反例證**　表示某一命題不總是
成立的例證。*(p. 33)*

**cross section**｜**截面**　一個平面形和一個立體形的
相交面。*(p. 559)*

**cubic function**｜**三次曲線函數**　三次的多項函數。
*(p. 528)*

# D

**database**｜**數據庫**　安排有序的數據資料一覽表。
*(p. 365)*

**decay graph**｜**衰落曲線**　降減函數曲線圖。*(p. 61)*

**deductive reasoning**｜**演繹推理**　運用事實、
定義、邏輯以及公認的規則和固有屬性來得出結論。
*(p. 38)*

**degree of polynomial**｜**多項式次數**　多項式的
最大指數。*(p. 507)*

**dependent events**｜**相關事件**　事件與事件之間
互相有影響的一 系列事件。*(p. 320)*

**diagonal**｜**對角線**　多邊形中連結兩個非相鄰頂角
的線段。*(p. 281)*

對角線

**diameter of a sphere**｜**球面體直徑**　穿過球心
連結球面體表面上的兩個點的線段。*(p. 85)*

**Multi-Language Glossary, INTEGRATED MATHEMATICS 2**

**dilation**｜**縮放**　能將一個形狀縮小或放大的轉換過程。通過原形狀及其相似像的相關點的直線能相交成一個點，它稱做縮放交點。*(p. 159)*

**dimensions of a matrix**｜**矩陣規模**　一個矩陣的行數和列數。參見 matrix/矩陣。*(p. 151)*

**direct argument**｜**直接論證**　一種邏輯法則，即假如 $p$ 成立，那麼 $q$ 就成立。$p$ 是成立的，所以 $q$ 也成立。*(p. 380)*

**direct variation**｜**正變分**　用方程式 $y = kx, k \neq 0$ 表示的線性函數，其中 $k$ 為變分常數。*(p. 70)*

**direct variation with the cube**｜**立方正變分**　用方程式 $y = kx^3, k \neq 0$ 表示的函數，其中 $y$ 隨 $x^3$ 而變，$k$ 為變分常數。*(p. 94)*

**direct variation with the square**｜**平方正變分**　用方程式 $y = kx^2, k \neq 0$ 表示的函數，其中 $y$ 隨 $x^2$ 而變，$k$ 為變分常數。這種函數的曲線便是拋物線。*(p. 92)*

**discriminant**｜**判別式**　二次方程式根號的表達式，$b^2 - 4ac$。參見 quadratic formula/二次方程式。*(p. 222)*

**disjunction**｜**（復合命題的）析取**　由「或」連結的兩個命題。當兩個命題中至少有一個成立時，析取就成立。*(p. 367)*

**domain**｜**矚**　一個函數主變量中的所有值。參見 function/函數。*(p. 62)*

**double zero**｜**雙零值**　當一個三次函數含有一個平方因子時，這個函數就有雙零值。在某一點上 $y = 0$，函數曲線僅剛剛碰到 $x$ 軸但並不與其相交。參見 zero/零值。*(p. 529)*

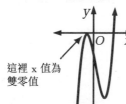

這裡 x 值為雙零值

**doubling period**｜**加倍時間**　一個數量加倍所需的時間。*(p. 106)*

---

**E**

**element of a matrix**｜**矩陣的元**　矩陣的各個列值。參見 matrix/矩陣。*(p. 151)*

**equiangular triangle**｜**等角三角形**　各個角的度數都相等的三角形。*(p. 474)*

**equidistant**｜**等距**　相等距離。*(p. 574)*

**event**｜**事件**　一組結果。參見 outcome/結果。*(p. 296)*

**expanded form**｜**展開式**　用和來表達的式子就是展開式。*(p. 351)*

**experimental probability**｜**實驗概率**　即試驗中某事發生的次數與試驗次數的比率。*(p. 637)*

**exponential decay**｜**指數衰減**　不斷下降的指數函數，例如用來描述減半模式的函數 $y = a\left(\frac{1}{2}\right)^x, a \neq 0$。*(p. 108)*

**exponential form**｜**指數式**　凡用乘方或乘方的積表達的式子就是指數式。*(p. 100)*

**exponential function**｜**指數函數**　即函數式 $y = ab^x$，其中 $a > 0, b > 0$，而 $b \neq 1$。*(p. 107)*

**exponential growth**｜**指數增長**　不斷增加的指數函數，例如用來描述加倍模式的函數 $y = a \cdot 2^x, a \neq 0$。*(p. 107)*

**exterior angle**｜**外角**　延長多邊形的一條邊所構成的角。*(pp. 33, 442)*

外角

**extraneous solution**｜**額外解法**　即簡化方程解法，非原方程解法。*(p. 521)*

---

**F**

**factored form**｜**因子分解式**　用各因子的積來表達的式子就是因子分解式。*(p. 351)*

---

**factorial** | **階乘積** 即某一正整數後面的！符號，它表示從 1 至那個數之間的所有正整數之積。

$$7! = 7 \cdot 6 \cdot 5 \cdot 4 \cdot 3 \cdot 2 \cdot 1$$

(按定義 $0! = 1$)

*(p. 304)*

**fitted line** | **擬合線** 在方程圖上的一根儘可能靠近較多數據點的線。*(p. 632)*

**flow proof** | **證法流程圖** 用圖表來顯示的證法，其中用箭頭來表示各命題之間的聯繫。箭頭上的數字指命題證明的編號。*(p. 396)*

**frequency** | **頻率** 某一事件或數據在某一段時間內發生的次數。*(p. 633)*

**frequency table** | **頻率表** 顯示某一段時間內確切數據項數目的表。*(p. 633)*

**function** | **函數** 兩個變量之間的關係，其中對應於主變量的各個值都祇有一個因變量的值。所有主變量的值稱做疇，所有與疇有關的因變量的值稱做值域。*(p. 60)*

# G

**geometric mean** | **幾何平均，等比中項** 設 $a, b,$ $x$ 為正數，$\frac{a}{x} = \frac{x}{b}$，那麼 $x$ 便是 $a$ 與 $b$ 之間的等比中項。*(p. 483)*

**geometric probability** | **幾何概率** 基於面積和長度的概率。*(p. 639)*

**growth graph** | **增長曲線** 表示增長函數的線。*(p. 61)*

# H

**half-life** | **減半時間** 某一數量減半所需的時間。*(p. 108)*

**horizontal intercept** | **水平截斷，橫截斷** 曲線截斷 $x$ 軸上的點，也稱作 $x$ 截斷。*(p. 122)*

**hyperbola** | **雙曲線** 函數式 $y = \frac{k}{x}$, $x \neq 0$ 的曲線。參見 inverse variation/逆變分。*(p. 77)*

**hypothesis** | **假設** 即假如－那麼 陳述句的假如 部份。參見 implication/推斷。*(p. 373)*

# I

**image** | **像，圖像** （形狀）變換的結果。*(p. 159)*

**imaginary unit** | **虛數單位** $i$ 數，即 $i = \sqrt{-1}$ 和 $i^2 = -1$。*(p. 225)*

**implication** | **推斷** 由一個假如 部份和一個那麼 部份所構成的陳述句。假如 部份為假設，那麼 部份為結論。也稱作條件句。*(p. 373)*

**inconsistent system** | **不相容系統** 無解方程組系統。*(p. 136)*

**independent events** | **獨立事件** 事件與事件之間不互相影響的一系列事件。*(p. 320)*

**indirect argument** | **簡接論證** 一種邏輯法則，即假如 $p$ 成立，那麼 $q$ 就成立。$q$ 不成立，所以 $p$ 不成立。*(p. 380)*

**inductive reasoning** | **歸納推理** 一種推理方法，即在多次觀察的基礎上所作的推測。*(p. 31)*

**invalid argument** | **無效論證** 不使用邏輯法則的論證。*(p. 381)*

**inverse matrices** | **逆矩陣** 兩個 $2 \times 2$ 矩陣，其積為 $\begin{bmatrix} 1 & 0 \\ 0 & 1 \end{bmatrix}$，$A$ 矩陣的逆式用符號 $A^{-1}$ 表示。*(p. 174)*

**inverse variation** | **逆變分** 即函數式 $xy = k,$ 或 $y = \frac{k}{x}$, $x \neq 0$ 和 $k \neq 0$，其中 $y$ 隨 $x$ 反向變化，$k$ 為變分常數。這種函數的曲線為 雙曲線。*(pp. 76, 77)*

**Multi-Language Glossary, INTEGRATED MATHEMATICS 2**

**isosceles triangle**｜等腰三角形　有兩條邊等長的三角形。*(p. 473)*

**K**

**kite**｜風箏形　具有兩對相等鄰邊，但各對不共邊的四邊形。*(p. 244)*

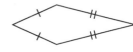

**L**

**linear graph**｜線性曲線　即線性函數曲線。*(p. 60)*

**linear inequality**｜線性不等式　即座標面上的曲線受一條界限線 限制的不等式 。*(p. 654)*

**linear system**｜線性系統　表明相同變量之間關係的兩個或多個線性方程。*(p. 121)*

**M**

**mathematical model**｜數學模型　能表示實際情況的方程式、表格、曲線、函數或不等式。*(p. 67)*

**matrix**｜矩陣　將數（也稱元）排成行和列的形式。*(p. 151)*

**matrix equation**｜矩陣方程　具有矩陣項的方程式。*(p. 175)*

**mean**｜平均數，平均值　一個數據集的數據之和除以數據項的數目。*(p. 635)*

**median**｜中位數　數據集的數據按數字順序排列時的正中間的那個數或中間兩個數的平均數。*(p. 635)*

**midpoint**｜中點　一根線段正中間的那個點。*(p. 259)*

**mode**｜眾數　數據集中出現最多的項目。*(p. 635)*

**monomial**｜單項式　一個數，一個變數，或一個數與一個或多個變數的乘積。*(p. 206)*

**mutually exclusive events**｜互斥事件　兩個不可能在同時發生的事件。*(p. 311)*

**N**

**negation**｜否定　含有不 *(沒有)* 的陳述句。*(p. 367)*

**O**

**odds against**｜不利可能性　一個事件的不利結果對有利結果的比率。兩種結果的可能性必須相同。*(p. 314)*

**odds in favor**｜有利可能性　一個事件的有利結果對不利結果的比率。兩種結果的可能性必須相同。*(p. 314)*

**order of operations**｜運算法則　簡化一個式子的一組規則。*(p. 640)*

**or rule**｜「或」法則（析取法則）　一種邏輯法則，即 $p$ 成立或 $q$ 成立。$p$ 不成立，因此 $q$ 就成立。*(p. 380)*

**ordered triple**｜有序三　與立體座標上的三個點相關的三個數 $(x, y, z)$ 的有序組合。*(p. 579)*

**outcome**｜結果　某一可能的結果。當一個事件的各個結果發生的機會相同時，這些結果的*可能性相等*。一組結果便是事件。*(p. 296)*

**P**

**parabola**｜拋物線　即表示 $y = ax^2 + bx + c$, $a \neq 0$ 的曲線。曲線轉彎的那個點不是最高點就是最低點，稱作*頂點*。參見 direct variation with the square/平方正變分。*(pp. 92, 187)*

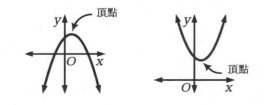

# Chinese Glossary

**paragraph proof**｜段證法　用一段的形式來表達陳述和證明的證法。*(p. 396)*

**parallelogram**｜平行四邊形　兩對對邊互相平行的四邊形。*(p. 245)*

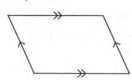

**parametric equations**｜參數方程　兩個變量用第三個變量表示的方程。第三個變量稱作參數。*(p. 542)*

**Pascal's triangle**｜帕斯卡三角形　一種數字的三角形排列。在 $n$ 行和 $r$ 斜列的數是 $_nC_r$ 組合。當你擴大 $(a+b)^n$ 時，係數便是 $n$ 行的數。參見 binomial theorem/二項式定理。*(p. 334)*

**permutation**｜排列　以一定的順序來安排任何數量的物件。*(p. 304)*

**perpendicular bisector**｜垂直等分線　將一條線段等分並與之成垂直的直線、半直線或線段。*(p. 475)*

**plane**｜平面　一個沒有厚度、可以無限延展的平坦表面。*(p. 559)*

**plane figure**｜平面形　一種雙維圖形。*(p. 565)*

**polynomial**｜多項式　一種可以被寫作單項式或單項式之和的式子。這些單項式稱作多項式的項。*(p. 507)*

**polynomial equation**｜多項方程　僅包含多項式的方程。*(p. 507)*

**population**｜（對像）總體　一個整體群。*(p. 3)*

**postulate**｜公設，公理　無須證明就被認為是成立的命題。*(p. 402)*

**premise**｜前提，根據　論證中的已知陳述，最後的陳述稱作結論。*(p. 380)*

**probability tree diagram**｜概率樹圖　把各概率寫在各條樹枝上的樹形圖。*(p. 346)*

**pure imaginary number**｜純虛數　用 $bi$ 公式表達的數，其中 $i$ 是虛數單元 $\sqrt{-1}$，$b$ 是除零以外的任何實數。*(p. 225)*

**Pythagorean theorem**｜勾股定理　假如直角三角形弦長為 $c$，勾和股的長分別為 $a$ 和 $b$，那麼 $c^2 = a^2 + b^2$。*(p. 661)*

# Q

**quadratic equation**｜二次方程　可以用 $0 = ax^2 + bx + c, a \neq 0$ 式子來表達的任何方程。*(p. 201)*

**quadratic formula**｜二次公式　即 $x = -\frac{b}{2a} \pm \frac{\sqrt{b^2 - 4ac}}{2a}$ 的公式，可用以解方程 $0 = ax^2 + bx + c, a \neq 0$。*(p. 215)*

**quadratic function**｜二次函數　任何可以用 $y = ax^2 + bx + c, a \neq 0$ 式子表達的函數。*(p. 187)*

**quadratic system**｜二次系統　變量相同的兩個或多個函數。*(p. 231)*

**quadrilateral**｜四邊形　有四條邊的多邊形。*(p. 245)*

# R

**radical form**｜根號式　用 $\sqrt{\ }$ 符號表示的式子就是根號式。*(p. 100)*

**radius of a sphere**｜球面體半徑　從球面體中心和球面之間相連的線段，以及這線段的長度。*(p. 85)*

**random sample**｜隨機樣本　總體中的各個數被選取的機會可能性相等的樣本，而且樣本中的各項都是獨立選取的。*(p. 17)*

**range of a data set**｜數據集值域　數據集中兩個極端之間的差。*(p. 635)*

**range of a function** │ **函數值域**　與域相關的所有因變量的值。參見 function/函數。*(p. 62)*

**rational equation** │ **有理方程**　僅含有有理式的方程。*(p. 508)*

**rational expression** │ **有理式**　可以用兩個多項式的商表達的式子。*(p. 508)*

**real number** │ **實數**　可用 $a + bi$ 式子表示的復合數，其中 $a$ 不是有理數就是無理數，$b = 0$。*(p. 225)*

**reciprocals** │ **倒數**　相乘之積為 1 的兩個數。*(p. 174)*

**rectangle** │ **長方形**　有四條直角邊的四邊形。*(p. 245)*

**reflection** │ **反射**　將一個圖形沿一條稱作反射線的直線 翻轉所得之圖形轉換。*(p. 266)*

**remote interior angles** │ **遠內角**　即一個三角形中畫有外角的頂角之外的另外兩個角。*(p. 442)*

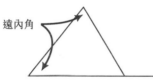

遠內角

**rhombus** │ **菱形**　有四條全等邊的四邊形。*(p. 244)*

**right angle** │ **直角**　度數為 90° 的角。*(p. 655)*

**rotation** │ **旋轉**　將一個圖形繞著一個稱作旋轉中心 的點進行順時針或逆時針旋轉所得之圖形轉換。*(p. 267)*

# S

**sample** │ **樣本**　用以進行研究或試驗對像總體中的部份。*(p. 3)*

**sample space** │ **樣本空間**　所有可能的一組結果。*(p. 320)*

**scalar multiplication** │ **純量乘法**　一個矩陣和一個數相乘，乘積便是各個元與那個數相乘的結果。*(p. 152)*

**scale factor** │ **比例因子，換算係數**　相似形上的一條邊和縮放圖原形的一條相對邊之間的比率。*(p. 159)*

**segment bisector** │ **線段等分線**　將一條線段等分成兩部份的半直線、直線或線段。*(p. 468)*

**similar triangles** │ **相似三角形**　頂角完全重迭的兩個三角形，所有對應的角都相等，所有對應的邊都成比例。*(p. 449)*

**simulation** │ **模擬**　用真實情況的試驗來解答問題。*(p. 10)*

**slope** │ **斜率**　根據直線上兩點之間上昇比率所得出的這根直線的斜度。*(p. 68)*

**slope-intercept form** │ **斜斷式**　用 $y = mx + b$ 式子表示的線性方程，$m$ 代表斜率，$b$ 代表縱截斷。*(p. 68)*

**solution of a system of equations** │ **方程系統解**　即其座標使該系統所有的方程式成立的有序對（序偶）。*(p. 122)*

**solution region** │ **解域**　使不等式系統中所有的不等式成立的點所形成的曲線。*(p. 124)*

**space figure** │ **立體形**　即三維圖形。*(p. 557)*

**sphere** │ **球面體**　與一個點都等距的空間點集。*(pp. 84, 592)*

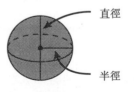

直徑

半徑

**square** │ **正方形**　有四個直角和四條等邊的四邊形。*(p. 245)*

**square root** │ **平方根，二次根**　一個數的兩個相等的因數之一。*(p. 403)*

**standard form of a quadratic function** │ **二次函數標準式**　用 $y = ax^2 + bx + c, a \neq 0$ 式子表示的二次函數。*(p. 187)*

**standard form of a quadratic equation**｜二次
方程標準式　用 $0 = ax^2 + bx + c, a \neq 0$ 式子
表示的二次方程。*(p. 201)*

**standard form of a polynomial**｜多項式標準式
最高指數項放在第一，第二高的指數項放在第二，
依此類推的多項式。*(p. 507)*

**standard position**｜標準位置　指一個多邊形在
座標平面上的位置，其中一個頂角在座標原點上，
一條邊在 $x$ 軸上。這種佈局使斜率和長度的計算
容易些。*(p. 275)*

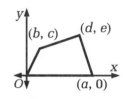

**stem-and-leaf plot**｜莖葉表　用莖 和葉 來代表
數字的數據表示法。*(p. 634)*

**straight angle**｜平角　一個度數為 $180°$ 的角。
*(p. 655)*

**stratified random sample**｜分層隨機樣本　將
總體分成子群，各總體的項祇能出現在一個
子群中，然後隨機從各子群中進行項的選擇，這樣
選擇的樣本就是分層隨機樣本。*(p. 17)*

**supplementary angles**｜補角　度數之和為
$180°$ 的兩個角。*(p. 655)*

**systematic sample**｜系統樣本　通過使用總體的
有序目錄並從其中系統地選取各個項所取得的
樣本。*(p. 17)*

**system of equations**｜方程系統　表示同一些
變量的兩個或多個方程式。*(p. 121)*

**system of inequalities**｜不等式系統　表示
同一些變量的兩個或多個不等式。*(p. 124)*

# T

**theorem**｜定理　經證實的命題。*(p. 408)*

**theoretical probability**｜理論概率　當一次試驗中的
所有結果都相同時，有利的結果數與可能的結果數
之比便是一個事件的概率。*(p. 638)*

**transformation**｜變換　對一個物體的大小和位置
所作的改變。*(p. 159)*

**translation**｜平移　將一個圖形朝相同方向移動
相同的距離的變換。*(pp. 161, 267)*

**transversal**｜截線　在兩個不同的點上與同一個平面
上的兩條直線相交的直線。*(p. 416)*

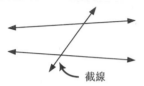

截線

**trapezoid**｜梯形　有一對平行邊的四邊形。*(p. 245)*

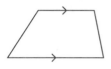

**tree diagram**｜樹形圖　能用各種不同的方法把
不同類別的東西聯繫起來的圖表。*(pp. 11, 296)*

**trial**｜試驗　實驗中的一次嘗試。*(p. 10)*

**trigonometric ratios**｜三角比值，三角係數　即
一個角的餘弦、正弦和正切的比值。*(p. 659)*

**trinomial**｜三項式　一個可以用三個單項式之和
來表示的式子。*(p. 206)*

**triple zero**｜三零值　當一個三次函數有一個三次
因子時，它就有一個三零值。這時曲線沿 $x$ 軸延伸
一段，與 $x$ 軸僅相交一次。參見 zero/零值。*(p. 529)*

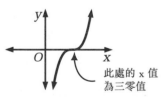

此處的 x 值
為三零值

**two-column proof**｜雙欄證實　用兩個欄來表示的
證實。陳述寫在一個欄裡，證明寫在另一個欄裡。
*(p. 396)*

# V

**valid argument** ｜ **有效論證**　運用邏輯法則來進行的論證。*(p. 380)*

**variation constant** ｜ **變分常數**　即正變分中的非零常數 $k$。參見 direct variation/正變分。*(p. 70)*

**Venn diagram** ｜ **維恩圖**　表示集與集之間的關係的圖表。*(p. 38)*

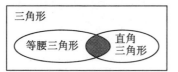

**vertex of a parabola** ｜ **拋物線頂**　一根拋物線的最高點和最低點。參見 parabola/拋物線。*(p. 188)*

**vertical angles** ｜ **頂角**　由兩線相交所構成的兩個方向相反的角。*(p. 410)*

**vertical intercept** ｜ **垂直截斷，縱截斷**　曲線與 $y$ 軸相交形成 $y$ 座標上的一個點。也稱作 $y$ 截斷。*(p. 68)*

# X

**x-intercept** ｜ **x 截斷**　曲線與 $x$ 軸 $(y = 0)$ 相交形成 x 座標上的一個點。也稱作水平截斷，橫截斷。*(p. 189)*

# Y

**y-intercept** ｜ **y 截斷**　曲線與 $y$ 軸 $(x = 0)$ 相交形成 $y$ 座標上的一個點。也稱作垂直截斷，縱截斷。*(p. 189)*

# Z

**zero of a function** ｜ **函數零值**　使因變量等於零的函數主變量值。*(p. 529)*

**zero-product property** ｜ **零乘積特性**　當因數之積為零時，一個或一個以上的因數必定是零。假如 $ab = 0$，那麼 $a = 0$ 或 $b = 0$。*(p. 209)*

# Vietnamese Glossary Từ-Vựng

## A

**absolute value/giá trị tuyệt đối** Khoảng cách cuả một số từ số 0 trên một tuyến số. Một giá trị tuyệt đối là một số dương hay số 0.
$|-3| = 3 \qquad |0| = 0 \, |3| = 3$ *(p. 34)*

**alternate interior angles/góc trong so le** Hai góc trong trên những cạnh đối diện cuả một đường hoành. *(p. 416)*

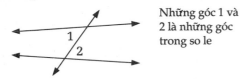

Những góc 1 và 2 là những góc trong so le

**altitude of a triangle/chiều cao cuả một tam giác** Một đoạn thẳng vẽ từ đỉnh thẳng góc với đường chưá cạnh đối diện. *(p. 481)*

chiều cao

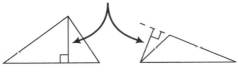

**angle bisector/phân giác cuả một góc** Một nưả đường thẳng bắt đầu tại đỉnh cuả một góc và chia góc đó thành hai góc bằng nhau. *( p. 468)*

phân giác cuả một góc

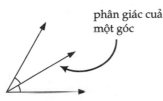

**axis of rotation/trục quay** Đường quanh đó một hình phẳng được quay để làm thành một hình không gian. *(p. 565)*

## B

**biased sample/mẫu thành kiến** Một mẫu tượng trưng quá cao hay quá thấp một phần cuả tập hợp. *(p. 17)*

**biconditional/song điều kiện** Một nhận định đơn kết hợp một điều kiện thật và điều khẳng định ngược lại thật cuả nó với nhóm từ "nếu và chỉ nếu." *(p. 386)*

**binomial/nhị thức** Một biểu thức có thể được viết như tổng số cuả hai đơn thức. *(p. 351)*

**binomial experiment/thực nghiệm nhị thức** Một cuộc thực nghiệm với một số cố định về những lần thử độc lập. Với mỗi lần thử có hai kết quả độc lập và loại trừ lẫn nhau, thành công và thất bại. Mỗi lần thử có cùng $P$ (thành công), và $P$ (thành công) + $P$ (thất bại) = 1. *(p. 339)*

**binomial theorem/định lý nhị thức** Nếu $n$ là một số nguyên dương, vậy thì $(a + b)^n$ là $({}_nC_0)a^n b^0 + ({}_nC_1)a^{n-1}b^1 + ({}_nC_2)a^{n-2}b^2 + ... + ({}_nC_{n-2})a^2 b^{n-2} + ({}_nC_{n-1})a^1 b^{n-1} + ({}_nC_n)a^0 b^n$ nơi đó những hệ số $({}_nC_r)$ là những kết hợp được thấy trong dãy $n$ lần cuả tam giác Pascal. *Xin cũng xem* Pascal's triangle tam giác Pascal. *(p. 353)*

**boundary line/đường biên** Một đường ở mép vùng cuả đồ thị cuả một bất đẳng thức tuyến tính trên một mặt phẳng toạ độ. *(p. 654)*

**box-and-whisker plot/biểu đồ hộp- và- ria** Một phương pháp trưng bày trung tuyến, những điểm tứ phân vị, và những đầu mút cuả một bộ dữ kiện. *(p. 636)*

## C

**center of dilation/tâm cuả phép giãn** Điểm mà nơi đó những đường được vẽ từ những điểm tương ứng trên một hình nguyên thủy và ảnh cuả nó gặp nhau. *Xin cũng xem* dilation/phép giãn. *(p. 159)*

**chain rule/quy luật dây chuyền** Một quy luật về lô gíc nêu lên rằng: Nếu $p$ đúng, thì $q$ cũng đúng. Nếu $q$ đúng, thì $r$ cũng đúng. Vì thế, nếu $p$ đúng, vậy thì $r$ cũng đúng. *(p. 380)*

**cluster sample/mẫu nhóm** Một mẫu gồm những mục cuả một nhóm đặc thù. *(p. 17)*

**coefficient/hệ số** Một số nhân bởi một biến số theo một biểu thức. *(p. 352)*

**co-interior angles/những góc trong cùng phiá** Hai góc trong trên cùng một phiá cuả một đường hoành. *(p. 416)*

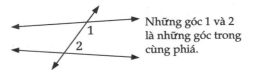

Những góc 1 và 2 là những góc trong cùng phiá.

**combination/kết hợp** Một sự lựa chọn được thực hiện từ một nhóm những đề mục khi mà thứ tự không quan trọng. Số những cách để lựa chọn *r* đề mục từ một nhóm *n* đề mục thì được thấy trong dãy *n*, đường chéo *r*, cuả tam giác Pascal. *(p. 329)*

**complementary angles/những góc bù** Hai góc có tổng số đo được là 90 độ. *(p. 655)*

**complementary events/những biến cố đối lập** Hai biến cố loại trừ lẫn nhau mà cùng nhau thì bao gồm tất cả những khả năng. *(p. 312)*

**complex number/số phức** Một số có dạng $a + bi$, mà a và *b* là những số thực, và *i* một đơn vị ảo $\sqrt{-1}$. *(p. 225)*

**compound events/biến cố đa hợp** Những biến cố có hai biến cố hoặc nhiều hơn có thể xảy ra hoặc cùng lúc hoặc cái nọ sau cái kia. *(p. 320)*

**conclusion of an implication/kết luận cuả một phép tất suy** Phần vậy thì cuả một phát biểu *nếu - vậy thì*. *Xin cũng xem* implication/phép tất suy. *(p. 373)*

**conclusion of a logical argument/kết luận cuả một lý luận lô gíc** Một sự phát biểu do kết quả từ những tiền đề cuả lý luận lô gíc. *(p. 380)*

**conditional/có điều kiện** Một phát biểu *nếu - vậy thì*. *Xin cũng xem* implication/phép tất suy. *(p. 373)*

**congruent/tương đẳng** Có cùng cỡ và hình dạng. *(p. 244)*

**congruent triangles/những tam giác tương đẳng** Hai tam giác có những đỉnh có thể sát với nhau mà những phần tương ứng (những góc và những cạnh) có cùng độ đo. *(p. 449)*

**conjecture/sự giả định, giả thử** Một sự phát biểu, ý kiến, hay kết luận căn cứ trên sự quan sát. *(p. 31)*

**conjunction/sự liên hợp** Hai phát biểu được liên kết bằng từ *và*. Một sự liên hợp thì đúng khi cả hai phát biểu đều đúng. *(p. 367)*

**consecutive angles/những góc liên tiếp** Trong một hình đa giác, hai góc có cùng một cạnh. *(p. 244)*

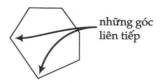

những góc liên tiếp

**consecutive sides/những cạnh liên tiếp** Trong một hình đa giác, hai cạnh có cùng một đỉnh. *(p. 244)*

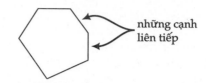

những cạnh liên tiếp

**consistent system/hệ thống nhất quán** Một hệ thống những phương trình có một hay nhiều nghiệm hay phép giải. *(p. 136)*

**constant graph/đồ thị nhất quán** Một đồ thị cuả một hàm $y = c$ mà *c* là bất cứ số nào. *(p. 61)*

**convenience sample/mẫu tiện lợi** Một mẫu được chọn để dễ thu thập dữ kiện. *(p. 17)*

**converse/đảo, định lý đảo** Một phát biểu có được bằng cách hoán chuyển những phần nếu và *vậy thì* cuả một phát biểu *nếu - vậy thì*. *(p. 39)*

**corresponding angles/những góc tương ứng** Hai góc ở trong vị trí tương ứng liên quan đến hai đường và đường hoành cuả chúng. *(p. 416)*

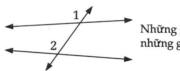

Những góc 1 và 2 là những góc tương ứng.

**counterexample/thí dụ phản ngược** Một thí dụ cho thấy là một phát biểu không phải luôn luôn đúng. *(p. 33)*

**cross section/tiết diện ngang** Giao cuả một mặt phẳng và một hình không gian. *(p. 559)*

**cubic function/hàm bậc ba** Hàm đa thức bậc ba. *(p. 528)*

# D

**database/database** Một sự liệt kê những thông tin được xếp đặt sẵn. *(p. 365)*

**decay graph/đồ thị phân hủy** Đồ thị của một hàm giảm. *(p. 61)*

**deductive reasoning/biện luận suy diễn** Dùng những sự kiện, định nghĩa, lô gíc, và những quy tắc và những tính chất đã được chấp nhận để đi đến kết luận. *(p. 38)*

**degree of a polynomial/độ cuả đa thức** Số mũ lớn nhất cuả một đa thức. *(p. 507)*

**dependent events/những biến cố lệ thuộc** Một loạt những biến cố mà một biến cố ảnh hưởng đến một biến cố khác. *(p. 320)*

**diagonal/đường chéo** Một đoạn thẳng nối hai đỉnh không liên tiếp cuả một hình đa giác. *(p. 281)*

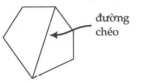

đường chéo

**diameter of a sphere/đường kính cuả một khối cầu** Một đoạn thẳng nối hai điểm trên bề mặt cuả một khối cầu và đi qua tâm. Cũng vậy, đó là chiều dài cuả đoạn thẳng đó. *(p. 85)*

**dilation/phép giãn** Sự biến đổi do thu nhỏ lại hay cho lớn lên một hình. Những đường được vẽ qua những điểm tương ứng trên hình gốc và ảnh cuả nó gặp nhau ở một điểm gọi là *tâm cuả phép giãn.* *(p. 159)*

**dimensions of a matrix/những kích thước cuả một ma trận** Số dãy và cột cuả một ma trận. *Xin cũng xem* matrix /ma trận. *(p. 151)*

**direct argument/lý luận, chứng minh trực tiếp** Một quy tắc lô gíc phát biểu: Nếu *p* đúng, vậy thì *q* đúng, *p* thì đúng. Vì thế *q* đúng. *(p. 380)*

**direct variation/biến thiên trực tiếp** Một hàm tuyến tính có dạng $y = kx$, $k \neq 0$, mà *k* là *hằng số biến thiên.* *(p. 70)*

**direct variation with the cube/biến thiên trực tiếp với hình lập phương** Một hàm có dạng $y = kx^3$, $k \neq 0$, nơi đó *y* biến thiên trực tiếp với $x^3$, và *k* là *hằng số biến thiên.* *(p. 94)*

**direct variation with the square/biến thiên trực tiếp với hình vuông** Một hàm có dạng $y = kx^2$, $k \neq 0$, nơi đó *y* biến thiên trực tiếp với $x^2$, và *k* là *hằng số biến thiên.* Đồ thị cuả hàm này là một *parabôn.* *(p. 92)*

**discriminant/biệt thức** Biểu thức dưới dấu căn cuả công thức bậc hai $b^2 - 4ac$. *Xin cũng xem* quadratic formula/công thức bậc hai. *(p. 222)*

**disjunction/phép tuyển** Hai phát biểu nối kết bằng từ *hay.* Một phép tuyển thì đúng khi ít nhất một trong hai phát biểu đó thì đúng. *(p. 367)*

**domain/miền** Tất cả những giá trị cuả biến số kiểm soát cuả một hàm. *Xin cũng xem* function/hàm. *(p. 62)*

**double zero/số không kép** Khi một hàm lập phương có một nhân tử được bình phương, hàm đó có một số không kép. ở một điểm nơi đó $y=0$, đồ thị cuả hàm đó sẽ chỉ đụng tới trục x nhưng sẽ không cắt nó. *Xin cũng xem* zero/số không. *(p. 529)*

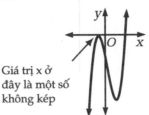

Giá trị x ở đây là một số không kép

**doubling period/chu kỳ nhân đôi** Số thời gian phải mất cho một số lượng nhân đôi lên. *(p. 106)*

# E

**element of a matrix/phần tử cuả một ma trận** Mỗi lối vào cuả một ma trận. *Xin cũng xem* matrix/ma trận. *(p. 151)*

**equiangular triangle/tam giác có góc bằng nhau (đẳng giác)** Một tam giác trong đó tất cả những góc thì bằng nhau. *(p. 474)*

**equidistant/cách đều** ở cùng một quãng cách. *(p. 574)*

**event/biến cố** Một loạt những kết quả. *Xin cũng xem* outcome/kết quả. *(p. 296)*

**expanded form/dạng mở rộng** Khi một biểu thức được biết như một tổng số, nó là một dạng mở rộng. *(p. 351)*

**experimental probability/xác suất thực nghiệm** Trong một cuộc thực nghiệm, ty số cuả số lần một biến cố xảy ra đối với số lần cuộc thực nghiệm được thi hành. *(p. 637)*

**exponential decay/phân hủy thuộc số mũ** Một hàm số mũ giảm. Một thí dụ là hàm $y = a\left(\frac{1}{2}\right)^x$, $a \neq 0$, được dùng như mô hình giảm một nửa. *(p. 108)*

**exponential form/dạng số mũ** Khi một biểu thức được viết như một lũy thừa hay tích cuả những lũy thừa. *(p. 100)*

**exponential function/hàm số mũ** Một hàm có dạng $y = ab^x$, nơi đó, $a > 0$, $b > 0$, và $b \neq 1$. *(p. 107)*

**exponential growth/tăng theo số mũ** Một hàm số mũ tăng. Một thí dụ là hàm $y = a \cdot 2^x$, $a \neq 0$, được dùng như mô hình gấp đôi. *(p. 107)*

**exterior angle/góc ngoài** Một góc được lập thành bằng cách kéo dài cạnh cuả một đa giác. *(pp. 33, 442)*

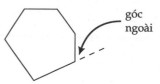

góc
ngoài

**extraneous solution/nghiệm ngoại lai** Một nghiệm cuả một phương trình giản lược không phải là nghiệm cuả phương trình gốc. *(p. 521)*

# F

**factored form/dạng nhân tử** Khi một biểu thức được viết như là tích số cuả những nhân tử cuả nó, nó thì trong dạng nhân tử. *(p. 351)*

**factorial/giai thưà** Ký hiệu ! sau một số nguyên dương. Có nghiã là tích cuả tất cả những số nguyên dương từ 1 đến số đó. *(p. 304)*

$7! = 7 \cdot 6 \cdot 5 \cdot 4 \cdot 3 \cdot 2 \cdot 1$

$(0! = 1$ theo định nghiã$)$

**fitted line/đường kẻ theo điểm** Một đường đi qua sát rất nhiều điểm dữ kiện có thể được trên một biểu đồ tán xạ. *(p. 632)*

**flow proof/chứng minh dòng** Một chứng minh được viết như một biểu đồ dùng những mũi tên để chỉ những sự liên kết giưã những phát biểu. Những con số được viết trên những mũi tên nói về danh sách có đánh số những biện minh cho những phát biểu. *(p. 396)*

**frequency/tần số** Số những lần một biến cố hay một mục dữ kiện xảy ra trong một khoảng. *(p. 633)*

**frequency table/bảng tần số** Một bảng trưng bày số chính xác những mục dữ kiện trong một khoảng. *(p. 633)*

**function/hàm** Một mối liên hệ nơi đó chỉ có một giá trị cuả biến số lệ thuộc cho mỗi giá trị cuả biến số kiểm soát. Tất cả những giá trị cuả biến số kiểm soát được biết tới như *miền*. Tất cả những giá trị cuả biến số lệ thuộc trên miền được biết tới như là *khoảng biến thiên*. *(p. 60)*

# G

**geometric mean/trung bình hình học** Nếu $a$, $b$, và $x$ là những số dương, và $\frac{a}{x} = \frac{x}{b}$, vậy thì $x$ là số trung bình hình học giưã $a$ và $b$. *(p. 483)*

**geometric probability/xác suất hình học** Xác suất căn cứ trên những diện tích và những chiều dài. *(p. 639)*

**growth graph/đồ thị tăng** Đồ thị cuả một hàm đang tăng. *(p. 61)*

# H

**half-life/chu kỳ nưả** Số thời gian cần cho một số lượng chia thành hai nưả. *(p. 108)*

**horizontal intercept/đoạn chắn hoành** Toạ độ $x$ cuả một điểm nơi mà một đồ biểu chắn trục $x$. Cũng được gọi là đoạn *chắn x*. *(p. 122)*

**hyperbola/hiperbôn** Đồ thị cuả một hàm có dạng $y = \frac{k}{x}$, $x \neq 0$, $k \neq 0$. *Xin cũng xem* inverse variation/biến thiên nghịch đảo. *(p. 77)*

**hypothesis/giả thiết** Phần *nếu* cuả một phát biểu *nếu - vậy thì*. *Xin cũng xem* implication/phép tất suy. *(p. 373)*

# I

**image/ảnh** Kết quả cuả một phép biến đổi. *(p. 159)*

**imaginary unit/đơn vị ảo** Số i như là $i = \sqrt{-1}$ và $i^2 = -1$. *(p. 225)*

**implication/phép tất suy** Một phát biểu với một phần *nếu* và một phần *vậy thì*. Phần *nếu* là *giả thiết* và phần vậy thì là *kết luận*. Cũng được gọi là một *điều kiện*. (p. 373)

**inconsistent system/hệ thống không nhất quán** Một hệ thống những phương trình không có nghiệm hay phép giải. (p. 136)

**independent events/những biến cố độc lập** Một loạt những biến cố mà mỗi một biến cố không ảnh hưởng đến một biến cố khác. (p. 320)

**indirect argument/lý lẽ gián tiếp** Một quy luật lôgíc nêu lên rằng: Nếu *p* thì đúng, vậy thì *q* đúng. *q* không đúng. Do đó, *p* không đúng. (p. 380)

**inductive reasoning/lý luận quy nạp** Một phương pháp lý luận trong đó người ta phỏng đoán căn cứ trên nhiều quan sát. (p. 31)

**invalid argument/lý lẽ vô hiệu** Một lý lẽ không dùng quy luật lôgíc. (p. 381)

**inverse matrices/ma trận nghịch đảo** Hai ma trận $2 \times 2$ mà tích của nó là ma trận $\begin{bmatrix} 1 & 0 \\ 0 & 1 \end{bmatrix}$.
Ký hiệu $A^{-1}$ được dùng để tượng trưng cho sự đảo nghịch của ma trận *A*. (p. 174)

**inverse variation/biến thiên nghịch đảo** Một hàm có dạng $xy = k$, hay $y = \frac{k}{x}$, $x \neq 0$, $k \neq 0$, nơi đó *y* biến thiên nghịch đảo với *x*, và *k* là một *hằng số biến thiên*. Đồ thị của hàm này là một *hiperbôn*. (pp. 76, 77)

**isosceles triangle/tam giác cân** Một tam giác có hai cạnh bằng nhau. (p. 473)

cạnh bên
đáy

**kite/hình diều** Một hình tứ giác với hai cặp cạnh liên tiếp bằng nhau. Những cặp này không có một cạnh chung. (p. 244)

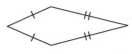

**linear graph/đồ thị tuyến tính** Đồ thị có một hàm tuyến tính. (p. 60)

**linear inequality/bất đẳng thức tuyến tính** Một bất đẳng thức mà đồ thị của nó trên một mặt phẳng toạ độ được vây quanh bởi một đường gọi là *đường biên*. (p. 654)

**linear system/hệ thống tuyến tính** Hai hay nhiều phương trình tuyến tính hơn nói lên những mối liên hệ giữa cùng những số lượng thay đổi. (p. 121)

**M**

**mathematical model/mô hình toán** Một phương trình, bảng, đồ thị, hàm, hay bất đẳng thức tượng trưng cho một hoàn cảnh trong cuộc sống thực. (p. 67)

**matrix/ma trận** Một sự xếp đặt những con số, gọi là những *phần tử*, trong những dãy hay những cột. (p. 151)

**matrix equation/phương trình ma trận** Một phương trình với một téc ma trận. (p. 175)

**mean/số trung bình** Trong một bộ dữ kiện, tổng số của những dữ kiện được chia bởi số những mục. (p. 635)

**median/số giữa** Trong một bộ dữ kiện, số giữa hay số trung bình của hai số giữa khi những dữ kiện được xếp theo số thứ tự. (p. 635)

**midpoint/trung điểm** Điểm chính giữa từ hai điểm đầu tận cùng của một đoạn thẳng. (p. 259)

**mode/số mốt** Mục hay những mục thường xuyên xảy ra nhất trong một bộ dữ kiện. (p. 635)

**monomial/đơn thức** Một số, một biến số, hay tích của một số và một hay nhiều biến số. (p. 206)

**mutually exclusive events/những biến cố loại trừ lẫn nhau** Hai biến cố không thể xảy ra cùng một lúc. (p. 311)

**N**

**negation/sự phủ định** Một phát biểu bao gồm sự phủ định. (p. 367)

# O

**odds against/may mắn bất lợi**  Tỷ số cuả những kết quả không thuận lợi đối với những kết quả thuận lợi cuả một biến cố. Những kết quả phải cũng có thể xảy ra như nhau. *(p. 314)*

**odds in favor/may mắn thuận lợi**  Tỷ số cuả những kết quả thuận lợi đối với những kết quả không thuận lợi cuả một biến cố. Những kết quả phải cũng có thể xảy ra như nhau. *(p. 314)*

**order of operations/trình tự cuả những phép toán**  Một bộ những quy luật nêu lên trình tự trong đó người ta giản lược một biểu thức. *(p. 640)*

**or rule/quy luật "hay là"**  Một quy luật lôgíc nêu lên: *p* thì đúng hay là *q* thì đúng. *p* thì không đúng. Vì thế *q* thì đúng. *(p. 380)*

**ordered triple/bội ba thứ tự**  Nhóm ba số được sắp thứ tự, *(x,y,z)*, liên kết với mỗi điểm trong một hệ thống toạ độ ba chiều. *(p. 579)*

**outcome/kết quả**  Một kết quả có thể có được. Khi mỗi kết quả cuả một biến cố có cùng cơ hội xảy ra, những kết quả thì cũng *có thể xảy ra như nhau.* Một loạt những kết quả là một *biến cố.* *(p. 296)*

# P

**parabola/parabôn**  Đồ thị cuả $y = ax^2 + bx + c$, $a \neq 0$. Điểm nơi đường cong quẹo đi hoặc là điểm cao nhất hoặc là điểm thấp nhất thì được gọi là *đỉnh*. *Xin cũng xem* direct variation with the square/biến thiên trực tiếp với hình vuông. *(pp. 92, 187)*

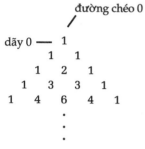

**paragraph proof/chứng minh đoạn**  Một sự chứng minh mà những phát biểu và minh chứng thì được viết trong dạng một đoạn. *(p. 396)*

**parallelogram/hình bình hành**  Một hình tứ giác có hai cặp cạnh song song. *(p. 245)*

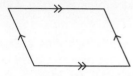

**parametric equations/phương trình tham số**  Những phương trình mà hai biến số được diễn tả trong ngôn ngữ cuả một biến số thứ ba. Biến số thứ ba này thì được gọi là *tham số. (p. 542)*

**Pascal's triangle/tam giác Pascal**  Một sự xếp đặt những số theo hình tam giác. Số trong dãy *n*, đường chéo *r*, là sự kết hợp $_nC_r$. Khi người ta mở rộng $(a + b)^n$, những hệ số là những số trong dãy *n*. *Xin cũng xem* binomial theorem/định lý nhị thức. *(p. 334)*

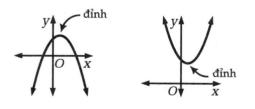

**permutation/sự hoán vị**  Sự xếp đặt bất cứ số những mục nào trong một thứ tự nhất định. *(p. 304)*

**perpendicular bisector/đường trung trực**  Một đường, một nửa đường thẳng, hay một đoạn thẳng chia đôi một đoạn thẳng và thẳng góc với nó. *(p. 475)*

**plane/mặt phẳng**  Diện phẳng kéo dài không giới hạn và không có bề dầy. *(p. 559)*

**plane figure/hình phẳng**  Một hình hai chiều. *(p. 565)*

**polynomial/đa thức**  Một biểu thức có thể được viết như một đơn thức hay một tổng số cuả những đơn thức. Những đơn thức này được gọi là những *téc* cuả đa thức. *(p. 507)*

**polynomial equation/phương trình đa thức**  Một phương trình chỉ chưá đựng những đa thức. *(p. 507)*

**population/tập hợp, dân số**  Toàn bộ một nhóm. *(p. 3)*

**postulate/định đề** Một phát biểu được giả định là đúng mà không cần chứng minh. *(p. 402)*

**premise/tiền đề** Một phát biểu được cho sẵn trong một lý lẽ. Phát biểu kết quả theo đó là được gọi là *kết luận*. *(p. 380)*

**probability tree diagram/biểu đồ cây xác suất** Một biểu đồ hình cây với xác suất của mỗi cành được viết trên cành đó. *(p. 346)*

**pure imaginary number/số ảo thuần túy** Một số có dạng $bi$, nơi đó $i$ là đơn vị ảo $\sqrt{-1}$ và $b$ là bất cứ số thực nào ngoại trừ số không. *(p. 225)*

**Pythagorean theorem/định lý Pythagore** Nếu chiều dài của cạnh huyền của một tam giác vuông là $c$ và những chiều dài của những cạnh bên là $a$ và $b$, thì $c^2 = a^2 + b^2$. *(p. 661)*

# Q

**quadratic equation/phương trình bậc hai** Bất cứ phương trình nào có thể được viết dưới dạng $0 = ax^2 + bx + c$, $a \neq 0$. *(p. 201)*

**quadratic formula/công thức bậc hai** Công thức $x = -\frac{b}{2a} \pm \frac{\sqrt{b^2-4ac}}{2a}$, làm phép giải cho phương trình $0 = ax^2 + bx + c$, $a \neq 0$. *(p. 215)*

**quadratic function/hàm bậc hai** Bất cứ hàm nào có thể được viết trong dạng $y = ax^2 + bx + c$, $a \neq 0$. *(p. 187)*

**quadratic system/hệ bậc hai** Hai hay nhiều hàm bậc hai trong cùng những biến số. *(p. 231)*

**quadrilateral/hình tứ giác** Một hình đa giác có bốn cạnh. *(p. 245)*

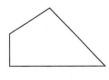

# R

**radical form/dạng căn** Khi một biểu thức được viết sử dụng ký hiệu $\sqrt{\phantom{x}}$, biểu thức đó trong dạng căn. *(p. 100)*

**radius of a sphere/bán kính của một hình cầu** Một đoạn thẳng từ tâm của một hình cầu tới bề mặt của nó. Cũng vậy, đó là chiều dài của đoạn thẳng đó. *(p. 85)*

**random sample/mẫu ngẫu nhiên** Một mẫu trong đó mỗi thành phần của tập hợp có một cơ hội có thể được lựa chọn tương đương. và những thành phần của mẫu được chọn một cách độc lập. *(p. 17)*

**range of a data set/miền giá trị của một bộ dữ kiện** Sự khác biệt giữã những cực trị trong một bộ dữ kiện. *(p. 635)*

**range of a function/miền giá trị của một hàm** Tất cả những giá trị của biến số lệ thuộc đối với miền. *Xin cũng xem* function/hàm. *(p. 62)*

**rational equation/phương trình hữu tỷ** Một phương trình chỉ chứa đựng những biểu thức hữu tỷ. *(p. 508)*

**rational expression/biểu thức hữu tỷ** Một biểu thức có thể được viết như là thương số của hai đa thức. *(p. 508)*

**real number/số thực** Một số phức có dạng $a + bi$, nơi đó $a$ thì hoặc là một số hữu tỷ hoặc là một số vô tỷ và $b = 0$. *(p. p. 225)*

**reciprocals/những số đảo nghịch** Hai số mà tích của chúng là 1. *(p. 174)*

**rectangle/hình chữ nhật** Một hình tứ giác có bốn góc vuông. *(p. 245)*

**reflection/sự đối xứng** Một sự biến đổi bao hàm việc lật một hình trên một đường gọi là *đường đối xứng*. *(p. 266)*

**remote interior angles/những góc trong xa** Trong một tam giác, hai góc không ở đỉnh nơi một góc ngoài đã được vẽ. *(p. 442)*

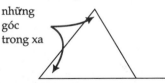

**rhombus/hình thoi** Một hình tứ giác có bốn cạnh bằng nhau. *(p. 244)*

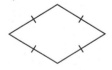

**right angle/góc vuông** Một góc đo được 90 độ. *(p. 655)*

**rotation/sự quay** Một sự biến đổi bao gồm việc quay một hình theo chiều kim đồng hồ hay ngược chiều kim đồng hồ quanh một điểm gọi là *tâm quay*. (p. 267)

**sample/mẫu** Một tập hợp con cuả tập hợp trên đó một cuộc nghiên cứu hay một cuộc thực nghiệm đang được thực hiện. (p. 3)

**sample space/không gian mẫu** Một bộ tất cả những kết quả có thể được. (p. 320)

**scalar multiplication/phép nhân vô hướng** Phép nhân cuả một ma trận theo một số. Ma trận tích là kết quả cuả việc nhân mỗi thành phần với số đó. (p. 152)

**scale factor/hệ số chuyển dịch** Tỷ số cuả một chiều dài trên một hình đối với chiều dài tương đương trên hình nguyên thuỷ cuả một phép giãn. (p. 159)

**segment bisector/phân giác cuả cung** Một nửa đường thẳng, một đường thẳng, hay một đoạn thẳng chia một cung thành hai phần bằng nhau. (p. 468)

**similar triangles/những tam giác đồng dạng** Hai tam giác có những đỉnh ghép lại thì những góc tương ứng vẫn bằng nhau và những cạnh tương ứng thì theo tỷ lệ. (p. 449)

**simulation/sự phỏng theo** Dùng một cuộc thực nghiệm căn cứ trên một hoàn cảnh cuả cuộc sống thực để trả lời một câu hỏi. (p. 10)

**slope/độ dốc, độ nghiêng** Số đo độ dốc cuả một đường thẳng cho bởi tỷ số nâng cao để nối bất cứ hai điểm nào trên đường đó. (p. 68)

**slope-intercept form/dạng chắn độ dốc** Một phương trình tuyến tính được viết dưới dạng $y = mx + b$, nơi đó $m$ tượng trưng cho đường dốc và $b$ tượng trưng cho đường chắn thẳng đứng. (p. 68)

**solution of a system of equations/nghiệm cuả một hệ phương trình** Một cặp được sắp mà toạ độ cuả chúng làm cho tất cả những phương trình cuả hệ đó đúng. (p. 122)

**solution region/miền nghiệm** Đồ thị cuả những điểm làm cho tất cả những bất đẳng thức cuả một hệ thống những bất đẳng thức được đúng. (p. 124)

**space figure/hình không gian** Một hình ba chiều. (p. 557)

**sphere/khối cầu** Một loạt những điểm trong không gian có khoảng cách bằng nhau từ một điểm. (pp. 84, 592)

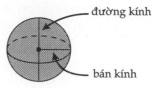

**square/hình vuông** Một hình tứ giác có bốn góc vuông và bốn cạnh bằng nhau. (p. 245)

**square root/căn bậc hai** Một trong hai nhân tử bằng nhau cuả một số. (p. 403)

**standard form of a quadratic function/dạng chuẩn cuả một hàm bậc hai** Một hàm bậc hai được viết dưới dạng $y = ax^2 + bx + c, a \neq 0$. (p. 187)

**standard form of a quadratic equation/dạng chuẩn cuả một phương trình bậc hai** Một phương trình bậc hai được viết dưới dạng $0 = ax^2 + bx + c, a \neq 0$. (p. 201)

**standard form of a polynomial/dạng chuẩn cuả một đa thức** Một đa thức được viết để téc với số mũ cao nhất thì đi trước, téc với số mũ cao thứ nhì thì đi thứ nhì, và cứ thế tiếp tục. (p. 507)

**standard position/vị trí chuẩn** Vị trí cuả một hình đa giác trên một mặt phẳng toạ độ để khiến một đỉnh thì ở gốc và một cạnh thì trên trục $x$. Sự xếp đặt này khiến cho việc tính toán độ dốc và chiều dài dễ dàng hơn. (p. 275)

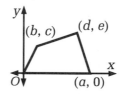

**stem-and-leaf plot/biểu đồ nhánh và lá** Một sự trình bày dữ kiện nơi đó mỗi số thì được tượng tưng bởi *một nhánh* và *một lá*. (p. 634)

**straight angle/góc bẹt** Một góc đo được 180 độ. (p. 655)

**stratified random sample/mẫu ngẫu nhiên được phân tầng** Một mẫu được chọn bằng cách chia một tập hợp thành những nhóm con với mỗi thành phần của tập hợp chỉ trong một nhóm con, và rồi chọn những thành phần một cách ngẫu nhiên từ mỗi nhóm con. *(p. 17)*

**supplementary angles/góc phụ** Hai góc có tổng số độ đo là 180 độ. *(p. 655)*

**systematic sample/mẫu hệ thống** Một mẫu được chọn bằng cách dùng một danh sách của một tập hợp đã được sắp xếp theo thứ tự và rồi chọn những thành phần một cách hệ thống từ danh sách đó. *(p. 17)*

**system of equations/hệ thống phương trình** Hai hay nhiều phương trình nêu lên những mối liên hệ giữa cùng những số lượng biến số. *(p. 121)*

**system of inequalities/hệ thống bất đẳng thức** Hai hay nhiều bất đẳng thức nêu lên những mối liên hệ giữa cùng những số lượng biến số. *(p. 124)*

# T

**theorem/định lý** Một phát biểu được chứng minh. *(p. 408)*

**theoretical probability/xác suất lý thuyết** Khi tất cả những kết quả của một cuộc thực nghiệm thì có thể cùng xảy ra như nhau, xác suất của một biến cố là tỷ số của những kết quả thuận lợi đối với số những kết quả có thể có được . *(p. 638)*

**transformation/phép biến đổi** Một sự thay đổi về cỡ hay vị trí được thực hiện cho một hình. *(p. 159)*

**translation/phép tịnh tiến, sự dịch** Một sự biến đổi xê dịch mỗi điểm của một hình với cùng khoảng cách trong cùng một hướng. *(pp. 161, 267)*

**transversal/đường hoành** Một đường thẳng cắt hai đường trong cùng một mặt phẳng ở hai điểm khác nhau. *(p. 416)*

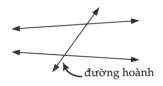

đường hoành

**trapezoid/hình thang** Một hình tứ giác có một cặp cạnh song song. *(p. 245)*

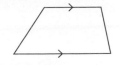

**tree diagram/biểu đồ cây** Một biểu đồ nối liền những mục trong những phạm trù khác nhau trong tất cả mọi cách. *(pp. 11, 296)*

**trial/lần thử** Một lần chạy trong một cuộc thực nghiệm. *(p. 10)*

**trigonometric ratios/tỷ số lượng giác** tỷ số *tang*, *sin* và *cô sin* của một góc. *(p. 659)*

**trinomial/tam thức** Một biểu thức có thể được viết như tổng số của ba đơn thức. *(p. 206)*

**triple zero/số không bội ba** Khi một hàm lập phương có một nhân tử được luỹ thừa ba, hàm đó có một số không bội ba. Đồ thị sẽ bẹt ra và đi qua trục *x* chỉ một lần thôi. *Xin cũng xem* zero/số không. *(p. 529)*

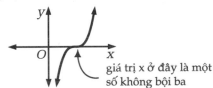

giá trị x ở đây là một số không bội ba

**two-column proof/phép chứng minh hai cột** Một phép chứng minh được viết trong hai cột. Những phát biểu thì được liệt kê trong một cột và những minh chứng được liệt kê trong cột kia. *(p. 396)*

# V

**valid argument/lý lẽ giá trị** Một lý lẽ dùng những quy luật lôgíc. *(p. 380)*

**variation constant/hằng số biến thiên** Hằng số không là số không *k* trong biến thiên trực tiếp. *Xin cũng xem* direct variation/biến thiên trực tiếp. *(p. 70)*

**Venn diagram/biểu đồ Venn**   Một biểu đồ được dùng để chỉ những mối liên hệ giữa những tập hợp. *(p. 38)*

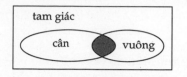

**vertex of a parabola/đỉnh cuả một parabôn**
Điểm tối đa hay điểm tối thiểu cuả một parabôn. *Xin cũng xem* parabola/parabôn. *(p. 188)*

**vertical angles/những góc đối đỉnh**   Hai góc được lập thành bởi những đường cắt nhau và nhằm về hai hướng đối diện. *(p. 410)*

**vertical intercept/đoạn chắn thẳng đứng**   Tọa độ $y$ cuả một điểm nơi đó một đồ thị cắt trục $y$.  Cũng được gọi là *đoạn chắn y. (p. 68)*

# X

**x-intercept/đoạn chắn x**   Toạ độ $x$  cuả một điểm nơi đó một đồ thị cắt trục $x$  (nơi $y = 0$). Cũng được gọi là *đoạn chắn ngang. (p. 189)*

# Y

**y-intercept/đoạn chắn y**   Tọa độ $y$  cuả một điểm nơi một đồ thị cắt trục $y$ (nơi $x = 0$). Cũng được gọi là *đoạn chắn thẳng đứng. (p. 189)*

# Z

**zero of a function/số không cuả một hàm**   Một giá trị cuả một biến số kiểm soát cuả một hàm làm cho biến số lệ thuộc bằng 0. *(p. 529)*

**zero-product property/tính chất tích không**   Khi một tích cuả những nhân tử bằng không, một hay nhiều nhân tử phải là không. Nếu $ab = 0$, vậy thì $a = 0$ hay $b = 0$. *(p. 209)*

**Multi-Language Glossary, INTEGRATED MATHEMATICS 2**

# Cambodian Glossary អង់គ្លេស-ខ្មែរ

## A

**absolute value/តម្លៃដាច់ខាត** ចម្ងាយពីចំណុច
សូន្យទៅលេខណាមួយនៅលើបន្ទាត់លេខ។
តម្លៃដាច់ខាតជាចំនួនវិជ្ជមាន ឬសូន្យ។ *(p. 34)*

$$|-3| = 3 \qquad |0| = 0 \qquad |3| = 3$$

**alternate interior angles/មុមក្នុងឆ្លាស់** គឺមុមក្នុង
ពីរដែលនៅឆ្លាស់គ្នាសងខាងបន្ទាត់កាត់មួយ *(p. 416)*

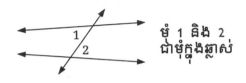

មុំ 1 និង 2
ជាមុំក្នុងឆ្លាស់

**altitude of a triangle/កម្ពស់របស់ត្រីកោណ** គឺ
អង្កត់ត្រង់គូសចុះពីកំពូលត្រីកោណទៅកាត់កែងនិង
ខ្សែបន្ទាត់ទម្របរបស់ជ្រុងឈមមុខ។ *(p. 481)*

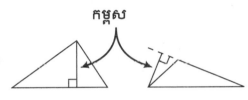

កម្ពស់

**angle bisector/បន្ទាត់ពុះមុំ** កន្លះបន្ទាត់គូសចេញពី
កំពូលមុំ ហើយចែកមុំជាពីរភាគស្មើគ្នា។ *(p. 468)*

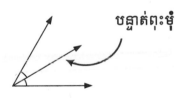

បន្ទាត់ពុះមុំ

**axis of rotation/អ័ក្សរង្វិល** បន្ទាត់ត្រង់មួយដែល
នៅជុំវិញវារូបភាពបួងមួយវិលដើម្បីបង្កើតបានជារូប
ភាពក្នុងលំហ។ *(p. 565)*

## B

**biased sample/គំរូបាយអាស** គឺគំរូដែលតាងលើស
ឬតាងខ្វះភាគណាមួយនៃធាតុរបស់សំណុំ។ *(p. 17)*

## biconditional/ទ្វេលក្ខខ័ណ្ឌ ចម្រាប់តែមួយដែលផ្ទ
លក្ខខ័ណ្ឌពីរគឺលក្ខខ័ណ្ឌពិតនិងបទប្រាស់ពីរវា
ក្នុងឃ្លាតែមួយដែលមានប្រយោគ "if and only if" ។
*(p. 386)*

**binomial/ខ្វេជ្ឈា** កន្សោមមួយដែលអាចសរសេរបាន
ជាផលបូករបស់ឯកធាពីរ។ *(p. 351)*

**binomial experiment/ពិសោធន៍ខ្វេជ្ឈា** គឺការ
ពិសោធន៍មួយតាមចំនួនដែលគេកំណត់នៃការសាក
ល្បងដាច់ផ្សេងៗគ្នា។ ក្នុងការសាកល្បងនិមួយមាន
នៅមួយករណីពីរដែលមិនចុះសម្រងគ្នាគីជោគជ័យ
និងបរាជ័យ។ ការសាកល្បងនិមួយៗមាន
$P$(ជោគជ័យ) និង $P$(ជោគជ័យ) $+ P$(បរាជ័យ) $= 1$
ដដែលដូចៗគ្នា។ *(p. 339)*

**binomial theorem/ទ្រឹស្តីបទខ្វេជ្ឈា** បើ $n$ ជា
អិនថេហ្គើរវិជ្ជមាន ដួច្ថេ៖ $(a + b)^n$ ត្រូវជា
$(_nC_0)a^nb^0 + (_nC_1)a^{n-1}b^1 + (_nC_2)a^{n-2}b^2 + \ldots +$
$(_nC_{n-2})a^2b^{n-2} + (_nC_{n-1})a^1b^{n-1} + (_nC_n)a^0b^n$
នៅក្នុងនេះមេគុណ $(_nC_r)$ ជាសមាសភាគដែលឃើញ
មាននៅក្នុងជួរទី $n$th នៃត្រីកោណប៉ាស្កាល់។ មើល
ពាក្យ Pascal's triangle/ត្រីកោណប៉ាស្កាល់។ *(p. 353)*

**boundary line/ខ្សែព្រំដែន** ខ្សែបន្ទាត់ដែលជាព្រំ
ដែនរបស់តំបន់មួយនៃក្រាហ្វិករបស់វិសមភាពបន្ទាត់
លើប្លង់កូអរដោណេមួយ។ *(p. 654)*

**box-and-whisker plot/បក់ស់-អិន-វិស្ក័រ ផ្លត់**
វិធីសម្រាប់តាងបង្ហាញម៉ឺឌីយ៉ានក្វាទីល និង
អេចស្ទ្រីមរបស់សំណុំជាតាមួយ។ *(p. 636)*

## C

**center of dilation/ផ្ចិតនៃការរីក** គឺជាចំណុចប្រសព្
នៃខ្សែបន្ទាត់នានាតួចេញពីចំណុចត្រូវគ្នាលើរូបភាព
ដើមនិងលើរូបថ្មីរបស់វា។ មើលពាក្យ dilation/ការរីក
*(p. 159)*

**chain rule/ច្បាប់ការវិពាន** គឺជាវិធាននៃការពសមហេតុ
ផលដែលចែងថា៖ បើ $p$ ពិត ដួច្ថេ៖ $q$ ពិត។ បើ $q$
ពិត ដួច្ថេ៖ $r$ ពិត។ ហេតុដួច្ថេ៖បើ $p$ ពិត ដួច្ថេ៖ $r$
ពិត ។ *(p. 380)*

**cluster sample/គំរូបណ្ដោម** គំរូដែលមានអង្គក្នុង
ក្រុមពិសេសណាមួយ។ *(p. 17)*

**coefficient/មេគុណ** លេខដែលគេយកទៅគុណជាមួយនឹងចំនួនអថេរមួយៗរបស់អង្គមួយក្នុងកន្សោម។ *(p. 352)*

**co-interior angles/មុំរួមក្នុង** គឺមុំក្នុងពីរដែលនៅម្ខាងដូចគ្នានៃបន្ទាត់កាត់មួយៗ។ *(p. 416)*

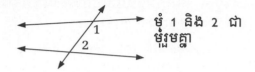

មុំ 1 និង 2 ជាមុំរួមគ្នា

**combination/បន្សំ** ជម្រើសនៃអង្គធ្វើចេញពីអង្គនានានៃក្រុមមួយដែលក្នុងនោះ លំដាប់របស់អង្គមិនសំខាន់ទេ។ ចំនួនរបៀបសម្រាប់រើសអង្គចំនួន $r$ ចេញពីក្រុមដែលមាន $n$ អង្គអាចរកឃើញនៅក្នុងជួរ $n$ នៃត្រីកោណប៉ាស្កាល់។ *(p. 329)*

**complementary angles/មុំបំពេញ** មុំពីរដែលមានផលបូកជាមុំកែង $90°$ ។ *(p. 655)*

**complementary events/ហេតុការណ៍បំពេញ** ហេតុការណ៍មិនច្របូកច្របល់ជាមួយគ្នាពីរដែលមានលទ្ធភាពគ្រប់យ៉ាងបើរាទាំងអស់រួមគ្នា។ *(p. 312)*

**complex number/ចំនួនកុំផ្លិច** ចំនួនដែលមានរូបមន្ត $a + bi$ ក្នុងនេះ $a$ និង $b$ ជាចំនួនពិត ហើយ $i$ ជាឯកតាប្រឌិត(the imaginary unit) $\sqrt{-1}$ ។ *(p. 225)*

**compound events/ហេតុការណ៍សមាស** ហេតុការណ៍ច្រើនចាប់ពីរទ្បើងទៅដែលអាចកើតទ្បើងក្នុងពេលជាមួយគ្នាឬកើតទ្បើងបន្តបន្ទាប់គ្នា។ *(p. 320)*

**conclusion of an implication/សន្និដ្ឋាននៃបម្រាប់មានលក្ខខ័ណ្ឌ** ផ្នែកដែលធ្វើដោយពាក្យ "ដូច្នេះ" (then) នៅក្នុងបម្រាប់ "បើដូច្នេះ" (if-then)។ *មើលពាក្យ* implication/បម្រាប់មានលក្ខខ័ណ្ឌ ។ *(p. 373)*

**conclusion of a logical argument/សន្និដ្ឋាននៃការជជែកសមហេតុផល** សេចក្តីថ្លែងដែលជាលទ្ធផលចេញពីការជជែកសមហេតុផល។ *(p. 380)*

**conditional/បម្រាប់មានលក្ខខ័ណ្ឌ** បម្រាប់ "បើដូច្នេះ" (if-then) ។ *មើលពាក្យ* implication ។ *(p. 373)*

**congruent/ប៉ុនគ្នា** ដែលមានទំហំប៉ុនគ្នា និងរាងដូចគ្នា។ *(p. 244)*

**congruent triangles/ត្រីកោណប៉ុនគ្នា** ត្រីកោណពីរដែលគេអាចដាក់កំពូលទាំងអស់ត្រួតស៊ីគ្នាគេឃើញផ្នែកត្រូវគ្នាទាំងអស់(មុំនិងជ្រុង)មានរង្វាស់ទំហំស្មើគ្នា។ *(p. 449)*

**conjecture/ការស្មាន** សេចក្តីប្រកាសមតិឬសេចក្តីសន្និដ្ឋានពីងផ្នែកទៅលើការមើលឃើញ។ *(p. 31)*

**conjunction/សន្ធាន** សេចក្តីប្រកាសពីរដែលតភ្ជាប់គ្នាដោយពាក្យ "និង" (and)។ សន្ធានមួយពិតកាលណាសេចក្តីប្រកាសទាំងពីរពិតទាំងអស់។ *(p. 367)*

**consecutive angles/មុំជាប់** មុំពីរដែលមានជ្រុងមួយរួមគ្នានៅក្នុងពហុកោណ។ *(p. 244)*

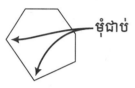

មុំជាប់

**consecutive sides/ជ្រុងជាប់** ជ្រុងពីរដែលមានកំពូលមុំមួយរួមគ្នានៅក្នុងពហុកោណ។ *(p. 244)*

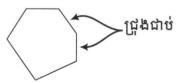

ជ្រុងជាប់

**consistent system/ប្រព័ន្ធប្រក្រតី** ប្រព័ន្ធសមីការដែលមានចម្លើយមួយ ឬច្រើន។ *(p. 136)*

**constant graph/ក្រាហ្វិកថេរ** ក្រាហ្វិករបស់អនុគមន៍ $y = c$ ក្នុងនោះ $c$ ជាចំនួនអ្វីក៏បាន។ *(p. 61)*

**convenience sample/គំរូងាយ** គំរូដែលគេជ្រើសរើសយកមកប្រើដើម្បីសម្រួលឱ្យងាយប្រមូលជាតា។ *(p. 17)*

**converse/ទ្រឹស្តីបទប្រាស** សេចក្តីប្រកាសក្នុង ទម្រង់ if-then ដែលបានមកដោយផ្លាស់ប្តូរបញ្ច្រាស់ ពាក្យ if ជាមួយនិង then នៅក្នុងឃ្លាដើមរបស់ សេចក្តីប្រកាស if-then ។ *(p. 39)*

---

**Multi-Language Glossary, INTEGRATED MATHEMATICS 2**

**corresponding angles/មុំត្រូវគ្នា** មុំពីរដែលមានទី តាំងត្រូវគ្នានៅលើខ្សែបន្ទាត់ពីរកាត់ដោយបន្ទាត់កាត់ មួយ។ *(p. 416)*

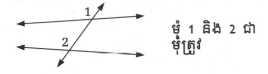

មុំ 1 និង 2 ជា មុំត្រូវ

**counterexample/ឧទាហរណ៍ប្រាស** ឧទាហរណ៍ ដែលបង្ហាញថាបម្រាប់មួយមិនសុទ្ធតែពិតរហូតទេ។ *(p. 33)*

**cross section/ផ្ទៃកាត់ទទឹង** ផ្ទៃប្រសព្វនៃឈ្នួងមួយជា មួយរូបភាពដែលមាននិមាត្រពីរ។ *(p. 559)*

**cubic function/អនុគមន៍គូប** អនុគមន៍ពហុធាដឺក្រេ ទីបី។ *(p. 528)*

# D

**database/ដាតាបេស៍** បញ្ជីពត៌មានដែលរៀបចំតាម ផ្នែកតាមក្រុម។ *(p. 365)*

**decay graph/ក្រាហ្វិកធ្លាក់ចុះ** ក្រាហ្វិករបស់អនុគមន៍ ថយចុះ។ *(p. 61)*

**deductive reasoning/បំណកស្រាយ ដេដុចទីវ** បំណកស្រាយដោយវិធីប្រើភាពពិតនិយមនយភាព សមហេតុផល ព្រមទាំងវិធាន និងលក្ខណៈដែលគេ ទទួលស្គាល់ដើម្បីរកឲ្យបានសេចក្ដីសន្និដ្ឋាន។ *(p. 38)*

**degree of a polynomial/ឌឺក្រេរបស់ពហុធា** និទស្សន្តធំបង្អស់របស់ពហុធា។ *(p. 507)*

**dependent events/ហេតុការណ៍ដេប៉ង់ដង** លំដាប់ នៃហេតុការណ៍មួយដែលអាស្រ័យ និងប្រែប្រួលទៅ តាមហេតុការណ៍មួយទៀត។ *(p. 320)*

**diagonal/បន្ទាត់ទ្រូង** អង្កត់ត្រង់ដែលភ្ជាប់កំពូល មុំពីរមិនរៀងគ្នារបស់ពហុកោណមួយ។ *(p. 281)*

បន្ទាត់ទ្រូង

**diameter of a sphere/បន្ទាត់ផ្ចិតរបស់ស្វ៊ែរ** អង្កត់ត្រង់មួយដែលភ្ជាប់ចំណុចពីរឡើផ្ទៃស្វ៊ែរហើយ កាត់តាមផ្ចិតរបស់ស្វ៊ែរ។ ប្រវែងរបស់អង្កត់ត្រង់ របៀបនេះ។ *(p. 85)*

**dilation/ការវីក** ការប្រែប្រួលមួយដែលក្នុងនោះ រូបរាងដើមដូចគ្នានិងរូបថ្មីរបស់វា។ ខ្សែបន្ទាត់នានា ដែលគូរតាមចំណុចត្រូវគ្នាទាំងឡាយលើរូបភាពដើម និងលើរូបថ្មីរបស់វាប្រសព្វគ្នានៅចំណុចមួយ ហៅថា ផ្ចិតនៃការវីក *(center of dilation)* ។ *(p. 159)*

**dimensions of a matrix/វិមាត្ររបស់ម៉ាទ្រិក** ចំនួនបន្ទាត់ផ្ដេក និង ជួរឈររបស់ម៉ាទ្រិកមួយ។ *មើលពាក្យ* matrix/សមីការម៉ាទ្រិក ។ *(p. 151)*

**direct argument/វិចារផ្ទាល់** គឺជាវិធានៃតក្កវិជ្ជា (ភាពសមហេតុផល)ដែលចែងថា:បើ $p$ ពិតដូច្នេះ $q$ ពិត។ $q$ ពិត ហេតុដូច្នេះ $p$ ពិត។ ហេតុដូច្នេះ $q$ ពិត។ *(p. 380)*

**direct variation/ការប្រែប្រួលផ្ទាល់** អនុគមន៍ខ្សែ បន្ទាត់កំណត់ដោយសមីការដែលមានលំនាំ $y = kx$, $k \neq 0$ ក្នុងនេះ $k$ ជាបម្រែប្រួលថេរ ។ *(p. 70)*

**direct variation with the cube/ការប្រែប្រួលផ្ទាល់ តាមគូប** អនុគមន៍កំណត់ដោយសមីការដែលមាន លំនាំ $y = kx^3$, $k \neq 0$ ក្នុងនេះ $y$ ប្រែប្រួលផ្ទាល់តាម $x^3$, និង $k$ ជាបម្រែប្រួលថេរ។ *(p. 94)*"

**direct variation with the square/ការប្រែប្រួល ផ្ទាល់តាមការេ** អនុគមន៍កំណត់ដោយសមីការដែល មានលំនាំ $y = kx^2$, $k \neq 0$ ក្នុងនេះ $y$ ប្រែប្រួលផ្ទាល់ តាម $x^2$ និង $k$ ជាបម្រែប្រល់ថេរ។ ក្រាហ្វិករបស់ អនុគមន៍នេះជាប៉ារ៉ាបួល ។ *(p. 92)*

**discriminant/ឌីស្គ្រីមីណង់** កន្សោម $b^2 - 4ac$ ដែលនៅក្រោមរ៉ាឌីកាល់របស់រូបមន្តក្វាជ្រាទិក។ *មើលពាក្យ* quadratic formula/សមីការក្វាជ្រាទិក ។ *(p. 222)*

**disjunction/វិកប្បសន្ធាន** សេចក្ដីប្រកាសពីរដែល តភ្ជាប់គ្នាដោយពាក្យ"ឬ"*(or)* ។ វិកប្បសន្ធានមួយ ពិតកាលណាក្នុងប្រកាសទាំងពីរយ៉ាងហោចមាន សេចក្ដីប្រកាស់ណាមួយពិត។ *(p. 367)*

**domain/ដូម៉ែន** តម្លៃទាំងអស់របស់អថេរក្នុងក្រុល នៃអនុគមន៍មួយ។ *មើលពាក្យ* function/អនុគមន៍។ *(p. 62)*

**double zero/សូន្យគូប** កាលណាអនុគមន៍គូបមួយ
មានកត្តាការ៉េ អនុគមន៍នេះមាន"សូន្យគូប" មួយ។
នៅចំណុចត្រង់ $y=0$ ខ្សែក្រាហ្វិករបស់អនុគមន៍ត្រាន់
ទៅប៉ះជាមួយអក្ស $x$ ប៉ុន្តែមិនកាត់អក្សនេះទេ។
*មើលពាក្យ* zero/សូន្យរបស់អនុគមន៍ ។ (p. 529)

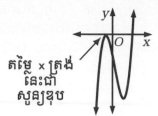

តម្លៃ $x$ ត្រង់
នេះជា
សូន្យគូប

**doubling period/រយ:ពេលឌុប** រយ:ពេលដែលត្រូវ
ការសម្រាប់ឲ្យបរិមាណឬចំនួនមួយកើនឡើងទ្វេមួយ
ជាពីរ។ (p. 106)

# E

**element of a matrix/ធាតុរបស់ម៉ាទ្រិក** ចំនួន
ទាំងឡាយដែលដាក់ចូលទៅក្នុងម៉ាទ្រិក។ *មើលពាក្យ*
matrix/ម៉ាទ្រិក។ (p. 151)

**equiangular triangle/ត្រីកោណសមមុំ** ត្រីកោណ
មួយដែលមានមុំទាំងបីប៉ុនគ្នា។ (p. 474)

**equidistant/ចម្ងាយស្មើគ្នា** ដែលស្ថិតនៅចម្ងាយស្មើ
គ្នា។ (p. 574)

**event/ហេតុការណ៍** សំណុំរបស់អៅខម។ *មើលពាក្យ*
outcome/អៅខម ។ (**p. 296**)

**expanded form/លំនាំពង្រាយ** កន្សោមមួយមាន
លំនាំពង្រាយ កាលណាគេសរសេរវាជាផលបូកវាគ
គ្មានវង់ក្រចក។ (p. 351)

**experimental probability/ប្រូបាប៊ីលីតេក្នុងការ
ពិសោធន៍** ផលធៀបចំនួនដងដែលហេតុការណ៍កើត
ឡើងធៀបទៅនឹងចំនួនដងទាំងអស់ដែលគេបានធ្វើ
នៅក្នុងការពិសោធន៍មួយ។ (p. 637)

**exponential decay/តំហយនិទស្សន្ត** អនុគមន៍
និទស្សន្តថយចុះ ។ ឧទាហរណ៍អនុគមន៍នេះគឺ
$y = a\left(\frac{1}{2}\right)^x, a \neq 0$ ប្រើក្នុងការបង្ហ្រមទំហំផ្សេង១ឲ្យគូច
ពាក់កណ្ដាល។ (p. 108)

**exponential form/ទម្រង់និទស្សន្ត** កាលណា
កន្សោមលេខមួយសរសេរជាស្វ័យគុណឬជាផលគុណ
នៃស្វ័យគុណ គេថាកន្សោមនេះសរសេរក្នុងទម្រង់
និទស្សន្ត។ (p. 100)

**exponential function/អនុគមន៍និទស្សន្ត**
អនុគមន៍មួយដែលអាចកំណត់ដោយ $y = ab^x$
នៅក្នុងនេះ $a > 0, b > 0,$ និង $b \neq 1$។ (p. 107)

**exponential growth/កំណើននិទស្សន្ត** អនុគមន៍
និទស្សន្តកើនឡើង។ ឧទាហរណ៍អនុគមន៍នេះគឺ
$y = a \cdot 2^x, a \neq 0,$ ប្រើក្នុងការពង្រីកទំហំទ្វេមួយជា
ពីរ។ (p. 107)

**exterior angle/មុំក្រៅ** មុំដែលកើតមកពីការបន្លាយ
ជ្រុងរបស់ពហុកោណ។ (pp. 33, 442)

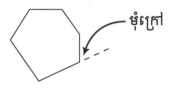

មុំក្រៅ

**extraneous solution/ចម្លើយក្រៅ** ចម្លើយរបស់
សមីការដែលគេសម្រួលហើយ។ វាមិនមែនជាចម្លើយ
របស់សមីការដើមទេ។ (p. 521)

# F

**factored form/លំនាំកត្តា** កន្សោមមួយមានលំនាំ
កត្តា កាលណាគេសរសេរវាជាផលគុណរបស់កត្តា
ទាំងអស់។ (p. 351)

**factorial/ហ្វាក់តូរីយ៉ាល់** និមិត្តសញ្ញា ! ដែលដាក់
នៅខាងក្រោយអិនថេហ្ស៊ីរវិជ្ជមាន។ សញ្ញានេះមានន័យ
ថាជាផលគុណនៃអិនថេហ្ស៊ីរវិជ្ជមានទាំងអស់ចាប់តាំង
ពីមួយរហូតដល់ចំនួននោះ។

$$7! = 7 \cdot 6 \cdot 5 \cdot 4 \cdot 3 \cdot 2 \cdot 1$$

តាមនិយមន័យ $(0! = 1)$ (p. 304)

**fitted line/ខ្សែបន្ទាត់តម្រូវ** ខ្សែបន្ទាត់ដែលកាត់ជិត
ចំណុចភាគច្រើនជាងគេក្នុងសំណុំជាតាលើស្ថាត់ទ័រផ្លូត
ហោថា ហ្វិតទ័ងឡ្បាញ ។ (p. 632)

---

**flow proof/បញ្ជាក់ដោយនីយ៉ាក្រាម** សេចក្តីបញ្ជាក់សរសេរជានីយ៉ាក្រាមដោយប្រើគំនូសព្រញបង្ហាញតំណភ្ជាប់រវាងប្រយោគនានា។ លេខដៃសរសេរលើគំនូសព្រញទាំងឡាយសំដៅយកលេខបញ្ជីនៃសេចក្តីកែតម្រូវរបស់ប្រយោគនានា។ (p. 396)

**frequency/ហ្រ្វេកង់** ចំនួនដងដែលហេតុការណ៍មួយកើតឡើងឬចំណែកមួយនៃជាតាកើតឡើងក្នុងចន្លោះរយ:ពេលមួយ។ (p. 633)

**frequency table/តារាងហ្រ្វេកង់** តារាងដែលបង្ហាញអំពីចំនួនជាក់លាក់នៃចំណែកផ្សេងៗរបស់ជាតាក្នុងចន្លោះរយ:ពេលមួយ។ (p. 633)

**function/អនុគមន៍** ទំនាក់ទំនងរវាងផេរពីរនៅក្នុងនោះ រាអាចមានតម្លៃតែមួយគត់របស់អផេរដប់ងដងដែលត្រូវគ្នានិងតម្លៃតិមួយៗរបស់អផេរកុងត្រូល។ តម្លៃទាំងអស់របស់អផេរកុងត្រូលហៅថា ដូម៉េន(domain)តម្លៃទាំងអស់របស់អផេរដប់ងដងតាមដូម៉េនហៅថា*រ៉ិនជ៍* (range) ឬទំហំចន្លោះ។ (p. 60)

## G

**geometric mean/មធ្យមភាគធរណីមាត្រ** បើ $a$, $b$, និង $x$ ជាចំនួនវិជ្ជមាន ហើយ $\frac{a}{x} = \frac{x}{b}$ ដូច្នេះ $x$ ជាមធ្យមភាគធរណីមាត្ររវាង $a$ និង $b$ ។(p. 483)

**geometric probability/ប្របាប៊ីលីតេ** ធរណីមាត្រប្របាប៊ីលីតេដែលប្រើទំហំផ្ទៃក្រឡានិងប្រវែង។ (p. 639)

**growth graph/ក្រាហ្វិកកំណើន** ក្រាហ្វិករបស់អនុគមន៍កើនឡើង។ (p. 61)

## H

**half-life/កាលកន្លះ** រយ:ពេលត្រូវការសម្រាប់ឲ្យបរិមាណមួយចែកចេញជាពាក់កណ្ដាល។ (p. 108)

**horizontal intercept/ចំណុចប្រសព្វអ័ក្សផ្ដេក** គឺ ជា $x$ កូអរដោណេនៃចំណុចមួយត្រង់កន្លែងក្រាហ្វិកប្រសព្វជាមួយអ័ក្ស$x$ ។ គេហៅបានម្យ៉ាងទៀតថា ចំណុចប្រសព្វ $x$ ($x$-intercept)។ (p. 122)

**hyperbola/អ៊ីពែរបួល** ក្រាហ្វិករបស់ $y = \frac{k}{x}, x \neq 0$ និង $k \neq 0$ ។ *មើលពាក្យ* inverse variation/ បម្រែប្រួលច្រាស។ (p. 77)

**hypothesis/សម្មតិកម្ម** ផ្នែកប្រយោគ "បើ–*if*" ក្នុងបម្រាប់ "បើដូច្នេះ" (*if-then* statement) ។ *មើលពាក្យ* implication/បម្រាប់មានលក្ខខណ្ឌ។ (p. 373)

## I

**image/រូបភាព** លទ្ធផលនៃការប្រែប្រួលរូប ។ (p. 159)

**imaginary unit/ឯកតាប្រឌិត** ចំនួន $i$ ដែលគេប្រឌិតដោយសន្មតថា $i = \sqrt{-1}$ និង $i^2 = -1$ ។ (p. 225)

**implication/បម្រាប់មានលក្ខខណ្ឌ** បម្រាប់ដែលមានផ្នែក"បើ" និងផ្នែក "ដូច្នេះ" ។ ប្រយោគផ្នែកបើ "ជាសម្មតិកម្មនិងប្រយោគផ្នែក"ដូច្នេះ" ជាសន្និដ្ឋាន។ គេអាចហៅបានម្យ៉ាងទៀតថា *conditional* ។ (p. 373)

**inconsistent system/ប្រព័ន្ធមិនប្រក្រតី** ប្រព័ន្ធសមីការដែលគ្មានចម្លើយ។ (p. 136)

**independent events/ហេតុការណ៍ឯករាជ្យ** លំដាប់នៃហេតុការណ៍នៅក្នុងនោះ ហេតុការណ៍មួយមិនអាស្រ័យប្រែប្រួលតាមហេតុការណ៍មួយទៀតទេ។ (p. 320)

**indirect argument/វិចារមិនផ្ទាល់** គឺជាវិធានតែកុវិជ្ជា(ភាពសមហេតុផល)ដែលចែងថា បើ $p$ ពិតដូច្នេះ $q$ ពិត។ បើ $q$ មិនពិត ហេតុដូច្នេះ $p$ កំមិនពិតដែរ។ (p. 380)

**inductive reasoning/ដំណោះស្រាយអាំងឌុចទីវ** វិធីដោះស្រាយដែលនៅក្នុងនោះ សេចក្តីប្រកាសមតិ ឬសេចក្តីសន្និដ្ឋានពឹងផ្នែកទៅលើការសង្កេតច្រើនយ៉ាង។ (p. 31)

**invalid argument/វិចារមិនសមហេតុ** វិចារដែលមិនមានប្រើវិធានតែកុវិជ្ជា ។ (p. 381)

**inverse matrices/ម៉ាទ្រិកប្រាស** ម៉ាទ្រិក$2 \times 2$ ចំនួនពីរដែលមានផលគុណារបស់វាជាម៉ាទ្រិក $\begin{bmatrix} 1 & 0 \\ 0 & 1 \end{bmatrix}$ គេប្រើនិមិត្តសញ្ញា $A^{-1}$ តាងម៉ាទ្រិកប្រាស របស់ម៉ាទ្រិក $A$។ (p. 174)

**inverse variation/បម្រែប្រលប្រាស** អនុគមន៍ ដែលមានទម្រង់ $xy = k$, ឬ $y = \frac{k}{x}, x \neq 0$ និង $k \neq 0$ ក្នុងនេះ $y$ ប្រែប្រលប្រាសគ្នាជាមួយនឹង $x$ ហើយមាន $k$ ជាបម្រែប្រលថេរ។ ក្រាហ្វិករបស់អនុគមន៍នេះជា អ៊ីពែរបូល។ (pp. 76, 77)

**isosceles triangle/ត្រីកោណសមបាត** ត្រីកោណ មួយដែលមានជ្រុងពីរប្រវែងស្មើគ្នា។ (p. 473)

ជ្រុង

បាត

## K

**kite/ចតុក្រោណខ្លែង** ចតុក្រោណដែលមានជ្រុងប៉ុន គ្នាពីរគូប៉ុន្តែជ្រុងឈមមិនប៉ុនគ្នាទេ។ (p. 244)

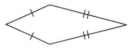

## L

**linear graph/ក្រាហ្វិកខ្សែ** ក្រាហ្វិករបស់អនុគមន៍ ខ្សែៗ។ (p. 60)

**linear inequality/វិសមភាពអនុគមន៍ខ្សែបន្ទាត់** វិសមភាពមួយដែលមានក្រាហ្វិករបស់វានៅលើ ឬនៅក្រោមខ្សែ ឬនៅ ... គ្រប់ចំណុចដែលនៅលើ ឬនៅ ... មួយ ហៅថា បន្ទាត់ព្រំដែន។ **(p. 654)**

**linear system/ប្រព័ន្ធអនុគមន៍ខ្សែ** អនុគមន៍ខ្សែៗពីរ ឬច្រើនបង្ហាញពីទំនាក់ទំនងរវាងបរិមាណអថេរដូច គ្នា។ (p. 121)

## M

**mathematical model/គំរូគណិតវិទ្យាក្នុងគណិតសាស្រ្ត** សមីការ ឬ ក្រាហ្វិកដែលតាងបក្រោចំណោទនៃជីវិត ពិតៗ ។ (p. 67)

**matrix/ម៉ាទ្រិក** របៀបរៀបលេខទាំងឡាយដែល ហៅថា "ធាតុ" ដាក់ជាជួរផ្ដេកនិងជាជួរឈរ។ (p. 151)

**matrix equation/សមីការម៉ាទ្រិក** សមីការដែល មានម៉ាទ្រិកជាអង្គសមីការ។ (p. 175)

**mean/មធ្យមភាគ** ផលបូករបស់ទិន្នន័យក្នុងមួយសំណុំ ... ថែកជាមួយនឹងចំនួនទិន្នន័យដែលបូកចូលគ្នា។ (p. 635)

**median/មេដ្យាន** លេខដែលនៅចំកណ្ដាល ឬ មធ្យមភាគនៃពីរលេខកណ្ដាលក្នុងទិន្នន័យមួយសំណុំ កាលណាគេរៀបដាក់តាមលំដាប់ទំហំលេខ។ (p. 635)

**midpoint/ចំណុចកណ្ដាល** ចំណុចដែលចែកអង្គត់ ត្រង់មួយជាពីរភាគស្មើគ្នា។ (p. 259)

**mode/ម៉ូដ** ចំណែក ឬអង្គដែលចេញ ឬកើតមាន ញឹកញាប់ជាងគេបង្អស់ក្នុងទិន្នន័យមួយសំណុំ។ (p. 635)

**monomial/ឯកធា** ចំនួនមួយ ឬអថេរមួយ ឬផល គុណនៃចំនួនមួយជាមួយនឹងអថេរមួយឬច្រើន។ (p. 206)

**mutually exclusive events/ហេតុការណ៍មិនចុះ សម្រុងគ្នា** ហេតុការណ៍ពីរដែលមិនអាចកើតឡើង បានក្នុងពេលជាមួយគ្នា។ (p. 311)

## N

**negation/ប្រយោគអវិជ្ជមាន** ប្រយោគដែលមាន ន័យទាក់ទងនឹង ឬមានប្រើពាក្យ "មិន"។ (p. 367)

## O

**odds against/សំណាងផុយ** ផលធៀបដែលមាន ឱកាសមិនចង់បានធំជាងឱកាសចង់បាន។ ឱកាស ទាំងពីរយ៉ាងត្រូវមានឱកាសស្មើភាព។ (p. 314)

**odds in favor/សំណាងលាភ** ផលធៀបដែលមាន ឱកាសចង់បានធំជាងឱកាសមិនចង់បាន។ ឱកាស ទាំងពីរយ៉ាងត្រូវមានឱកាសស្មើភាព។ (p. 314)

**order of operations/សំដាប់នៃប្រមាណវិធី**
វិធានមួយសំណុំដែលកំណត់របៀបដែលអ្នកត្រូវធ្វើ
ដើម្បីសម្រួលកន្សោមមួយ ។ (p. 640)

**or rule/វិធាន"ឬ"** គឺជាវិធាននៃតក្កវិជ្ជា (ភាពសម
ហេតុផល) ដែលចែងថា៖ $p$ ពិត ឬ $q$ ពិត។ $p$
មិនពិត ហេតុដូច្នេះគឺ $q$ ពិត។ (p. 380)

**ordered triple/សំដាប់ត្រី** ចំនួនមួយក្រុមដែល
មានបីរៀបតាមលំដាប់ $(x, y, z)$ ជាកូអរដោណេរបស់
ចំណុចមួយក្នុងប្រព័ន្ធកូអរដោណេម៉ាត្រិច។ (p. 579)

**outcome/អៅខម(ឬលទ្ធផល)** លទ្ធផលមួយដែល
អាចចេញក្នុងការពិសោធន៍។ កាលណាអៅខមនិមួយៗ
មានឱកាស់នឹងចេញបានស្មើភាពគ្នាគេថាអៅខមទាំង
ឡាយមាន *សមោកាស* (equally likely)។ អៅខម
មួយសំណុំបានជា *ហេតុការណ៍មួយ* (an event) ។
(p. 296)

# P

**parabola/ប៉ារ៉ាប៉ូល** ក្រាហ្វិករបស់ $y = ax^2 + bx + c, a \neq 0$ ។ ចំណុចត្រង់កន្លែងដែលខ្សែកោងបត់ចុះ
ឬបត់ឡើងជាចំណុចខ្ពស់បំផុត(អតិបរិមាណា)ឬ ចំណុច
ទាបបំផុត (អប្បរិមាណា) ហើយគេហៅវ៉ាថា *កំពូល*
(vertex)។ *មើលពាក្យ* direct variation with the
square/ការប្រែប្រួលផ្ទាល់តាមការេ ។ (pp. 92, 187)

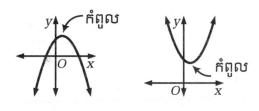

**paragraph proof/បញ្ជាក់ដោយប្រយោគ** សេចក្ដី
បញ្ជាក់ដែលមានសេចក្ដីពន្យល់ និងកែតម្រូវសរសេរ
ជាប្រយោគពាក្យ។ (p. 396)

**parallelogram/ប្រលេឡូក្រាម** ចតុក្កោណដែល
មានជ្រុងឈមស្របគ្នាទាំងពីរគូ។ (p. 245)

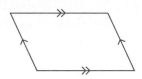

**parametric equations/សមីការប៉ារ៉ាម៉ែត្រ** សមីការ
ទាំងឡាយដែលក្នុងនោះមានអថេរពីរដែលសរសេរ
តាងដោយអថេរដែលមានអថេរទីបី។ អថេរទីបីនោះ
ហៅថា"ប៉ារ៉ាម៉ែត្រ" ។ (p. 542)

**Pascal's triangle/ត្រីកោណប៉ាស្កាល់** គឺជាការ
តម្រៀបលេខជារាងត្រីកោណ។ ចំនួននៅក្នុងជួរផ្ដេក
$n$ នឹងជួរបញ្ឈិត $r$ ជាបន្សំ $_nC_r$ ។ កាលណាគេ
ពន្លើក $(a + b)^n$ គេនឹងបានមេគុណទាំងអស់ជាចំនួន
ទាំងឡាយក្នុងជួរ $n$ ។ *មើលពាក្យ* binomial
theorem/ទ្រឹស្ដីបទទ្វេធា ។ (p. 334)

**permutation/តម្រៀបតាមលំដាប់** ការតម្រៀបវត្ថុ
ក្នុងចំនួនសព្វយ៉ាងតាមលំដាប់មួយជាក់លាក់។ (p. 304)

**perpendicular bisector/បន្ទាត់ពុះកែង** ខ្សែបន្ទាត់
កន្លះបន្ទាត់ ឬអង្កត់ត្រង់ដែលកាត់កែងចែកអង្កត់ត្រង់
មួយជាពីរចំណែកស្មើគ្នា។ (p. 475)

**plan /ប្លង់** ផ្ទៃរាបមួយដែលលាតសន្ធឹងគ្មានព្រំដែន
ហើយនិងគ្មានកម្រាស់។ (p. 559)

**plane figure/រូបភាពក្នុងប្លង់** រូបភាពដែលមាន
វិមាត្រពីរ។ (p. 565)

**polynomial/ពហុធា** កន្សោមដែលអាចសរសេរជា
ឯកធាមួយឬជាផលបូកនៃឯកធាច្រើន។ ឯកធាទាំង
ឡាយក្នុងនេះហៅថា *អង្គ* (terms)របស់ពហុធា។
(p. 507)

**polynomial equation/សមីការពហុធា**
សមីការមួយដែលមានសុទ្ធតែពហុធា។ (p. 507)

**population/ធាតុសំណុំ** វត្ថុ ឬ ធាតុទាំងអស់ក្នុង
សំណុំទាំងមូល។ *(p. 3)*

**postulate/ឧបធារណ៍** សេចក្ដីប្រកាសដែល
សន្មតថាពិតដោយមិនចាំបាច់មានសេចក្ដីបញ្ជាក់ ។
*(p. 402)*

**premise/សម្មតិ** បម្រាប់នៅក្នុងវិចារ។ សេចក្ដី
ប្រកាសដែលជាលទ្ធផលនៃវិចារហៅថា *សន្និដ្ឋាន*
*(conclusion)* ។ *(p. 380)*

**probability tree diagram/ឌីយ៉ាក្រាមសាខាប្រ៉ូបាប៉
លីតេ** ឌីយ៉ាក្រាមបែកមេកធាងដែលមានប្រ៉ូបាប៉ី
លីតេនៃសាខានិមួយៗសរសេរលើមេកធាងនោះ ។
*(p. 346)*

**pure imaginary number/ចំនួនប្រឌិតសុទ្ធ**
ចំនួនដែលមានទម្រង់ $bi$ ដែលនៅក្នុងនេះ $i$ ជា
ឯកតាប្រឌិត $\sqrt{-1}$ និង $b$ ជាចំនួនពិតណាមួយ
ដែលមិនមែនជាសូន្យ។ *(p. 225)*

**Pythagorean theorem/ទ្រឹស្ដីបទពីថាហ្គ័រ**
បើប្រវែងអ៊ីប៉ូតេនុសរបស់ត្រីកោណកែងមួយជា $c$
និងប្រវែងជើងទាំងពីររបស់ត្រីកោណជា $a$ និង $b$
ដូច្នេះគេបាន $c^2 = a^2 + b^2$ ។ *(p. 661)*

# Q

**quadratic equation/សមីការក្វាដ្រាទិក** សមីការ
ណាមួយដែលអាចសរសេរបានក្នុងទម្រង់:
$0 = ax^2 + bx + c,\ a \neq 0$ ។ *(p. 201)*

**quadratic formula/រូបមន្តក្វាដ្រាទិក**

រូបមន្ត $x = -\dfrac{b}{2a} \pm \dfrac{\sqrt{b^2-4ac}}{2a}$

សម្រាប់ជាចម្លើយរបស់ សមីការ
$0 = ax^2 + bx + c,\ a \neq 0$ ។ *(p. 215)*

**quadratic function/អនុគមន៍ក្វាដ្រាទិក** អនុគមន៍
មួយដែលមានទម្រង់ $y = ax^2 + bx + c,\ a \neq 0$ ។
*(p. 187)*

**quadratic system/ប្រព័ន្ធក្វាដ្រាទិក** អនុគមន៍ក្វាដ្រា
ទិកពីរ ឬប្រើនក្នុងអថេរដូចគ្នា។ *(p. 231)*

**quadrilateral/ចតុកោណ** វពហុកោណមួយដែល
មានបួនជ្រុង។ *(p. 245)*

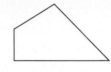

# R

**radical form/ទម្រង់រ៉ាឌីកាល់** កាលណាគេសរ
សេរកន្សោមមួយដោយមានប្រើនិមិត្តសញ្ញារ៉ាឌីកាល់
$\sqrt{\phantom{x}}$ គេថាវាមានទម្រង់រ៉ាឌីកាល់។ *(p. 100)*

**radius of a sphere/កាំស្វ៊ែរ** អង្កត់ត្រង់មួយចាប់ពីផ្ចិត
របស់ស្វ៊ែរទៅផ្ទៃរបស់វា។ ប្រវែងរបស់អង្កត់ត្រង់
ប្រភេទនេះក៏ហៅថាកាំរបស់ស្វ៊ែរដែរ។ *(p. 85)*

**random sample/គំរូស្វ៊ីភាព** គំរូសំណាំមួយដែល
ធាតុនិមួយៗរបស់វាមានឱកាសស្មើៗគ្នា ។សម្រាប់ឲ្យគេ
ជ្រើសរើសហើយគេចាប់យកធាតុនិមួយៗដោយចៃ
ដន្យ គ្មានការទាក់ទងគ្នាទេ។ *(p. 17)*

**range of a data set/វិសាលរបស់សំណុំដាតា**
ផលសងរវាងអេចស្ត្រីមទាំងពីរក្នុងសំណុំដាតាមួយ។
*(p. 635)*

**range of a function/វិសាលរបស់អនុគមន៍** តម្លៃទាំង
អស់របស់អថេរដេប៉ង់ដង់តាមដូម៉ែន។ *មើលពាក្យ*
function/អនុគមន៍ ។ *(p. 62)*

**rational equation/សមីការរ៉ាស្យូណែល** សមីការ
មួយដែលមានតែកន្សោមរ៉ាស្យូណែលប៉ុណ្ណោះ។
*(p. 508)*

**rational expression/កន្សោមរ៉ាស្យូណែល** កន្សោម
ដែលអាចសរសេរបានជាផលថែកវាងពហុធាពីរ។
*(p. 508)*

**real number/ចំនួនពិត** ចំនួនសមាសមួយដែលមាន
ទម្រង់ $a + bi$ ក្នុងនេះ $a$ ជាចំនួនរ៉ាស្យូណែល ឬ
ចំនួនអៀរ៉ាស្យូណែល និង $b = 0$ ។ *(p. 225)*

**reciprocals/រ៉េស៊ីប្រូកល់(ឬចំនួនបញ្ច្រាស)**
ពីរចំនួនដែលមានផលិតគុណស្មើនឹង1 ។ *(p. 174)*

**rectangle/ចតុកោណកែង** ចតុកោណដែលមាន
មុំកែងបួន។ *(p. 245)*

**reflection/ចំណាំងឆ្លុះ** រូបភាពដែលអ្នកបានកាល ណាអ្នកត្រឡប់រូបតំឆ្លុះសតាងមួយពីលើខ្សែបន្ទាត់មួយ ហៅថា បន្ទាត់ចំណាំងឆ្លុះ (the line of reflection)។ (p. 266)

**remote interior angles/មុំស្រយាលក្នុង** ក្នុង ត្រីកោណមួយ មុំពីរដែលមិននៅចំកំពូលដែលមាន គូរមុំក្រៅ។ (p. 442)

**rhombus/ចតុក្កោណសេ** ចតុក្កោណដែលមានជ្រុង ប៉ុនគ្នា។ (p. 244)

**right angle/មុំកែង** មុំដែលមានទំហំ 90°។ (p. 655)

**rotation/របិល** បម្រែរូបកើតពីការវិលរបស់ រូបភាពមួយទៅតាមទិសទ្រនិចនាឡិកា ឬបញ្ច្រាស ទិស ទនិចនាឡិកាជុំវិញចំណុចមួយដែលគេហៅថា ផ្ចិតរបិល (the center of rotation)។ (p. 267)

# S

**sample/គំរូសំណាក** ធាតុនៃសំណុំរងមួយដែល គេកំពុងសិក្សា ឬកំពុងធ្វើការពិសោធន៍។ (p. 3)

**sample space/សំណុំគំរូ** សំណុំនៃអៅខមទាំង អស់ដែលអាចកើតឡើងបាន។ (p. 320)

**scalar multiplication/ផលគុណស្កាឡា** ផលគុណ ម៉ាទ្រិកជាមួយនិងចំនួនណាមួយ។ ផលគុណម៉ាទ្រិក ជាលទ្ធផលនៃការគុណធាតុនិមួយៗរបស់ម៉ាទ្រិកជា មួយនិងចំនួននោះ។ (p. 152)

**scale factor/កត្តាមាត្រដ្ឋាន** ផលធៀបរវាងប្រវែង រូបភាពកើតថ្មីទៅនិងប្រវែងរូបដេីមនៃការរីក។ (p. 159)

**segment bisector/បន្ទាត់ពុះអង្គត់ត្រង** ខ្សែបន្ទាត់ កន្លះបន្ទាត់ ឬអង្គត់ត្រងដែលកាត់ចែកអង្គត់ត្រងមួយ ជាពីរចំណែកស្មើគ្នា។ (p. 468)

**similar triangles/ត្រីកោណដូចគ្នា** ត្រីកោណពីរ ដែលគេអាចដាក់កំពូលវាឲ្យស៊ីគ្នានោះគេបានមុំនិងជ្រុង សមាមាត្រនិងគ្នា។ (p. 449)

**simulation/តម្រាប់ពិត** ការប្រើការពិសោធន៍តាម ដំណេីរជីវិតពិតដេីម្បីឆ្លើយនិងសំណួរមួយ។ (p. 10)

**slope/ស្លុប (ឬជម្រែល)** រង្វាស់ជម្រែលរបស់ខ្សែ បន្ទាត់ដែលកំណត់ដោយផលធៀបនៃរយៈកម្ពស់ ទៅនិងរយៈធម្មយ។ (p. 68)

**slope-intercept form/រូបមន្តប្រសព្វស្លុប** ខ្សែបន្ទាត់ ដែលមានសមីការ $y = mx + b$ ដែលក្នុងនោះ $m$ តាងស្លុបនិង $b$ តាងចំណុចប្រសព្វជាមួយអក្ស។ (p. 68)

**solution of a system of equations/ចម្លើយរបស់ ប្រព័ន្ធសមីការ** លំដាប់គូលេខមួយគូជាកូអរដោណេ ដែលធ្វើឲ្យសមីការទាំងអស់ក្នុងប្រព័ន្ធពិត។ (p. 122)

**solution region/ភាគចម្លើយ** ក្រាហ្វិករបស់ចំណុច ទាំងឡាយដែលធ្វើឲ្យវិសមភាពទាំងអស់ក្នុងប្រព័ន្ធ វិសមភាពពិត។ (p. 124)

**space figure/រូបភាពវិមាត្រ៣** រូបភាពដែលមាន វិមាត្រ៣។ (p. 557)

**sphere/ស្វ៊ែរ** សំណុំចំណុចទាំងឡាយក្នុងលំហ ដែលស្ថិតនៅចម្ងាយស្មើគ្នាពីចំណុចមួយ។ (pp. 84, 592)

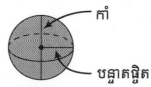

**square/ការេ** ចតុក្កោណមួយដែលមានមុំកែងឬឬន និងមានជ្រុងប៉ុនគ្នា។ (p. 245)

**square root/បុសការេ** កត្តាមួយក្នុងចំណោមកត្តា ស្មើគ្នាទាំងពីររបស់ចំនួនមួយ។ (p. 403)

**standard form of a quadratic function/រូបមន្ត ជាមាលារីរបស់អនុគមន៍ក្វាដ្រាទិក** គេសរសេររូប មន្តអនុគមន៍ក្វាដ្រាទិកក្នុងទម្រង់ $y = ax^2 + bx + c$ ក្នុងនោះ $a$ មិនមែនជាលេខសូន្យ។ (p. 187)

**standard form of a quadratic equation/រូបមន្ត ជាមាលារីរបស់សមីការក្វាដ្រាទិក** គេសរសេរ សមីការក្វាដ្រាទិកក្នុងទម្រង់ $0 = ax^2 + bx + c$ ក្នុងនោះ $a$ មិនមែនជាលេខសូន្យ។ (p. 201)

**standard form of a polynomial/រូបមន្តជាចមាណី របស់ពហុផា** គេសរសេររូបមន្តពហុផាដោយ សរសេរនិទស្សន្តដែលធំបំផុតមុនគេបង្អស់ និទស្សន្ត ធំបន្តាប់សរសេរជាទីពីរ និងបន្តបន្តាប់ចុះតាមលំដាប់ និទស្សន្ត។ *(p. 507)*

**standard position/ស្ថានភាពជាចមាណី** តាំងស្ថាន ភាពពហុគោណនៅក្នុងប្លង់កូអរដោណេយ៉ាងណាឲ្យ មានកំពូលមួយស្ថិតនៅចំចំណុចដើម និងជ្រុងមួយ ស្ថិតត្រូតលើអ័ក្ស $x$ ។ ការតាំងស្ថានភាពបែបនេះ អាចជួយសម្រួលឲ្យងាយស្រួលគណនាសូច និង ប្រវែងផ្សេងៗ ។ *(p. 275)*

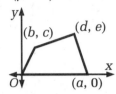

**stem-and-leaf plot/ស្ទឹម-អិន-លីហ្វ ផ្លត** តំណាង ដាតាដែលនៅក្នុងនោះចំនួននិមួយៗតាងដោយតំនូស ទងមួយ (*stem*) និងរូបស្លឹកមួយ (*a leaf*)។ *(p. 634)*

**straight angle/មុំរាប** មុំដែលមានរង្វាស់180° ។ *(p. 655)*

**stratified random sample/ស្រទាប់គំរូស្ទើភាព** គំរូដែលជ្រើសរើសតាមការបែកធាតុទាំងអស់របស់ សំណុំជាអនុក្រមដោយដាក់ពួកធាតុសមាជិកនិមួយៗ ចូលក្នុងអនុក្រមតែមួយ។ រួចហើយចាប់យកធាតុ សមាជិកដោយចោះៗ។ *(p. 17)*

**supplementary angles/មុំបន្ថែម** មុំពីរដែលមាន ផលបូករបស់វាស្មើនឹង 180° ។ *(p. 655)*

**systematic sample/គំរូប្រព័ន្ឋិក** គំរូដែលជ្រើសរើស ដោយការប្រើពីលំដាប់នៃធាតុទាំងអស់របស់សំណុំ រួចហើយជ្រើសរើសយកធាតុសមាជិកពីក្នុងបញ្ជីតាម របៀបជាយថាក្រម។ *(p. 17)*

**system of equations/ប្រព័ន្ឋសមីការ** សមីការពីរឬ ច្រើនដែលបង្ហាញទំនាក់ទំនងរវាងបរិមាណអថេរទាំង ឡាយដូចគ្នា។ *(p. 121)*

**system of inequalities/ប្រព័ន្ឋវិសមភាព** វិសមភាព ពីរឬច្រើនដែលបង្ហាញទំនាក់ទំនងរវាងបរិមាណអថេរ ទាំងឡាយដូចគ្នា។ *(p. 124)*

**theorem/សម្មតិកម្ម** សេចក្តីប្រកាសមួយដែលគេ អាចបញ្ជាក់បាន។ *(p. 408)*

**theoretical probability/ទ្រឹស្ដីប្រូបាប៊ីលីតេ** កាល ណាគ្រោងទាំងអស់របស់ការពិសោធន៍មួយមានលទ្ធ ភាពនិងចេញស្មើៗគ្នា ប្រូបាប៊ីលីតេរបស់ហេតុការណ៍ មួយជាផលធៀបរវាងគ្រោងដែលគេចង់បានទៅនឹង ចំនួនគ្រោងទាំងអស់។ *(p. 638)*

**transformation/បម្រែរូប** ការប្រែប្រួលផ្លាស់ប្ដូរ ទំហំរបស់វត្ថុមួយ ប្ដូររបស់ទីតាំងវា។ *(p. 159)*

**translation/ការរំកិល** ការផ្លាស់ប្ដូរទីតាំងរបស់ ចំណុចនិមួយៗនៃរូបភាពមួយទៅម៉ឹម្យោយស្មើគ្នា និង ក្នុងទិសដូចគ្នា ។ *(pp. 161, 267)*

**transversal/បន្ទាត់កាត់** ខ្សែបន្ទាត់មួយដែលប្រសព្វ កាត់ខ្សែបន្ទាត់ពីរផ្សេងទៀតត្រង់ចំណុចពីរផ្សេងគ្នា។ *(p. 416)*

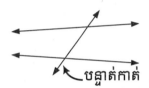

បន្ទាត់កាត់

**trapezoid/ចតុក្កោណព្ញាយ** ចតុក្កោណដែលមាន យ៉ាងហោចពីរជ្រុងស្របគ្នា។ *(p. 245)*

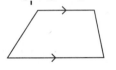

**tree diagram/ឌីយ៉ាក្រាមសាខា** ឌីយ៉ាក្រាមដែល តុសភ្ជាប់ប្រការផ្សេងៗតាមគ្រប់របៀបដែលអាចធ្វើទៅ កើត។ *(pp. 11, 296)*

**trial/ការសាក** ការធ្វើការល្បងពិសោធន៍មួយលើក។ *(p. 10)*

**trigonometric ratios/ផលធៀបត្រីកោណមាត្រ** ផលធៀបកូស៊ីនុស (*cosine*) ស៊ីនុស (*sine*) និង តង់សង់ (*tangent*)។ *(p. 659)*

**trinomial/ត្រីណា** កន្សោមដែលអាចសរសេរជា ផលបូកនៃឯកធាចំនួនបី។ *(p. 206)*

**triple zero/សូន្យទ្រីប** កាលណាអនុគមន៍គូបមួយ មានកត្តាគូបអនុគមន៍នេះមាន"សូន្យទ្រីប"មួយ។ ខ្សែ ក្រាហ្វិករបស់អនុគមន៍រត់រាបត្រង់ហើយកាត់អ័ក្ស x-axis នេះតែមួយលើកប៉ុណ្ណោះ។ *មើលពាក្យ* zero/ សូន្យរបស់អនុគមន ។ *(p. 529)*

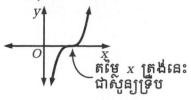

តម្លៃ *x* ត្រង់នេះ
ជាសូន្យទ្រីប

**two-column proof/បញ្ជាក់ផ្ទួរពីរ** ការបញ្ជាក់ ដែលសរសេរដាក់ជាពីរជួរ។ គេសរសេរសេចក្តី ប្រកាសដាក់ក្នុងជួរមួយនិងកំណែតម្រូវក្នុងជួរ មួយទៀត។ *(p. 396)*

## V

**valid argument/វិចារសមហេតុ** វិចារដែលប្រើ វិធានៃតក្កវិជ្ជា ។ *(p. 380)*

**variation constant/បំប្រែប្រួលថេរ** ចំនួនអថេរ *k* ដែលមិនមែនជាសូន្យនៅក្នុងបំប្រែប្រួលផ្ទាល់។ *មើលពាក្យ* direct variation/ការប្រែប្រួលផ្ទាល់។ *(p. 70)*

**Venn diagram/នីយ៉ាក្រាមវ៉ែន** នីយ៉ាក្រាមដែល គេប្រើសម្រាប់បង្ហាញទំនាក់ទំនងរវាងក្រុម។ *(p. 38)*

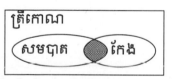

**vertex of a parabola/កំពូលប៉ារ៉ាបូល** ចំណុច ខ្ពស់បំផុត ឬទាបបំផុតរបស់ប៉ារ៉ាបូល។ *មើលពាក្យ* parabola/ប៉ារ៉ាបូល ។ *(p. 188)*

**vertical angles/មុំទល់កំពូល** មុំពីរប៉ុនគ្នាដែល កើតពីបន្ទាត់ពីរកាត់ខ្វែងគ្នា ហើយមុំទាំងពីរបែរមុខ ទៅក្នុងទិសផ្ទុយគ្នា។ *(p. 410)*

**vertical intercept/ចំណុចប្រសព្វអ័ក្សឈរ** កូអរដោណេ *y* របស់ចំណុចមួយត្រង់កន្លែង ដែលក្រាហ្វិកប្រសព្វជាមួយអ័ក្ស *y*-axis ។ គេហៅវា ម្យ៉ាងទៀតថា ចំណុចអ័ក្សឈរ (*y*-intercept) ។ *(p. 68)*

## X

**x-intercept/ចំណុចប្រសព្វអ័ក្ស** *x* ចំណុចដែល ក្រាហ្វិកប្រសព្វជាមួយនឹងអ័ក្ស *x*-axis ។ គេហៅវា ម្យ៉ាងទៀតថា ចំណុចប្រសព្វអ័ក្សផ្តេក (a *horizontal intercept*)។ *(p. 189)*

## Y

**y-intercept/ចំណុចប្រសព្វអ័ក្ស** *y* ចំណុចដែល ក្រាហ្វិកប្រសព្វជាមួយនឹងអ័ក្ស *y*-axis ។ គេហៅវា ម្យ៉ាងទៀតថាចំណុចប្រសព្វអ័ក្សឈរ (a *vertical intercept*) ។ *(p. 189)*

## Z

**zero of a function/សូន្យរបស់អនុគមន៍** តម្លៃអថេរ ក្នុងត្រួលរបស់អនុគមន៍មួយដែលធ្វើឱ្យអថេរដេប៉ង់ដង់ ស្មើនឹងសូន្យ។ *(p. 529)*

**zero-product property/លក្ខណៈផលគុណសូន្យ** កាលណាផលគុណនៃកត្តាទាំងឡាយស្មើនឹងសូន្យ ក្នុងចំណោមនោះត្រូវតែមានកត្តាណាមួយ ឬច្រើនកត្តា ស្មើនឹងសូន្យ។ បើ *ab* = 0 ដូច្នេះ *a* = 0 ឬ *b* = 0 ។ *(p. 209)*

# Laotian Glossary

## A

**absolute value/ຄ່າຄັ້ນບວກຕາຍຕົວ** ລະຍະຂອງຕົວເລກຈາກ ເລກສູນຕາມເສັ້ນຂອງເລກ. ຄ່າບວກຕາຍຕົວແມນຕົວເລກທີ່ມີຄ່າ ເປັນບວກ ຫລື ເລກສູນ. *(p. 34)*

$$|-3| = 3 \qquad |0| = 0 \qquad |3| = 3$$

**alternate interior angles/ມຸມໃນສອງຟາກໄຂວ້ກັນ** ສອງມຸມໃນ ຢູ່ຟາກກົງກັນຂາມກັນ ໃນບໍລິເວນເສັ້ນນຶ່ງທີ່ຕັດຜ່ານ ເສັ້ນຂຸສອງເສັ້ນ. *(p. 416)*

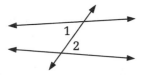

ມຸມ 1 ແລະ 2
ແມນມຸມໃນສອງຟາກໄຂວ

**altitude of a triangle/ລວງສູງຂອງຮູບສາມຫຼ່ຽມ** ເສັ້ນຖອມນຶ່ງທີ່ລຶກຈາກຈອມມຸມນຶ່ງໄປຕັດກັບເສັ້ນກົງກັນຂາມ ຂອງມຸມນັ້ນຊຶ່ງວັດໄດ້ 90 ອົງສາ. *(p. 481)*

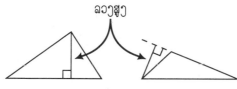

ລວງສູງ

**angle bisector/ມຸມແບ່ງ** ເສັ້ນຫຼ້ມຈາກຈອມມຸມແລະ ແບ່ງມຸມນັ້ນອອກເປັນສອງມຸມເທົ່າກັນ. *(p. 468)*

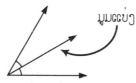

ມຸມແບ່ງ

**axis of rotation/ການໝຸນວຽນຂອງເສັ້ນແອັກ-ວາຍ** ເສັ້ນທີ່ແອັກ-ວາຍທີ່ໝຸນຈາກຈຸດນຶ່ງໄປຫາອີກຈຸດນຶ່ງ. *(p. 565)*

## B

**biased sample/ຕົວຢ່າງທີ່ເນັ້ນໝາະ** ຕົວຢ່າງທີ່ເຫີມ ຫລື ຫລຸດ ຈຳນວນແຫຍ່ຂອງຟາກສວນຂອງຫາດແຫກ. *(p. 17)*

**biconditional/ສອງເງື່ອນໄຂ** ຂໍ້ຄວາມນຶ່ງທີ່ມີເງື່ອນ ໄຂທັງຫາງຕົວແລະຫາງກັບ. *(p. 386)*

**binomial/ເລກຫຸ່ສອງ** ການວຽນເລກດ້ວຍການສົມ ເລກສອງຕົວເຂົ້າກັນ. *(p. 351)*

**binomial experiment/ການທົດລອງເລກຫຸ່ສອງ** ການທົດລອງໂດຍໃຊ້ຕົວເລກທີ່ຕາຍຕົວແຜພາຍອອກຢ່າງບົ່ງບອກ. ແຕ່ລະເຫື່ອຫາງຄວາມມີຕົວເລກຫຸ່ສອງ ຕົວນັ້ນປະກົດອອກມາ ທັງໄດ້ແລະ ເສັຽ. ແຕ່ລະເຫື່ອມີເກັ້ນໄດ້ຄືກັນ, ຜັນໄດ້ + ຜັນເສັຽ = 1. *(p. 339)*

**binomial theorem/ກົດຕານຂອງເລກຫຸ່ສອງ** ຖ້າຕົວສົ່ມມຸດມານ $n$ ເປັນເລກທີ່ມີຄາບວກ $(a + b)^n$ ຕ່ອງເປັນ....
$(_nC_0)a^nb^0 + (_nC_1)a^{n-1}b^1 + (_nC_2)a^{n-2}b^2 + ... + (_nC_{n-2})a^2b^{n-2} + (_nC_{n-1})a^1b^{n-1} + (_nC_n)a^0b^n$
ຊຶ່ງຕົວຄູນ, $(_nC_r)$ ແມນປະສົມທັງໝົດທີ່ເໜັນໃນທຸ ກາງເຖດຕາມ ຮູບສາມຫຼ່ຽມ ປາສໄກ. *ເບິ່ງຕາມ* Pascal's triangle/ສາມຫຼ່ຽມປາສໄກ. *(p. 353)*

**boundary line/ເສັ້ນໝາຍເຂດ** ແມນເສັ້ນທີ່ໝາຍຂອບເຂດຂອງ ຮູບກຣັຟພື່ອບົ່ງບອກເຂດທີ່ເໝາະຕາມອັນມູນທີ່ບໍ່ສົມດູນກັນ. *(p. 654)*

**box-and-whisker plot/ກຣັຟພວກອັກສ່ແລະວິສເກີ** ເປັນສຸດທີ່ແຕກງໃຫ້ເຫັນແຈ່ງຕື່ງ ເລກຕ່ຳກວາງ, ເລກຕ່າຫສລັ້ງ, ແລະຕົວເລກຂອກສຸດ ໃນຈຳນວນກຸມຂອງເລກ. *(p. 636)*

## C

**center of dilation/ຈຸດຂຍາຍ** ຈຸດທີ່ຕັ່ງສັ້ນຈາກຫລາຍໆ ຈຸດທີ່ມີຄວາມສຳພັນກັບໂຫກຕັ່ງໜຶ່ງກັນ. *ເບິ່ງຕາມ* dilation/ກາຍເລຂເອີ້ມ. *(p. 159)*

**chain rule/ກົດຕໍ່ເນື່ອງ** ກົດທີ່ມີຄວາມຈິງຊຶ່ງຢືນຍັນວ່າ: ຖ້າ ຕົວສົ່ມມຸດ $p$ ຫາກແມນຈິງ, ແລະຕົວສົ່ມມຸດ $q$ ກໍ່ຫຼອງແມນຈິງ, ຖ້າວາງຕົວສົ່ມມຸດ $q$ ຫາກແມນຈິງ ແລຽ $r$ ກໍ່ຫຼອງແມນຈິງ. ດັ່ງນັ້ນ, ຈິ່ງເວົ້າໄດວາ ຖ້າ $p$ ຫາກແມນຈິງ ແລຽ ພ ກໍ່ຫຼອງແມນຈິງ. *(p. 380)*

**cluster sample/ຕົວຢ່າງລວມໃນກຸ່ມ** ຕົວຢ່າງທີ່ປະກອບດ້ວຍສິ່ງ ຂອງພາຍໃນກຸມນຶ່ງ. *(p. 17)*

**coefficient/ເລກຕົວຄູນ** ຕົວເລກທີ່ໃຊ້ເປັນຕົວຕັ້ງ ຄູນໃຫ້ຕົວໝູນວຮມ ໃນການສະກົດອັນມຂອງແລກ. *(p. 352)*

**co-interior angles/ມຸມໃນເສັ້ນຄູ** ສອງມຸມຫາງໃນທີ່ຢູ່ຂ້າງ ດຽວກັນຂອງເສັ້ນຜາມ. *(p. 416)*

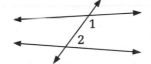

ມຸມ 1 ແລະ 2
ແມນມຸມໃນເສັ້ນຄູ.

**combination/ການປະສົມ** ການຄັດເລືອກຕົວປະກອບຈາກ ກຸມໂດຍລຳພັງ. ມີຫລາຍວິທີຫາງທີ່ຈະເລືອກເອົາ ສວນປະກອບ ມີ $r$ ຈຳນວນຈາກກຸມຂອງຕົວປະກອບ $n$ ຈຳນວນທີ່ມີ ຈຳນວນ $n$ ແຕຄ, ແລະ ການສັ້ນເນັ້ງແຈ $r$, ຂອງ ຮູບສາມຫຼ່ຽມ ປາສໄກ. *(p. 329)*

**complementary angles/ມຸມປະສົມ 90 ອົງສາ** ສອງມຸມທີ່ສົມເຂົ້າກັນແຫກໄດ້ 90 ອົງສາ. *(p. 655)*

**complementary events/ກິດກັນປະສານ** ສອງກິດຈກັມປະສານ
ຮວມດວຍທຸກກໍລະນີ. *(p. 312)*

**complex number/ເລກຄອມເປລັກສ໌** ຕົວເລກທີ່ຢູ່ໃນລັກສະນະ
$a + bi$, ຊຶ່ງ $a$ ແລະ $b$ ແມ່ນຕົວເລກປົກະຕິ ແລະເຖິງ $i$
ແມ່ນທ່ວຍຂອງເລກມະໂນພາບຂອງ $\sqrt{-1}$. *(p. 225)*

**compound events/ກິດກັນຮວມ** ກິຈກັມທີ່ປະກອບດວຍສອງ
ເຫດການ ຫລື ຫລາຍກວ່າ ຊຶ່ງສາມາດເກີດຂຶ້ນພອມກັນເວລາດຽວ
ຫລື ກ່ອນຫລັງກັນ. *(p. 320)*

**conclusion of an implication/ສະຫຼຸບຂໍ້ມູນ**
ພາກສວນຕອນສຸດຫ້າຍ ຂອງ ຂໍ້ຄວາມທີ່ວ່າ: ຖ້າຫາກວ່າ-ແລ້ວກໍ.
ເບິ່ງຕາມ implication/ບົກເງື່ອນໄຂ. *(p. 373)*

**conclusion of a logical argument/ສະຫຼຸບຫຼັກຖານ
ທີ່ເຫດຜົນພັນຈິງ** ຂໍ້ຄວາມທີ່ໄດ້ຈາກການຖຶກຕຽງເອົາຂໍ້ມູນຕົວຈິງມາ
ກອມ. *(p. 380)*

**conditional/ເງື່ອນໄຂ** ຂໍ້ຄວາມ ຖ້າຫາກ-ແລ້ວກໍ. ເບິ່ງຕາມ
implication/ບົກເງື່ອນໄຂ. *(p. 373)*

**congruent/ເຫຼົ່າກັນ** ມີຂະນາດແລະຮູບຊົງເຫຼົ່າກັນ. *(p. 244)*

**congruent triangles/ຮູບສາມຫຼ່ຽມເຫຼົ່າກັນ**
ຮູບສາມຫລ່ຽມສອງອັນທີ່ມີຈອມມຸມເຫຼົ່າກັນຊຶ່ງແຕ່ລະພາກສວນຂອງ
(ມູມແລະຂ້າງ)ທີ່ສໍາພັນກັນນັ້ນແຫຼກໄດສະນີກັນ. *(p. 449)*

**conjecture/ສົມມຸດຖານ** ຂໍ້ຄວາມ, ຄວາມຄິດເຫັນ, ຫລືການ
ສຼຸບທີ່ໄດ້ຈາກການສົມມຸດ. *(p. 31)*

**conjunction/ຕໍ່ຂໍ້ຄວາມ** ຂໍ້ຄວາມສອງຢ່າງຕໍ່ເນື່ອງກັນດ້ວຍ ແລະ.
ຂໍ້ຕໍ່ຄວາມຈະຖຶກຕ້ອງໄດ້ກໍ່ຕໍ່ເມື່ອຂໍ້ຄວາມທັງສອງນັ້ນຖຶກຕ້ອງພອມໆກັນ.
*(p. 367)*

**consecutive angles/ມຸມຮວມເສັ້ນກັນ** ໃນຮູບຫລາຍຂ້າງ,
ສອງມຸມທີ່ຢູ່ຮວມກັນໃນເສັ້ນດຽວ. *(p. 244)*

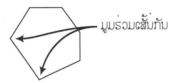

ມູມຮວມເສັ້ນກັນ

**consecutive sides/ຂ້າງຮວມຈອມມຸມ** ໃນຮູບຫລາຍຂ້າງ,
ສອງຂ້າງທີ່ຮວມຈອມມຸມດຽວກັນ. *(p. 244)*

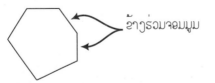

ຂ້າງຮວມຈອມມຸມ

**consistent system/ປະໂຍກເລກທີ່ສົມບູນ** ປະໂຍກເລກທີ່ມີນຶ່ງ
ຫລື ຫລາຍຄໍາຕອບ. *(p. 136)*

**constant graph/ເສັ້ນກຣາບຟທາຍຕົວ** ກຣາບທີ່ມີກົດເກນ $y = c$,
ຊຶ່ງ ຕົວສົມມຸດ $c$ ຈະເປັນຕົວເລກໃດກໍໄດ. *(p. 61)*

**convenience sample/ຕົວເລືອກລັດ** ຕົວຢ່າງທີ່ຄັດໄວ້ເພື່ອຄວາມ
ສະດວກໃນການຄັບຂໍ້ມູນ. *(p. 17)*

**converse/ຂໍ້ຄວາມກັບຄືນ** ຂໍ້ຄວາມຊຶ່ງໄດ້ຈາກການສັບປ່ຽນ ຖ້າຫາກ
-ແລ້ວກໍຂອງຂໍ້ຄວາມ ຖ້າຫາກ-ແລ້ວກໍ. *(p. 39)*

**corresponding angles/ມູມສໍາພັນກັນ** ສອງມູມທີ່ມີທ່າທີ່ສໍາ
ພັນກັນຕາມສອງເສັ້ນ ແລະ ເສັ້ນຜ່ານ. *(p. 416)*

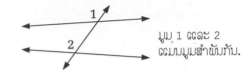

ມູມ 1 ແລະ 2
ແມ່ນມູມສໍາພັນກັນ.

**counterexample/ຂໍ້ມູນຄ້ານ** ຕົວຢ່າງທີ່ຊີ້ແຈງບອກໃຫ້ເຫັນວ່າ
ຂໍ້ມູນບໍ່ຖຶກຕ້ອງສະນີໄປ. *(p. 33)*

**cross section/ຈຸດຕັດ** ຈຸດຕັດຂອງບໍລິເວນກຣາບຟແລະສອງທ່າງໆ.
*(p. 559)*

**cubic function/ຕົວເລກພລັງສາມ** ການກໍາເນີນງານກັບ
ເລກທີ່ມີພລັງສາມ. *(p. 528)*

# D

**database/ບັນທຶກຂໍ້ມູນ** ການຈັດສັມລໍາດັບຂໍ້ມູນ. *(p. 365)*

**decay graph/ກຣາບຟຜ່ອນ** ກຣາບຟຂອງຂໍ້ມູນທີ່ມີກົດເກນການຜ່ອນ.
*(p. 61)*

**deductive reasoning/ເຫດເຜີນຈາກການວິເຄາະ**
ການໃຊ້ຫາເຫດ, ຄໍາແປ, ຄວາມຈິງ, ແລະການຍິນຍອມຮັບກົດເກນ
ແລະຄຸນສົມບັດຊຶ່ງນໍາມາຊຶ່ງການສຼຸບຜົນ. *(p. 38)*

**degree of a polynomial/ພລັງທີ່ໃຫຍ່ສຸດ** ເລກພລັງທີ່ໃຫຍ່
ທີ່ສຸດໃນບັນດາເລກກຼຸງ. *(p. 507)*

**dependent events/ກິດກັນຄຸ້ມຄອງ** ເຫດການທີ່ຕິດຕາມ
ຕໍ່ເນື່ອງທີ່ສ້າງຜົນສະທ້ອນໃຫ້ກັນ. *(p. 320)*

**diagonal/ເສັ້ນຕໍ່ຈອມ** ເສັ້ນທີ່ຕໍ່ສອງຈອມມູມທີ່ບໍ່ຢູ່ຕິດກັນ. *(p. 281)*

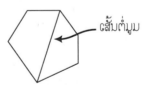

ເສັ້ນຕໍ່ມູມ

**diameter of a sphere/ເສັ້ນຜ່ານໃຈກາງຮູບຊົງກົມ**
ລວງຍາວຂອງເສັ້ນທີ່ຕໍ່ສອງຈຸດຂອງໜາຮູບຊົງກົມຊຶ່ງຜ່ານຈຸດໃຈກາງ.
*(p. 85)*

**dilation/ການຂະຍາຍ** ການປ່ຽນສະພາບໂດຍການຫຍໍ້ຕົວ ຫຼື ຂຍາຍ ຕົວຂອງຮູບ. ເສັ້ນທີ່ລົກຈາກຈຸດປະສານຂອງຮູບເດີມແລະ ຈດທີ່ພົບກັບເຮົາຂອງມັນຮຽກວ່າ ໃຈກາງຂອງຈຸດຂຍາຍ. (p. 159)

**dimensions of a matrix/ຂນາດຂອງເລກແຖວ** ຈຳນວນຂອງແຖວແນວແລະຈຳນວນຂອງແຖວຕັ້ງຂອງເລກແຖວ. ເບິ່ງຕາມ matrix/ເລກແຖວ. (p. 151)

**direct argument/ຫລັກການທາງກົງ** ກົດການຄວາມ ຈິງບົ່ງໄວວ່າ: ຖ້າຫາກ $p$ ແມນແທ້ ແລວ $q$ ກໍຕອງແມນແທ້. (p. 380)

**direct variation/ການປ່ຽນແປງແບບທາງກົງ** ຄວາມສຳພັນຂອງເລກ, $y = kx$, $k \neq 0$, ຕົວ $k$ ເປັນເລກທີ່ຄົງທີ. (p. 70)

**direct variation with the cube/ການປ່ຽນແປງທາງ ກົງດວຍເລກພລັງສາມ** ແບບຄວາມສຳພັນຂອງເລກ $y = kx^3$, $k \neq 0$, ຄູນຄາຂອງ ຕົວ $y$ ຂຶ້ນກັບ ຄາຂອງ $x^3$, ແລະ $k$ ແມນ ຕົວເລກທີ່ຄົງທີ. (p. 94)

**direct variation with the square/ການປ່ຽນແປງ ໂດຍກົງດວຍເລກພລັງສອງ** ແບບຄວາມສຳພັນຂອງເລກ $y = kx^2$, $k \neq 0$, ຄູນ ຄາຂອງຕົວ $y$ ຂຶ້ນກັບ ຄາຂອງ $x^2$, ແລະ $k$ ແມນ ຕົວເລກທີ່ຄົງທີ. ເສັ້ນ ກຣັຟໄດຈາກຄວາມສຳ ພັນເລກນີ້ ແມນເສັ້ນໂຄງເປັນຕົວ ຍ. (p. 92)

**discriminant/ຕົວແຍກໃນຮາກພລັງສອງ** ເລກທີ່ບັນຈຸໃນເຄື່ອງໝາຍ ຮາກພລັງສອງຂອງສູດການຂອດຄາຂອງຈຸດ. $b^2 - 4ac$. ເບິ່ງຕາມ quadratic formula/ສູດການຂອດຄາຂອງຈຸດ. (p. 222)

**disjunction/ຕົວແຍກຂໍ້ຄວາມ** ຂໍ້ຄວາມສອງຢ່າງທີ່ຕໍ່ເນື່ອງ ກັນດວຍ ຄຳວ່າ ຫລືຕົວແຍກຂໍ້ຄວາມນີ້ຖືກຕອງຖາຫາກມັ່ງໃນຈຳ ນວນຂອງຂໍ້ຄວາມນັ້ນແມນຈິງ. (p. 367)

**domain/ກຸ່ມຂອງເລກໝູນວຽນ** ຄາທັງໝົດຂອງເຕັກໝູນວຽນ. ເບິ່ງຕາມ function/ຕາມຄວາມສຳພັນຂອງເລກ. (p. 62)

**double zero/ຈຸດສູນສອງເທື່ອ** ເມື່ອຄວາມສຳພັນຂອງເລກພລັງສາມ ມີຕົວຄູນພລັງສອງ, ຄວາມສຳພັນຂອງເລກມີຈຸດສູນສອງເທື່ອ. ມີຈຸດນັ້ງຊີ້ນີ $y = 0$, ເສັ້ນກຣັຟຂອງຄວາມສຳພັນເຫລົ່ານັ້ນຈະຈຸຢູ່ເສັ້ນ $x$ ແຕະບໍ່ຜ່ານ ເສັ້ນນັ້ນ. ເບິ່ງຕາມ zero/ຕາມເລກສູນ. (p. 529)

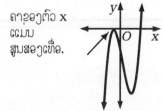

ຄາຂອງຕົວ x
ແມນ
ສູນສອງເທື່ອ.

**doubling period/ລະຍະເວລາທີ່ຊ້ຳ** ຈຳນວນເວລາທີ່ໃຊເພື່ອຈະ ໃຫໄດຈຳນວນສອງເທົ່າ. (p. 106)

**element of a matrix/ຕົວປະກອບຂອງເລກແຖວ** ທຸກໆຕົວປະກອບໃນເລກແຖວ. ເບິ່ງຕາມ matrix/ເລກແຖວ. (p. 151)

**equiangular triangle/ຮູບສາມຫລ່ຽມທີ່ມີທຸກມຸມເທົ່າກັນ** ຮູບສາມຫລຽມທີ່ມີມຸມທັງໝົດເທົ່າກັນ. (p. 474)

**equidistant/ລະຍະເທົ່າກັນ** ມີລະຍະເທົ່າກັນ. (p. 574)

**event/ເຫດການ** ກຸ່ມຂອງຜົນຮັບ. ເບິ່ງຕາມ outcome/ຜົນຮັບ. (p. 296)

**expanded form/ແບບຂຍາຍ** ເມື່ອຄຳຊີ້ແຈງທາກອງລມໃນຮູບ ແບບສົມຂ້ຳກັນ, ຣຽກວ່າແບບຂຍາຍ. (p. 351)

**experimental probability/ທີ່ຄອງຂຶ້ງຜົນອອກຕົວຈິງ** ໃນການທົດລອງຂຶ້ງສົມທຽບຈຳນວນຜົນທີ່ອອກມາແລະຈຳນວນ ຂອງການທົດລອງທັງໝົດ. (p. 637)

**exponential decay/ລະບົບເຮັກໃຊຄາຂອງຕົວເລກນອຍລົງ** ພລັງທີ່ເຮັກໃຊຄາຂອງຄວາມສຳພັນຫລຸດລົງ.ຄວາມສຳພັນຂອງ ເລກຕຳໄປນີ້ຕົວຢ່າງ, $y = a\left(\frac{1}{2}\right)^x$, $a \neq 0$, ຂຶ້ນໃຊເລກນີ້ງຄົງເປັນແບບຢ່າງ. (p. 108)

**exponential form/ຣູບແບບໃຊພລັງ** ທຸກໆຄຳຊີ້ແຈງງລມ ໃນຮູບແບບຂອງພລັງ ຫລືຜົນຄູນຂອງພລັງ, ມີແນມວິທີຣຽມ ແບບໃຊພລັງ. (p. 100)

**exponential function/ຄວາມສຳພັນຂອງເລກພລັງ** ລັກສະນະຂອງຄວາມສຳພັນ $y = ab^x$, ຖາວ່າ $a > 0$, $b > 0$, ແລະ $b \neq 1$. (p. 107)

**exponential growth/ລະບົບເຮັກໃຊຄາຂອງຕົວເລກສູງຂຶ້ນ** ພລັງທີ່ເຮັກໃຊຄາຂອງຄວາມສຳພັນສູງຂຶ້ນ. ຄວາມສຳພັນຂອງ ເລກຕຳໄປນີ້ຕົວຢ່າງ, $y = a \cdot 2^x$, $a \neq 0$, ຂຶ້ນໃຊເລກສອງເທົ່າເປັນແບບຢ່າງ. (p. 107)

**exterior angle/ມຸມນອກ** ມຸມທີ່ຢູ່ທາງມອກຂອງຮູບຫລາຍຫລ່ຽມ. (pp. 33, 442)

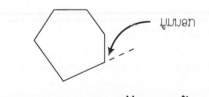

ມຸມນອກ

**extraneous solution/ຄຳຕອບທີ່ເໝາະກັບຂັ້ນມູນ** ຄຳຕອບບຂຶ້ງ ກັນກາວມາຈາກປະໂຍກເລກທີ່ບໍ່ເໝາະກັບປະໂຍກເລກຕົວເດີມ. (p. 521)

# F

**factored form/ແບບທະວິຄູນ** ເມື່ອຄຳຊີ້ແຈງທາງກຄຼ
ໃນຮູບຜົນຄູນຂອງຕົວຄູນ, ມັນແມ່ນແບບທະວິຄູນ. (*p. 351*)

**factorial/ຄາທະວິຄູນ** ເຄື່ອງໝາຍ ! ທີ່ຄ່ຽນໄວ້ອ້າງຫລັງ
ຂອງຕົວເລກ ໝາຍຄວາມວ່າ ຜົນທະວິຄູນຂອງຕົວເລກທັງໝົດຈາກ
ເລກ 1 ຈົນເຖິງ ເລກຕົວເລກຕັ້ງກ່າວ. (*p. 304*)

$$7! = 7 \cdot 6 \cdot 5 \cdot 4 \cdot 3 \cdot 2 \cdot 1$$

$(0! = 1$ ຕາມຄວາມໝາຍ$)$

**fitted line/ເສັ້ນຊ້ຳ** ເສັ້ນທີ່ຜ່ານໃກ້ຈຸດຄ້ອມເທິງເສັ້ນກຣັຟທີ່ສຸດເທົ່າ
ທີ່ຈະໃກ້ໄດ້. (*p. 632*)

**flow proof/ພິດຖາ** ຄຳຢືນຢັນທີ່ຮຽນໃນຮູບແບບກຣັຟໂດຍໃຊ້ລຸກ
ສອນຊ້ຳກ່ຽວເພື່ອສະແດງໃຫ້ເຫັນຄວາມສຳພັນລະຫວ່າງຂໍ້ຄວາມ.
ຕົວເລກທີ່ຮຽນຢູ່ເທິງລຸກສອນບົ່ງບອກເຖິງບັນຊີທີ່ໝາຍເລກຂອງຂໍ້ມູນ.
(*p. 396*)

**frequency/ສິ່ງທີ່ເກີດຂຶ້ນເລື້ອຍ** ຈຳນວນຂອງເຫດການ
ຫລືຂໍ້ມູນຕ່າງໆທີ່ເກີດຂຶ້ນໃນຊວງນຶ່ງ. (*p. 633*)

**frequency table/ຕາຕລາງຂອງສິ່ງທີ່ເກີດຂຶ້ນເລື້ອຍ** ຕາຕລາງ
ທີ່ສະແດງໃຫ້ເຫັນຈຳນວນແທ້ຈິງຂອງຂໍ້ມູນທີ່ເກີດຂຶ້ນໃນຊວງນຶ່ງ.
(*p. 633*)

**function/ຄວາມສຳພັນ** ການພົວພັນລະຫວ່າງຄ່າຂອງປະ
ໂຍກເລກທີ່ຂຶ້ນກັບຕົວເລກໝວດໝຶ່ງ. ຄຸມຄ່າຂອງຕົວເລກ
ໝວດໝຶ່ງທັງໝົດມັນແມ່ນຂຸມຕົວໝວດໝຶ່ງ. ຄ່າຂອງປະ
ໂຍກເລກທີ່ຂຶ້ນກັບຕົວໝວດໝຶ່ງຕົວອື່ນ ມັນແມ່ນ ກຸມຂອງຄ່າຂຶ້ນ.
(*p. 60*)

# G

**geometric mean/ຕົວເລກທີ່ຢູ່ກາງຂອງເລກເລກສ່ວນ** ຖ້າ $a$, $b$,
ແລະ $x$ ເປັນ ເລກທີ່ມີຄ່າບວກ, ແລະ $\frac{a}{x} = \frac{x}{b}$, ສະນັ້ນ $x$ ແມ່ນ
ຕົວເລກທີ່ກາງຂອງ $a$ ແລະ $b$. (*p. 483*)

**geometric probability/ການເປັນໄປໄດ້ຂອງເລກເລຂາຄະນິດ**
ການເປັນໄປໄດ້ຂຶ້ນກັບໜ້າພຽງ ແລະລວງຍາວ. (*p. 639*)

**growth graph/ກຣັຟເພີ່ມພູນຄ່າ** ກຣັຟຂອງຄວາມສຳ
ພັນເລກເພີ່ມຂຶ້ນ. (*p. 61*)

# H

**half-life/ເວລາຊ້ວງຄົ່ງຊີວິດ** ຈຳນວນຂອງເວລາເພື່ອໃຊ້ບົ່ງຈຳ
ນວນ ອອກຫບັນເຄິ່ງ. (*p. 108*)

**horizontal intercept/ຄ່າສູນຕາມເສັ້ນຕັ້ງ** ກຣັຟທີ່ສະແດງຈຸດ
ສູນຕາມເສັ້ນຕັ້ງ, ຊຶ່ງຮອງໄດ້ຄວາມໝາຍຄ່າຂອງເສັ້ນນອນ. (*p. 122*)

**hyperbola/ກຣັຟໄຮ້ຄ້ວງ** ກຣັຟທີ່ມີຄວາມສຳພັນແບບ $y = \frac{k}{x}$, $x \neq 0$
ແລະ $k \neq 0$.ເປັງຕາມ inverse variation/ການປ່ຽນແປງ
ທີ່ບໍ່ກຳເຖິງ. (*p. 77*)

**hypothesis/ເງື່ອນໄຂຍົ່ວງຕົ້ນ** ຄຳເວົ້າ ຖ້າຫາກວ່າ ສ່ວນທຳ
ອິດຂອງປະໂຍກຖາຫາກວ່າ-ແລວກໍ. ເປີ່ງຕາມ implication/
ບົດເງື່ອນໄຂ. (*p. 373*)

# I

**image/ເງົາຂອງຮູບ** ຜົນຂອງການປ່ຽນແປງ. (*p. 159*)

**imaginary unit/ຫົວໜ່ວຍຄວາມະໄມພາຍ** ເລກ ພລັງສອງທີ່ມີຄ່າ
ລົບ ຊຶ່ມຕົວຢາງ: $i = \sqrt{-1}$ ແລະ $i^2 = -1$. (*p. 225*)

**implication/ບົດເງື່ອນໄຂ** ຂໍ້ຄວາມທີ່ມີພາກສ່ວນ ຖ້າຫາກວ່າ ແລະ
ແລວກໍ ສວມ. ຖ້າວ່າແມນເງື່ອນໄຂ ແລະແລວກໍ ແມນ ຂໍ້ສຸດ.
ຊຶ່ງຣຽກໄດ້ວ່າ ມີເງື່ອນໄຂ. (*p. 373*)

**inconsistent system/ປະໂຍກເລກດ່າງ** ປະໂຍກເລກທີ່ບໍ່ມີຄຳ
ຕອບ. (*p. 136*)

**independent events/ຜິນສະທ້ອນຄວງທີ** ປະກົດການທີ່ບໍ່ສ້າງ
ຜົນສະທອນໃຫ້ເກາກັນ. (*p. 320*)

**indirect argument/ຜິນປະກົດທີ່ຢັງໄປທ້ວນ** ກົດຄານທີ່ບົ່ງ
ບອກວ່າ ຖ້າ $p$ ແມນແທກ $q$ ກໍແມນແທກ. ຫາກ $q$ ບໍ່ແມນແທກ $p$
ກໍບໍ່ແມນຄືກັນ. (*p. 380*)

**inductive reasoning/ຜິນສຶບຈາກການສັງຄາດ**
ເຫດຜິນທີ່ໄດ້ຈາກການສັງຄາດຫລາຍໆຄັ້ງ. (*p. 31*)

**invalid argument/ເຫດຜິນທີ່ບໍ່ໃຊ້ການ** ຂໍ້ຖົກຖຽງທີ່ບໍ່ສົມເຫດ
ສົມຜິນ. (*p. 381*)

**inverse matrices/ເລກແຖວປັ້ນ** ເລກແຖວ 2 ຄຸນ 2 ຊຶ່ງຜົນຄູນ.
ເປັນເລກແຖວ $\begin{bmatrix} 1 & 0 \\ 0 & 1 \end{bmatrix}$. ເຄື່ອງໝາຍ $A^{-1}$.ຂຸເປັນຕົວແທນເລກ
ແຖວປັ້ນ $A$. (*p. 174*)

**inverse variation/ການປ່ຽນແປງທີ່ຄຸ່ນອ່ຽງ**
ແບບຄວາມສຳພັນເລກ $xy = k$, or $y = \frac{k}{x}$, $x \neq 0$ ແລະ
$k \neq 0$, ຊຶ່ງ ຕົວ $y$ ກັບປ່ຽນຄ່າກັບຂ້າມກັບຄ່າຂອງ $x$, ແລະ $k$
ເປັນ ເລກຄົວຍືມ. ກຣັຟໃນລັກສະນະສຳພັນເລກນີ້ ແມ່ນ ຮູບ ໂຄ້ງປົ້ມກັນ.
(*pp. 76, 77*)

**isosceles triangle/ຮູບສາມຫຼ່ຽມນ້ອຍ** ຮູບສາມຫຼ່ຽມສອງຂ້າງ ເທົ່າກັນ. (p. 473)

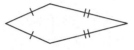

# K

**kite/ຮູບວ່າວ** ຮູບສີ່ຫຼ່ຽມສອງຂ້າງທີ່ຢູ່ແຫກໄດ້ສະເໝີກັນ. ແຕ່ລະຂ້າງຂອງຄູ່ນີ້ວັດແຫກບໍ່ເທົ່າກັນ. (p. 244)

# L

**linear graph/ເສັ້ນກຣາຟ່ປຼຽ** ເສັ້ນກຣາຟຂອງສຳພັນເລກເສັ້ນຊຸ. (p. 60)

**linear inequality/ສຳພັນເລກບໍ່ກ້າເກີ່ງ** ການບໍ່ກ້າເກີ່ງຊຶ່ງກຣາຟລາວົກດ້ວຍເສັ້ນທີ່ຮ້ອງກັນວ່າ ເສັ້ນແມກ. (p. 654)

**linear system/ກຸ່ມສຳພັນເລກເສັ້ນຊຸ** ສຳພັນເລກເສັ້ນຊຸທີ່ມີ ສອງເສັ້ນ ຫຼືຫຼາຍກວ່າ ຊຶ່ງກາວເຕົ່ງຄວາມພົວພັນລະຫວ່າງ ຕົວໜ່ວຍວງເກວກັນ. (p. 121)

# M

**mathematical model/ສະພາບຂອງເລກ** ປຼຽກເລກສົມຄູນ, ຕາຕລາງ, ກຣາຟ, ສຳພັນເລກ, ຫຼື ປຼຽກເລກທີ່ບໍ່ສົມຄູນ ຊຶ່ງສະແດງ ເຖິງສະພາບຕົວຈິງຂອງເລກ. (p. 67)

**matrix/ແຖວເຖິງ** ການຈັດສັນຕົວເລກ ຊຶ່ງມີ ຕົວປະກອບ ເປັນ ແຖວນອນ ແລະ ແຖວຕັ້ງ. (p. 151)

**matrix equation/ປຼຽກແຖວເຖິງ** ປຼຽກເລກທີ່ປະກອບດ້ວຍຕົວ ເລກໃນແຖວ. (p. 175)

**mean/ເລກສະເລ່ຍ** ຜົນສົມຂອງຈຳນວນອ້ມູນ ຫານໃຫ້ຈຳນວນທັງ ໝົດຂອງອ້ມູນ. (p. 635)

**median/ເລກເຄິ່ງກາງຂອງກຸ່ມ** ເລກເຄິ່ງກາງຂອງກຸ່ມອ້ມູນ ຫຼື ສະເລ່ຍຂອງເລກກາງໜູຊຶ່ງຄົວ ເມື່ອເລກຄັ້ງກາວຫານລຽງກັນເປັນລຳດັບ. (p. 635)

**midpoint/ຈຸດແບ່ງເຄິ່ງ** ຈຸດທີ່ແບ່ງເສັ້ນໃຫ້ເປັນສອງທ່ອນເທົ່າກັນ. (p. 259)

**mode/ຕົວທີ່ປະກົດຫຼາຍເທື່ອ** ຕົວເລກໃນກຸ່ມທີ່ປະກາບໃຊ້ເຫັນຫຼາຍ ເທື່ອ. (p. 635)

**monomial/ເລກຄູນມີ່ງ** ເລກຕົວດຽວ, ຕົວໝາຍວຽນຕົວດຽວ, ຫຼື ຜົນຄູນຂອງ ເລກຕົວມີ່ງ ແລະ ໝາຍວຽນຕົວມີ່ງຫຼືຫຼາຍຕົວ. (p. 206)

**mutually exclusive events/ເຫດການກົງ** ສອງເຫດການ ທີ່ບໍ່ສາມາດເກີດຂຶ້ນພ້ອມກັນໃນເວລາດຽວ. (p. 311)

# N

**negation/ຄຳປະຕິເສດ** ຖ້ອຍຄຳທີ່ກ່າວວ່າ ບໍ່. (p. 367)

# O

**odds against/ຄາດຄຶກຫາງລົບ** ຜົນສົມທຽບທີ່ບອກຈຳນວນທີ່ໄຮ້ ປໄຍດຕໍ່ຈຳນວນຍັບປໄຍດ. (p. 314)

**odds in favor/ຄາດຄຶກຫາງບຶກ** ຜົນສົມທຽບທີ່ບອກຈຳນວນທີ່ຍັບ ປໄຍດຕໍ່ຈຳນວນໄຮ້ປໄຍດ. (p. 314)

**order of operations/ລຳດັບການຄຶກໄລ່** ວິທີການຄຶກໄລ່ເພື່ອ ຣວມຄຳປໄຍກເລກ. (p. 640)

**or rule/ກົດຕາມຂອງບໍ່ແນກ** ຫຼື ກົດຄວາມຈິງຊຶ່ງກ່າວວ່າ: $p$ ແໝນຈິງ, ຫຼຶຫຼ $q$ ແໝນຈິງ. $p$ ບໍ່ແໝນນັ້ນບໍ່ແໝນຈິງ. ຖ້າມັນ, $q$ ຈຳເປັນຕອງແໝນຈິງ. (p. 380)

**ordered triple/ຄ່າເລກໝູ່ສາມ** ຄ່າຂອງຕົວເລກໃນກຣາຟ ທີ່ສາມ ຕົວເລກປະກອບ $(x, y, z)$. ຊຶ່ງພໍພັກກ່ນໃນແຕ່ລະຈຸດຕາມລະ ບົບມູມຄ່າຂອງກຣາຟສາມຂາງ. (p. 579)

**outcome/ຜົນອອກ** ຜົນທີ່ເປັນໄປໄດ້ຈາກການ ເອົາໄຊເລກ. ຜົຍອອກຂອງເລກແໝນເຫດການອັນນີ່ງ. (p. 296)

# P

**parabola/ເສັ້ນໂຄ້ງຮູບຕົວU** ເສັ້ນກຣາຟຂອງ $y = ax^2 + bx + c$, $a \neq 0$ ຈຸດທີ່ປຖມເສັ້ນໂຄງໃນລະດັບສຼງສຸດຫຼືຕໍ່າສຸດ ແໝນ ຈຸດສຸດ. ເບິ່ງຕາມ direct variation with the square/ ການປຖມແປງໂດຍກ້າດ້ວຍເລກພລັ້ງສອງ. (pp. 92, 187)

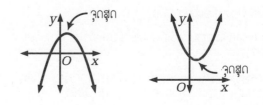

**paragraph proof/ພິສູດຄວາມພິສູດ** ຫລັກຖານທີ່ຂຽນເປັນວັກ ເປັນຕອນ. (*p. 396*)

**parallelogram/ຮູບສີ່ຫລ່ຽມຂາງຄວາຍ** ຮູບສີ່ຫລ່ຽມທີ່ມີເສັ້ນຂື້ສອງ ຄູ່ບ່ຈວບກັນ. (*p. 245*)

**parametric equations/ປະໂຍກເລກທີ່ປັບເສັ້ນກ້າງ** ປະໂຍກເລກທີ່ໃຊ້ຕົວໝູນວຽນສອງຕົວເພື່ອຊອກຄ່າຂອງຕົວທີສາມ. ເລກໝູນວຽນຕົວທີສາມຄ່ວາ *ພະຣາມິຕີ*. (*p. 542*)

**Pascal's triangle/ຮູບສາມຫລ່ຽມປາສກາ** ຮູບສາມຸຫລ່ຽມທີ່ລຽງ ດ້ວຍຕົວເລກ. ຕົວເລກໃນແຖວ $n$, ໃນສັ້ນບຸດ $r$, ແມ່ນ ການປະກອບ $_nC_r$ ເມື່ອຫານຂຍາຍ $(a + b)^n$, ຕົວລຸມແມ່ນຕົວເລກ ໃນ ແຖວ $n$. *ເບິ່ງຕາມ* binomial theorem/**ຫລັກການຂອງເລກສອງໝູ.** (*p. 334*)

ແຖວ 0 ━ 1
1 1
1 2 1
1 3 3 1
1 4 6 4 1

ເສັ້ນບຸດ 0

**permutation/ການປ່ຽນລຳດັບ** ການຈັດຈຳວນສີ່ງຂອງໃຫ້ເຂົ້າ ເປັນລຳດັບ. (*p. 304*)

**perpendicular bisector/ເສັ້ນຕັ້ງມຸມສາກ** ເສັ້ນ, ເສັ້ນຣັສມີ, ຫລືເສັ້ນຕອນທີ່ຕັດເສັ້ນ ແລະເປັນມຸມສາກ. (*p. 475*)

**plane/ພື້ນຮາບ** ໜ້າພຽງທີ່ຮາບຕໍ່ໆໄປໂດຍບໍ່ມີຈຸດສຸດ. (*p. 559*)

**plane figure/ຮູບແປ** ຮູບທີ່ມີສອງມິຕ. (*p. 565*)

**polynomial/ເລກຫລາຍຊຸມ** ການວາງເລກຊື້ສາມາດວຽມ ໂດຍການສົມຂອງໝູເລກ. ໝູເລກນຶ່ງແມ່ນສ່ວນປະກອບຂອງ ເລກຫລາຍຊຸມ. (*p. 507*)

**polynomial equation/ປະໂຍກເລກຊຸມ** ປະໂຍກເລກທີ່ປະ ກອບດ້ວຍເລກຊຸມເທົ່ານັ້ນ. (*p. 507*)

**population/ພົລເມືອງ** ໝົດທັງກຸ່ມ. (*p. 3*)

**postulate/ຫລັກຖານ** ຫລັກຖານທີ່ທີ່ມີມູນຄວາມຈິງ ໂດຍບໍ່ຕ້ອງພິສູດ. (*p. 402*)

**premise/ຄຳສຸບ** ຂໍ້ຄວາມທີ່ໃຫ້ມາເພື່ອການຖຶກຖຽງ. ຜົນສລຸ ບຂອງການຖຶກຖຽງນັ້ນຈຶ່ງວ່າການ*ສລຸບ.* (*p. 380*)

**probability tree diagram/ແຕ່ວ່ຂອງຜົນອອກ** ການສະແດງ ຜົນທີ່ຈະອອກເປັນລັກສນະງ່າໄມ. (*p. 346*)

**pure imaginary number/ຈຳນະໂນພາບເທົ່າແທ້** ເລກໃນຮູບແບບ $bi$ ຊຶ່ງ ຄື້ວ $i$ ແມ່ນຮົວໝ່ວຍຂອງເລກຈຳນະໂນພາບ $\sqrt{-1}$ ແລະ $b$ ແມ່ນ ເລກລວມ ນອກຈາກ ເລກ 0. (*p. 225*)

**Pythagorean theorem/ຫລັກການຂອງປີທາກໍຣານ** ຖາເສັ້ນກ້າງກັນຂ້າມຂອງມຸມສາກ ຂອງຮູບສາມຫລ່ຽມ ແມນ $c$ ແລະ ລວງຍາວຂອງ ທັງສອງຂາ ແມ່ນ $a$ ແລະ $b$ ແລວ $c^2 = a^2 + b^2$. (*p. 661*)

# Q

**quadratic equation/ປະໂຍກເລກພລັງສອງ** ທຸກປະໂຍກເລກທີ່ ສາມາດວຽມໃນຮູບ $0 = ax^2 + bx + c, a \neq 0$. (*p. 201*)

**quadratic formula/ສູດວຽມໃນຮູບແບບ**

$$x = -\frac{b}{2a} \pm \frac{\sqrt{b^2-4ac}}{2a}$$, ຊຶ່ງເປັນຄຳຕອບ

ຂອງປະໂຍກເລກພລັງສອງ $0 = ax^2 + bx + c, a \neq 0$.

(*p. 215*)

**quadratic function/ສຳພັນປະໂຍກເລກພລັງສອງ** ທຸກໆປະໂຍກ ເລກທີ່ສາມາດວຽມໃນຮູບແບບ $y = ax^2 + bx + c, a \neq 0$. (*p. 187*)

**quadratic system/ລະບົບເລກພລັງສອງ** ສອງປະໂຍກເລກພລັ ສອງຫລືຫລາຍກວາ ຊຶ່ງມີຕົວໝູນວຽມຄືກັນ. (*p. 231*)

**quadrilateral/ຮູບສີ່ຫລ່ຽມ** ຮູບທີ່ມີສີ່ຂ້າງ. (*p. 245*)

# R

**radical form/ເລກຖອມພລັງ** ເລກທີ່ຂຽນໃນເຄື່ອງໝາຍ $\sqrt{\ }$, ແມ່ນ ເລກຖອມພລັງ. (*p. 100*)

**radius of a sphere/ເສັ້ນຣັສມີຂອງຮູບຊົງກົນ** ເສັ້ນຈາກໃຈກາງ ຂອງຮູບຊົງກົນໝັ້ງໄປຫາໜ້າຂອງຮູບ. ຫລືລວງຍາວຂອງເສັ້ນຕອນນັ້ນ. (*p. 85*)

**random sample/ຕົວຢ່າງແບບລຳຟັງ** ການທົດລອງໃນບັນດາ ກຸ່ມຂອງມວນຍົນຊຶ່ງມີໂອກາດສເມີກັນທີ່ຈະຖຶກເລືອກແລະຈຳວນການ ທົດລອງນັ້ນກໍ. (*p. 17*)

**range of a data set/ຂນາດກຸ່ມຂໍ້ມູນ** ຄວາມແຕກຕ່າງກັນລະ ຫວ່າງສອງມູນຄາຂອງກຸ່ມຂໍ້ມູນ. (*p. 635*)

**range of a function/ຄ່າໄດ້ຈາກຂໍ້ມູນຂອງຄວາມສຳພັນເລກ** ຄາທັງໝົດທີ່ຂຶ້ນກັບຕົວເລກໝູນວຽມໃນຄວາມສຳພັນເລກ *ເບິ່ງຕາມ* function**ຄວາມສຳພັນເລກ.** (*p. 62*)

**rational equation/ປັຍກາຄສກສ່ວນ** ປັຍກາຄລກທີ່ປະ
ກອບດ້ວຍຄລກສກສ່ວນ. (*p. 508*)

**rational expression/ກາຄຍຮມຄລກສກສ່ວນ** ການສະແດງ
ຄລກດ້ວຍການຍຮມແບບຄລກຂາມຂອງໜູຄລກຫລາຍຕົວ. (*p. 508*)

**real number/ຄລກຈວນ** ຄລກຈວນທັງໝົດແບບ $a + bi$, ຊຶ່ງ $a$
ເປັນທັງຄລກສກສ່ວນ ຫລື ຄລກມີ ຈຸດ ແລະ $b = 0$. (**p. 225**)

**reciprocals/ຄລກກັບຄຶ້ນ** ຄື່ຄລກສອງຕົວຊຶ່ງຜັນຄູນເທົ່າກັບ 1.
(*p. 174*)

**rectangle/ຮູບສີ່ຫລ່ຽມຍາວ** ຮູບສີ່ຫລ່ຽມທີ່ມີມູມສີ່ມຸມ.
(*p. 245*)

**reflection/ການສະທ້ອນແຄສງ** ການປ່ຽນສະພາບຂອງ
ຮູບດ້ວຍການປິ້ນຮູບນັ້ນຕາມເສັ້ນ ຮອບຈາ ເສັ້ນສະທອນ. (*p. 266*)

**remote interior angles/ມຸມສກ** ໃນຮູບສາມຫລ່ຽມ,
ສອງມຸມທີ່ບໍ່ຢູ່ຈອມມຸມ ທີ່ອິດຕຳຄ້ອມມຸມຂ້າງນອກ. (*p. 442*)

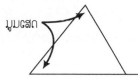

ມຸມສກ

**rhombus/ຮູບສີ່ຫລ່ຽມຂ້າວ** ຮູບສີ່ຫລ່ຽມທີ່ມີສີ່ຂ້າງແທກໄດ້ສເມີກັນ.
(*p. 244*)

**right angle/ມຸມສາກ** ມຸມທີ່ແທກໄດ້ 90 ອ້ງສາ. (*p. 655*)

**rotation/ການໝຸນວຽນ** ການປ່ຽນສະພາບຂອງຮູບດ້ວຍການ
ໝຸນຮູບນັ້ນອອມຈຸດໃຈກາງຂອງວົງໃຈຈອມແບບການຄືນຂອງໄມງ.
(*p. 267*)

**sample/ຊຸ່ມຕົວຍ່າງ** ພາກສ່ວນຂອງມວນຊີ້ນຊຶ່ງການຄົ້ນຄ້ວາ ຫລື
ການທົດລອງກຳລັງດຳເນີນງານຢູ່. (*p. 3*)

**sample space/ກຸ່ມປະກົດໜັນ** ກຸ່ມຂອງຕົວປະກົດໜັນທີ່ເປັນໄປໄດ້.
(*p. 320*)

**scalar multiplication/ຕົວຄູນຄລກແຖວ** ການຄູນຄລກ
ແຖວດ້ວຍຕົວຄລກ. ຜັນຄູນຂອງຄລກແຖວແບບຜັນຄູນຂອງຕົວປະ
ກອບຄລກແຖວ. (*p. 152*)

**scale factor/ຕົວຄູນຄລກແຖວ** ການຄູນຄລກແຖວດ້ວຍຕົວຄລກ.
ຜັນຄູນຂອງຄລກແຖວແບບຜັນຄູນຂອງຕົວປະກອບຄລກແຖວ. (*p. 159*)

**segment bisector/ເສັ້ນແບ່ງຄຶ້ງ** ເສັ້ນຮັສມີ, ເສັ້ນ,
ຫລືເສັ້ນທອງຊຶ່ງແບ່ງເສັ້ນທອງປັນສອງທ່ອນສເມີກັນ. (*p. 468*)

**similar triangles/ຮູບສາມຫລ່ຽມຄືນກັນ** ຮູບສາມຫລ່ຽມຊຶ່ງ
ທຸກໆຈອມມຸມ, ມຸມ, ແລະ ຂາງ ສັກສວນກັນໝົດທຸກຄາມ. (*p. 449*)

**simulation/ການລຳພັງ** ໃຊ້ການທົດລອງແບບຊີວິດຕົວຈິງການ
ລຳພັງເພື່ອຕອບບັນຫາ. (*p. 10*)

**slope/ຮະດັບເສັ້ນ** ການວັດແທກຮະດັບຂອງເສັ້ນດ້ວຍການສົມທຽບອີງ
ຕາມການແຄລມຂືມລົງ, ແລະ ແຄມຂາງວາຈາກສອງຈຸດຕາມເສັ້ນກຣັຟ.
(*p. 68*)

**slope-intercept form/ແບບຮະດັບເສັ້ນ** ປັຍກາຄລກຂອງ
ເສັ້ນຂຶງຂຶ້ງຄນໃນຮູບແບບ $y = mx + b$, ຊຶ່ງ $m$ ສະແດງຕີງຄາມ
ງ່ຽງຂອງເສັ້ນ ແລະ $b$ ສະແດງຕີງຈຸດຕາມເສັ້ນຕັ້ງຂອງ ກຣັຟ.
(*p. 68*)

**solution of a system of equations/ຄຳຕອບຂອງປ
ໍຍກາຄລກຄຶນ** ຄູ່ຂໍ້ມູນ ຊຶ່ງໜັນຮົມພາະຕາມເສັ້ນກຣັຟທີ່ເຮັດໃຫປໍຍກ
ຄລກນັ້ນສົມບູນທຸກຄາຮະນີ. (*p. 122*)

**solution region/ຄຳຕອບຂອງໍຍກາຄລກຄຶນ** ຄູ່ຂໍ້ມູນ
ຊຶ່ງໜັນຮົມພາະຕາມເສັ້ນກຣັຟທີ່ເຮັດໃຫ້ໍຍກຄລກນັ້ນສົມບູນທຸກຄາຮະນີ.
(*p. 124*)

**space figure/ກຣັຟສາມເສັ້ນ** ກຣັຟທີ່ມີສາມຂ້າງ. (*p. 557*)

**sphere/ຮູບຂີງກິນ** ກຸ່ມຂອງທຸກໆຈຸດໃນກຣັຟມີລະຍະທ່າງຈາກ
ຈຸດໃຈກາງສເມີກັນ. (*pp. 84, 592*)

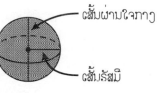

ເສັ້ນຜ່ານໃຈກາງ

ເສັ້ນຮັສມີ

**square/ຮູບສີ່ຫລ່ຽມນິມຄັນ** ຮູບສີ່ຫລ່ຽມທີ່ມີສີ່ມຸມສາກ ແລະ ສີ່ຂ້າງ
ເທົ່າກັນ. (*p. 245*)

**square root/ຮາກພັ້ວສອງ** ນີ່ງໃນສອງຕົວຄູນທີ່ສເມີກັນ.
(*p. 403*)

**standard form of a quadratic function/ສຳພັນປ
ໍຍກາຄລກພັ້ວສອງແບບມາຕຖານ** ຄວາມສຳພັນຄລກທີ່ຍຮມແບບ
$y = ax^2 + bx + c, a \neq 0$. (*p. 187*)

**standard form of a quadratic equation/ປັຍກາຄລກ
ພັ້ວສອງແບບມາຕຖານ** ການຍຮມປັຍກາຄລກພັ້ວສອງໃນແບບ
$0 = ax^2 + bx + c, a \neq 0$. (*p. 201*)

**standard form of a polynomial/ສຳພັນປໍຍກ
ຄລກພັ້ວສອງແບບມາຕຖານ** ຄວາມສຳພັນຄລກທີ່ຍຮມແບບ.
(*p. 507*)

**standard position/ທ່າທີ່ມາດຕະຖານຂອງກາຣັບ** ທ່າງຂອງຮູບຫລາຍ ຫລຣຽມຕາມກາຣັຟຊຶ່ງມູມແຫລມນຶ່ງຈຸໃສ່ຈຸດເຄົ່ມ ແລະ ຂາງນຶ່ງ ແມບໃສ່ສັ້ນນອນ. ການວາງຮູບໃນລັກສະນະນີ້ເຮັດມຫາການຄິດໄລຫາ ຄວາມງຽງແລະລວງຍາວງ່າຍຂຶ້ນ. (*p. 275*)

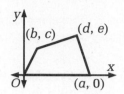

**stem-and-leaf plot/ການລາງຂອງກ້ານໃບໄມ** ວິທີສະ ແດງຂໍ້ມູນທີ່ຕົວເລກແຕ່ລະຕົວຈະແຫມດວຍ ໃບໄມ. (*p. 634*)

**straight angle/ມຸມຊ** ມຸມທີ່ແຫກາໄດ້ 180 ອົງສາ. (*p. 655*)

**stratified random sample/ວິໄຈຕົວຢ່າງແບບລຳພັວ** ການທົດລອງໄດຈາກການແບຍກມວນຮົນ ເປັນສອງຫມວດ ແລອ ເລືອກເອົາສະມາຊິກຈາກແຕ່ລະຫມວດຕັ້ງກາວ. (*p. 17*)

**supplementary angles/ມຸມປະກອບເສີ່ມຊຶ** ສອງມຸມທີ່ວັດ ແຫກາໄດ້ 180 ອົງສາ. (*p. 655*)

**systematic sample/ບັນຊຶ່ນຄ່າ** ການທົດລອງທີ່ຄັດ ເລືອກດວຍການໃຊບັນຊຶ່ມຄາຂອງມວນຮົນ ແລອ ເລືອກເອົາ ສະມາຊິກຈາກບັນຊຶ້ນັ້ນປ່າງແມນຢ່າ. (*p. 17*)

**system of equations/ປໂຍກເລກທີ່ສົມດຸນ** ປໂຍກເລກສອງ ອັນຫລຶຫລາຍກວາ ຊຶ່ງກາວດຖິງຄວາມສຳພັນລະຫວາງຕົວຫມູນວຣຸນ ທີ່ຄິກັນ. (*p. 121*)

**system of inequalities/ປໂຍກເລກທີ່ບໍ່ສົມດຸນ** ປໂຍກເລກທີ່ບໍ່ສົມດຸນສອງຊຶ້ນຫລຶ ຫລາຍກວາ ທີ່ກາວດຖິງຄວາມສຳ ພັນລະຫວາງຈຳນວນຂອງຕົວເລກຫມູນວຣຸນ. (*p. 124*)

# T

**theorem/ຫລັກການ** ຊໍ້ຄວາມທີ່ພິສູດທັນໄດ້. (*p. 408*)

**theoretical probability/ສຸດທີ່ບັນໄປໄດ້** ສຸດທີ່ໄດຮັບເພິ່ຈາກ ການທົດລອງໃນລະດັບມາຕາມມພິ່ມທີ່ຮັບຈາກການທົດລອງປັນຫມາ ເຟິ່ງພໍໃຈ. (*p. 638*)

**transformation/ການປ່ຽນຮຸບ** ການປ່ຽນແປງມາດ ຫລຶ ສວມຂອງຮຸບ. (*p. 159*)

**translation/ການເຊື່ອນຍ້າຍ** ການຍົກຍ້າຍແຕ່ລະຈຸດຂອງ ຮຸບໃນລະຍະເທົ່າກັນແລະໄປໃນທິດທາງກົຣອກັນ. (*pp. 161, 267*)

**transversal/ເສັ້ນຕັດ** ສັ້ນທີ່ຕັດຜ່ານສອງສັ້ນມີ ສອງຈຸດຕ່າງກັນ. (*p. 416*)

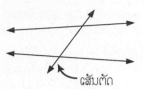

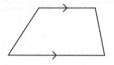

ເສັ້ນຕັດ

**trapezoid/ຮູບສີ່ຫລ່ຽມຄາງຫມຸ** ຮູບສີ່ຫລ່ຽມທີ່ມີສັ້ນຄູ່ນຶ່ງຄຽງ ກັນໄປບໍ່ຈວບກັນ. (*p. 245*)

**tree diagram/ຮຸບຕົ້ນໄມ້** ຮຸບທີ່ຄຳນຶ່ງງສີ່ງຂອງທີ່ແຕກກາຕ່າງ ກັນອອກໄປຫລາຍຮຸບແບບ. (*pp. 11, 296*)

**trial/ການທົດລອງ** ການທົດລອງທື່ອຫາອິດ (*p. 10*)

**trigonometric ratios/ອັຕຮາຂອງເລກລະນຶກສາດທີ່ງວ ກັກວາງແລະມຸມ** ເລກສາມມີມິກ ຊາຍນ໌, ໂຄຊາຍນ໌, ແລະ ແທນຈັນທ໌. (*p. 659*)

**trinomial/ເລກປະກອບດ້ວຍສາມ** ປໂຍກເລກເລກທີ່ສາມາດຮວມ ແບບການສົມຂອງສາມຫມູເລກ. (*p. 206*)

**triple zero/ຈຸດຄ່າສຸນຂອງພລັງສາມ** ເມື່ອປໂຍກເລກພລັງ ສາມຫາກມີພລັງສາມ, ສຳພັນປໂຍກເລກນັ້ນຈະມີ ຈຸດຄາສຸນຕາມກຣັຟ. ເສັ້ນ໌ ນັ້ນຈຳຊຶ ແລະຜ່ານສັ້ນນອນຂອງກຣັຟ ພຣງທື່ອກຣອດທຳນັ້ນ. ເບິ່ງຕາມ zero/ສຸນນັ້ນດວຍ (*p. 529*)

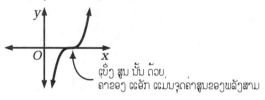

ເບິ່ງ ສຸມ ນັ້ນ ດວຍ,
ຄາວອງ ແອັກ ແມບຈຸດຄາສຸນຂອງພລັງສາມ

**two-column proof/ເພິ່ນພິສູກຂອງສອງແຖວ** ເພິ່ນພິສູດທິ່ຽຼມ ໄວສອງແຖວ. ລາຍງານຂຽມໄວຢູ່ແຖວນຶ່ງ ແລະ ເຫດເພິ່ນຂຽມໄວ້ອຶກ ແຖວນຶ່ງ. (*p. 396*)

# V

**valid argument/ການຖຶກຖຽງທີ່ມີເຫດເພິ່ນ** ການຖຶກຖຽງ ທີ່ໃຊ້ກົດການແລະເຫດເພິ່ນ. (*p. 380*)

**variation constant/ການປ່ຽນແປງທີ່ແນ່ນອນ** ເລກຕົວຍຶນ $k$ ທີ່ບໍ່ແມນເລກ *0*, ຊຶ່ງທາການປ່ຽນແປງໂດຍກົ່ງ. *ເບິ່ງຕາມ* direct variation/ການປ່ຽນແປງແບບທາງກົ່ງ. (*p. 70*)

**Venn diagram/ເສັ້ນຮູບແວັນກຣາມ** ຮູບທີ່ສະແດງໃຫ້ເຫັນຄວາມ
ສໍາພັນຣະຫວ່າງກຸ່ມ. *(p. 38)*

**vertex of a parabola/ຈຸດສຸດຂອງກຣັຟໂຄ້ງຈອກ** ຈຸດສູງສຸດ ຫລື
ຕໍ່າສຸດຂອງຮູບກຣັຟໂຄ້ງຈອກ. *ເບິ່ງຕາມ* parabola/ຮູບກຣັຟໂຄ້ງຈອກ.
*(p. 188)*

**vertical angles/ມຸມກົງກັນຂ້າມ** ສອງມຸມຊຶ່ງປະກອບດ້ວຍສອງ
ເສັ້ນຕັດກັນ ແລະສອງມຸມກົງກັນຂາມກັນ. *(p. 410)*

**vertical intercept/ຈຸດເສັ້ນຕັ້ງ** ເສັ້ນທີ່ມີຈຸດຢູ່ເສັ້ນຕັ້ງຂອງກຣັຟ
ຫລື ຄ່າ ຂອງ $x = 0$. *(p. 68)*

**x-intercept/ຈຸດເສັ້ນນອນ** ເສັ້ນທີ່ມີຈຸດຢູ່ເສັ້ນນອນ ຫລື ຄ່າ ຂອງ
$y = 0$. *(p. 189)*

**y-intercept/ຈຸດເສັ້ນຕັ້ງ** ເສັ້ນທີ່ມີຈຸດຢູ່ເສັ້ນຕັ້ງຂອງກຣັຟ ຫລື
ຄ່າຂອງ $x = 0$. *(p. 189)*

**Z**

**zero of a function/ຜ່າທີ່ທໍ່າງານຂອງຄາກຊນ** ຜົນອອກປັນສູນະ
ທຸກາງຄຸມຄ່າຂອງຕົວໝູນວຣຸນແຮກເນິຍເພໄນກາເລກາມີຄາກຊນ. *(p. 529)*

**zero-product property/ຄຸນບັດຂອງຄາກຊນໃນຜົນຄຸນ**
ເມື່ອຜົນຄຸນຂອງຈໍານວນຕົວຄຸນເທົ່າກັບສູນ ຢ່າງໜອຍຕົວຄຸນຕົວນຶ່ງຕ້ອງ
ເທົ່າກັບສູນ. ຖ້າວ່າ $ab = 0$, ແລວ $a = 0$ ຫລ $b = 0$. *(p. 209)*